AF747134

ഗ്രീൻ ബുക്സ്

കാബൂളിലെ നാരായണപക്ഷികൾ

യാസ്മിനാ ഖാദ്രാ

മുഹമ്മദ് മുൾസിഹോൾ എന്ന് യഥാർത്ഥ നാമധേയം.
1955 ജനുവരി 10ന് അൾജീരിയയിൽ ജനിച്ചു.
അൾജീരിയൻ പട്ടാള ഓഫീസറായി ഔദ്യോഗിക ജീവിതം.
മിലിറ്ററി സെൻസർഷിപ്പ് ഒഴിവാക്കുവാനായി
യാസ്മിനാ ഖാദ്രാ എന്ന തന്റെ ഭാര്യയുടെ പേര്
തൂലികാനാമമായി സ്വീകരിച്ചുകൊണ്ടാണ് അദ്ദേഹം
എഴുതിത്തുടങ്ങുന്നത്. ഇപ്പോൾ അൾജീരിയൻ കൾച്ചറൽ
സെന്റർ ഡയറക്ടറായി പ്രവർത്തിക്കുന്നു.
ഖാദ്രായുടെ പുസ്തകങ്ങൾ മുപ്പത്തിമൂന്ന്
ലോകഭാഷകളിലേക്ക് തർജ്ജമ ചെയ്തിട്ടുണ്ട്.
'ലെസ് സൈറൻസ് ഡി ബാഗ്ദാദ്', 'ദി അറ്റാക്ക്'
എന്നീ കൃതികളുടെ മലയാള വിവർത്തനം
ഗ്രീൻ ബുക്സ് പ്രസിദ്ധീകരിച്ചു.

പരമേശ്വരൻ: മലപ്പുറം ജില്ലയിൽ, തൃപ്രങ്ങോടിനടുത്ത്
കൈനിക്കരയിൽ ജനനം. കുവൈത്ത് നാഷണൽ പെട്രോളിയം
കമ്പനിയിൽ ജോലി ചെയ്യുന്നു. 'കൊച്ചുരാജകുമാരൻ'
(The Littlie Prince - Antoine De Saint Exupery) എന്ന പ്രശസ്ത
നോവലിന്റെ വിവർത്തനം ഗ്രീൻ ബുക്സ് പ്രസിദ്ധീകരിച്ചിട്ടുണ്ട്.

നോവൽ

കാബൂളിലെ നാരായണപക്ഷികൾ

യാസ്മിനാ ഖാദ്രാ

വിവർത്തനം:

പരമേശ്വരൻ

ഗ്രീൻ ബുക്സ്

green books private limited
little road, ayyanthole, thrissur- 680 003
ph: 0487-2361038
website: www.greenbooksindia.com
e-mail: info@greenbooksindia.com

original title
(french)
les hirondelles de kaboul

(malayalam)
kaboolile narayana pakshikal
(novel)
by
yasmina khadra

translated by
parameswaran

first published july 2016
copyright reserved

cover design : rajesh chalode

the work is published via the
publication assistance programme tagore with the
support of institut francais en inde
ambassade de france in inde and the
institut francais de paris

branches:
thrissur 0487-2422515
palakkad 0491-2546162
kannur 0497-2763038
thiruvananthapuram 9846670899

isbn : 978-93-86120-23-6

no part of this publication may be reproduced, or transmitted in any form or by any means,
without prior written permission of the publisher

GBPL/793/2016

നോവൽ

കാബൂളിലെ നാരായണപക്ഷികൾ

യാസ്മിനാ ഖാദ്രാ

വിവർത്തനം:

പരമേശ്വരൻ

ഗ്രീൻ ബുക്സ്

green books private limited
little road, ayyanthole, thrissur- 680 003
ph: 0487-2361038
website: www.greenbooksindia.com
e-mail: info@greenbooksindia.com

original title
(french)
les hirondelles de kaboul

(malayalam)
kaboolile narayanapakshikal
(novel)
by
yasmina khadra

translated by
parameswaran

first published july 2016
copyright reserved
cover design : rajesh chalode

the work is published via the
publication assistance programme tagore with the
support of institut francais en inde
ambassade de france in inde and the
institut francais de paris

branches:
thrissur 0487-2422515
palakkad 0491-2546162
kannur 0497-2763038
thiruvananthapuram 9846670899

isbn : 978-93-86120-23-6

no part of this publication may be reproduced, or transmitted in any form or by any means,
without prior written permission of the publisher

GBPL/793/2016

മുഖക്കുറി

യാസ്മിനാ ഖാദ്രായുടെ 'ബാഗ്ദാദിലെ വിലാപങ്ങൾ', 'ആക്രമണം' എന്നീ നോവലുകൾക്കുശേഷം മൂന്നാമത്തെ നോവൽ. യുദ്ധവും വംശീയ വിദ്വേഷങ്ങളും മനുഷ്യരാശിയുടെ മേൽ വരുത്തിവെച്ച അഗാധമായ പിളർപ്പുകളും നാശനഷ്ടങ്ങളുമാണ് മൂന്നു നോവലുകളുടേയും കേന്ദ്രവിഷയം. മൂന്ന് കഥാപരിസരങ്ങൾ. കലാപപ്രദേശങ്ങളായ ബാഗ്ദാദും ഇസ്രായേലും അഫ്ഗാനിസ്ഥാനും. 'കാബൂളിലെ നാരായണപക്ഷികൾ' താലിബാൻ ഭരണവ്യവസ്ഥയുടെ മനുഷ്യത്വഹീനത വെളിപ്പെടുത്തുന്നു. ഇരുട്ടിൽനിന്ന് പിന്നിലേക്കു നോക്കുന്ന കണ്ണുകളുള്ള മതഭ്രാന്തന്മാരുടെ ചാട്ടവാർ ചുഴറ്റുന്ന കാബൂൾ. അവിടെ നിന്ന് ഉയരുന്ന നിരപരാധികളായ സ്ത്രീകളുടെ ആർത്തനാദങ്ങൾ. സങ്കല്പിക്കാനാകാത്തവിധം നടുക്കുന്ന ഒരവസാനം ഒരു ഉജ്ജ്വല കൃതിയായി ഈ നോവലിനെ ഉയർത്തുന്നു.

കൃഷ്ണദാസ്
മാനേജിങ് എഡിറ്റർ

ഏതോ മന്ത്രവാദിനിയുടെ ഭീഷണമായ നൃത്തംപോലെ നാഗരികതയിൽ നിന്നും അകലെ, വിജനതയിൽ ചുഴലിക്കാറ്റ് വീശിയടിച്ചുകൊണ്ടിരുന്നു. കാറ്റിന്റെ സീൽക്കാരം ഉയർന്നുപൊങ്ങി. എന്നിട്ടും പനമരങ്ങളിൽ അള്ളിപ്പിടിച്ച പൊടിപടലങ്ങളെ തൂത്തെറിയാൻ അവ പര്യാപ്തമായിരുന്നില്ല. പനമരങ്ങളാകട്ടെ യാചനയോടെ കൈകൾ ഉയർത്തിനിന്നു. രാത്രിയിലെ ഇളംകാറ്റ് നിലച്ചിരുന്നു. അത് വിളറിപിടിച്ചോടിയ ഏതാനും മണിക്കൂറുകൾക്കുമുമ്പ് പ്രഭാതം ആഗതമായിരുന്നു. ചൂട് എല്ലാത്തിനേയും എരിച്ചു കളയാൻ തുടങ്ങിയിരുന്നു. മദ്ധ്യാഹ്നത്തിനുശേഷം ഒരൊറ്റ കഴുകൻപോലും ഇരയുടെ മീതെ പറന്നുപൊങ്ങിയില്ല. കുന്നുകളിലെ ഇടയന്മാർ അപ്രത്യക്ഷരായിരുന്നു. ശുഷ്കമായ കാവൽമാടങ്ങളിൽ കൂനിക്കൂടിയിരിക്കുന്ന കാവൽക്കാർ മാത്രം അവശേഷിച്ചു. ജീവനുള്ള ഒരൊറ്റ പ്രാണിപോലുമുണ്ടായിരുന്നില്ല. ആ വിനാശഭൂമിയിൽ ശ്മശാനമൂകത മാത്രം തളംകെട്ടി നിന്നു.

അഫ്ഗാൻ നാട്ടിൻപുറങ്ങളിൽ ഇപ്പോൾ യുദ്ധക്കളങ്ങളും മണൽപ്പരപ്പുകളും ശ്മശാനങ്ങളും മാത്രമേയുള്ളൂ. അന്യോന്യമുള്ള വെടിയൊച്ചകളിൽ പ്രാർത്ഥനകൾ ഛിന്നഭിന്നമാകുന്നു. രാത്രികളിൽ ചെന്നായ്ക്കൾ ചന്ദ്രനെ നോക്കി ഓരിയിടുന്നു. കാറ്റിൽ പോലും യാചകരുടെ നിലവിളികളും കാക്കകളുടെ കരച്ചിലുമായി കൂടിക്കലരുന്ന ശബ്ദങ്ങൾ.

അജ്ഞാതമായ എന്നാൽ വിവരിക്കാനാവാത്ത ഒരു മാന്ത്രികശക്തിയിലെന്നോണം സർവ്വവും തകർക്കപ്പെട്ട് കത്തിക്കരിഞ്ഞ് ജീർണ്ണാവസ്ഥയിലായിരുന്നു നഗരം. മരവിച്ച മണ്ണിനെ ഉരച്ചും കീറിയും മർദ്ദിച്ചും മണ്ണൊലിപ്പിന്റെ ഒരു ശവപ്പറമ്പാക്കിയിരിക്കുന്നു. അവിടെ ആരൊക്കെയോ അധീശത്വത്തിന്റെ സ്മാരകങ്ങൾ ഉയർത്തുന്നു. യാതൊരു മുന്നറിയിപ്പുമില്ലാതെ എത്തിയ കൊടിയ യുദ്ധങ്ങളാൽ കരിഞ്ഞ് നഗ്നമായ പർവ്വതങ്ങളുടെ അടിവാരത്ത് കാബൂൾ എന്ന ജീർണ്ണനഗരം, അതിന്റെ അവശിഷ്ടഭാഗവുമായി ഉയർത്തെഴുന്നേൽക്കുന്നു.

ഗർത്തങ്ങൾ നിറഞ്ഞ നിരത്തുകൾ, പരുക്കൻ കുന്നുകൾ, ഗർജ്ജിക്കുന്ന തോക്കിൻക്കുഴലുകൾ ഒന്നും ഇനിയൊരിക്കലും പഴയതുപോലെയാവില്ല എന്നു പറയുന്നതുപോലെ. നഗരമതിലുകളുടെ തകർച്ച ജനങ്ങളുടെ ആത്മാവിലേക്കും പടർന്നിരിക്കുന്നു. കുമിഞ്ഞുകൂടുന്ന പൊടിപടലങ്ങൾ

അവരുടെ തോട്ടങ്ങളെ മുരടിപ്പിച്ചിരിക്കുന്നു, കണ്ണുകൾ മൂടപ്പെട്ടിരിക്കുന്നു. ഹൃദയങ്ങൾ കൊട്ടിയടയ്ക്കപ്പെട്ടിരിക്കുന്നു. ഈച്ചകളുടെ മൂളലും മൃഗങ്ങളുടെ ചീഞ്ഞുനാറുന്ന ശവശരീരങ്ങളും ഒരിക്കലും നാശത്തിൽനിന്നും മടക്കമില്ലെന്ന് വിളിച്ചോതുന്നു. ലോകം മുഴുവൻ ജീർണ്ണിക്കാൻ തുടങ്ങിയിരിക്കുന്നു. ഈ ചീഞ്ഞഴുകൽ, മനുഷ്യരുടെ ബുദ്ധിയിലും മനസ്സാക്ഷിയിലും മരുഭൂമികളെ സൃഷ്ടിച്ചുകൊണ്ടിരിക്കുന്ന പഷ്ചൂണുകളുടെ നാട്ടിൽനിന്നും ആരംഭിച്ച്, ഒരിക്കലും തടയാനാവാത്തവണ്ണം പുറത്തേക്കു ഇഴഞ്ഞുനീങ്ങിക്കൊണ്ടിരിക്കുന്നതുപോലെ.

ദിവ്യാദ്ഭുതം പോലെ വന്നെത്തുന്ന ഒരു മഴയിലോ, മാന്ത്രികശക്തിയാൽ രൂപാന്തരം സംഭവിക്കുന്ന വസന്തത്തിലോ, പൊട്ടിവിടരുന്ന ഒരു നല്ല നാളെയിലോ ആരും വിശ്വസിക്കുന്നില്ല. മനുഷ്യർ ഭ്രാന്തരായിരിക്കുന്നു. രാത്രിയെ അഭിമുഖീകരിക്കാനായി അവർ പകലിനുനേരെ പുറംതിരിഞ്ഞിരിക്കുന്നു. രക്ഷകരായ പുണ്യാളന്മാരെ അവർ തൽസ്ഥാനത്തുനിന്നും പുറത്താക്കിയിരിക്കുന്നു. പ്രവാചകന്മാർ മരിച്ചിരിക്കുന്നു, കുട്ടികളുടെ ഹൃദയങ്ങളിൽപ്പോലും അവരുടെ പ്രേതങ്ങൾ ക്രൂശിക്കപ്പെട്ടിരിക്കുന്നു...

പരുക്കൻ പകൽപ്രദേശങ്ങളുടെ നിശ്ശബ്ദതയ്ക്കും ശ്മശാനങ്ങളുടെ മൂകതയ്ക്കും ഇടയിൽ, ഈ വരണ്ട ഭൂമിയുടേയും ഊഷരമായ മനസ്സുകളുടേയും നാട്ടിൽ, ചതുപ്പിലെ ചളിക്കെട്ടിൽ വിടരുന്ന ആമ്പൽപോലെ. ഇവിടെയാണ് നമ്മുടെ കഥയും പിറവിയെടുക്കുന്നത്.

ഒന്ന്

അതീഖ് ഷൗക്കത്ത് വൈകിപ്പോയിരുന്നു. എവിടെയും കീറിപ്പറിഞ്ഞ വേഷങ്ങളുള്ള ആൾക്കൂട്ടം ഉണക്കയിലകൾപോലെ അങ്ങാടിക്കവലയിൽ ചിതറിക്കിടക്കുന്നു. അവർക്കിടയിലൂടെ കടന്നുപോവുക സാദ്ധ്യമായിരുന്നില്ല. അയാൾ തന്റെ അധികാരത്തിന്റെ ചാട്ടവാർ ചുഴറ്റി വിടവുകൾ സൃഷ്ടിച്ച് വേഗത്തിൽ നടന്നു. ഏതെങ്കിലും ഒരാളെ ഉദ്ദേശിച്ചായിരുന്നില്ല അയാളുടെ ചാട്ടവാർപ്രഹരങ്ങൾ. ഒരു തേനീച്ചക്കൂട്ടിൽ അകപ്പെട്ടതുപോലെയാണ് അല്ലെങ്കിൽ ഒരു മയക്കത്തിലെന്നപോലെയാണ് ചന്തദിവസങ്ങളിൽ ജനങ്ങൾ.

അയാൾക്ക് തലചുറ്റുന്നതുപോലെ തോന്നി. വണ്ടിക്കാരോടും കാഴ്ചക്കാരോടുമൊപ്പം പിടിച്ചുനിൽക്കാനുള്ള ഇത്തിരി ഇടം തേടിക്കൊണ്ട് എവിടെനിന്നോ കൂട്ടമായെത്തിച്ചേർന്ന യാചകർ ഉന്തിയും തള്ളിയും മത്സരിക്കുന്നു. അസഹ്യമായ നാറ്റമാണ് അന്തരീക്ഷത്തിൽ. ചുമട്ടുകാരുടെ വിയർപ്പുനാറ്റവും ചീഞ്ഞ വസ്തുക്കളിൽനിന്നുള്ള ഗന്ധവും. പൊള്ളുന്ന ചൂടിന്റെ ഭാരത്തിൽ മൈതാനം കത്തുന്ന പോലെ. അഴുകിയ പർദ്ദയിൽ ഭൂതങ്ങളെപ്പോലെ തോന്നിക്കുന്ന സ്ത്രീകൾ വഴിപോക്കരുടെ നേരെ കൈ നീട്ടി പയ്യാരം പാടിക്കൊണ്ട് യാചിക്കുന്നു. ശല്യം ഒഴിവാക്കാനായി ചിലർ ഒരു നാണയം എറിഞ്ഞു കൊടുക്കുന്നു. മറ്റുചിലർക്കാവട്ടെ, ശാപവാക്കുകളും കോപം നിറഞ്ഞ ചാട്ടവാർപ്രഹരവും കിട്ടുന്നു. സ്ത്രീ യാചകരുടെ അപ്പോഴത്തെ പിൻവാങ്ങൽ താത്ക്കാലികമായിരിക്കും. വിലാപശബ്ദങ്ങളുമായി അവർ പിന്നെയും മുന്നോട്ടു കടന്നുവരും. മുഖം മുഴുവൻ മൂക്കിളയും ഈച്ചകളും മൂടിയ ശിശുക്കളെ ചുമന്നുകൊണ്ട് തീവ്രനിരാശയോടെ അവർ പഴക്കച്ചവടക്കാരുടെ ചുറ്റും കൂടിനിൽക്കും. ആരെങ്കിലും ചീഞ്ഞ തക്കാളിയോ ഉള്ളിയോ കണ്ടെത്തി പുറത്തെറിയുമ്പോൾ മാത്രമേ താത്ക്കാലികമായെങ്കിലും ഈ വിലാപം അവസാനിക്കുകയുള്ളൂ.

“പോകുന്നുണ്ടോ അസത്തുക്കളേ” ഒരു നീണ്ട വടി അതിവേഗത്തിൽ ചുഴറ്റിക്കൊണ്ട് ഒരു കടക്കാരൻ ആക്രോശിച്ചു. “നിങ്ങളെന്റെ കച്ചോടം മുട്ടിക്കും. നാറിയിട്ട് വയ്യ. പോരാത്തതിന് ഈച്ചയും കൊതുകും മൂട്ടയും....”

അതീഖ് ഷൗക്കത്ത് വാച്ചിൽനോക്കി കോപത്തോടെ പല്ലിറുമ്മി. ആരാച്ചാർ പത്ത് മിനുട്ട് മുമ്പുതന്നെ എത്തിയിരിക്കണം. ഈയാളുകൾ ഒന്ന് നീങ്ങിക്കിട്ടിയിട്ട് വേണ്ടേ? വഴിക്കുള്ള വിടവിനുവേണ്ടി അയാൾ പിന്നെയും ചാട്ടവാർ ചുഴറ്റിവീശി. വഴി മാറാത്ത വൃദ്ധരുടെമേലും കോപത്തോടെ അയാൾ ചാട്ട വീശി. കൂട്ടംതെറ്റിയ ഒരു പെൺകുട്ടിയുടെ തേങ്ങിക്കരച്ചിൽ കണ്ടുനിൽക്കുന്നവരെപ്പോലെ അവർ നിസ്സംഗരായി നിന്നു. അപ്പോൾ, ആ വഴി കടന്നുപോയ ഒരു ട്രക്ക് സൃഷ്ടിച്ച വിടവ് മുതലെടുത്തുകൊണ്ട് അയാൾ പെട്ടെന്ന് തെരുവിലേക്ക് തിങ്ങിഞെരുങ്ങി കടന്നു. തകർന്ന കെട്ടിടാവശിഷ്ടങ്ങളുടെ വൻപരപ്പിനിടയിൽ പ്രേതഭവനം പോലെ ഉയർന്നുനിൽക്കുന്ന ഒരു കെട്ടിടം. അതിനുനേരെ തന്റെ മുടന്ത് വകവെയ്ക്കാതെ അയാൾ ധൃതിയിൽ നടന്നുചെന്നു. പണ്ട് ക്ലിനിക്കായിരുന്ന ഈ കെട്ടിടം ഉപയോഗിക്കാതെ കിടന്ന്, നിശാജീവികൾ കയ്യടക്കി നാശോന്മുഖമായപ്പോൾ താലിബാൻ അവരുടെ പരസ്യവധശിക്ഷയ്ക്കുള്ള താത്ക്കാലിക തടവറയായി അത് ഉപയോഗിക്കുകയാണ് ഇപ്പോൾ.

'എന്താണിത്ര വൈകിയത്?' കലാഷ്നിക്കോവിൽ തലോടിക്കൊണ്ട് കുടവയറുള്ള ഒരു താടിക്കാരൻ ഇടിവെട്ടും വിധം ചോദിച്ചു. 'നിങ്ങളെ കൊണ്ടുവരാൻ ഒരു മണിക്കൂർ മുമ്പ് ഞാൻ ആളെ അയച്ചിരുന്നു.'

നടത്തത്തിന്റെ വേഗത കുറയ്ക്കാതെ അതീഖ് പറഞ്ഞു, 'മാപ്പ്, ഖാസിം അബ്ദുൾജബ്ബാർ, ഞാൻ വീട്ടിലുണ്ടായിരുന്നില്ല.' എന്നിട്ട് നീരസത്തോടെ തുടർന്നു, 'ഞാൻ ആസ്പത്രിയിലായിരുന്നു. ഭാര്യയെ ഗുരുതരമായ അവസ്ഥയിൽ കൊണ്ടുപോയതായിരുന്നു.'

ഒട്ടും ബോധ്യമാവാത്തവണ്ണം കാസിം അബ്ദുൾ ജബ്ബാർ മുറുമുറുത്തു. അയാൾ കാരണം എല്ലാവരും അക്ഷമരായി കാത്തിരിക്കുകയാണ് എന്ന് സൂചിപ്പിക്കാനെന്നവണ്ണം വാച്ചിന്റെ മീതെ വിരൽ വെച്ചു. ശിരസ്സു കുനിച്ചുകൊണ്ട് അതീഖ് കെട്ടിടത്തിന്റെ സമീപത്തേക്കു നീങ്ങി. അവിടെ ആയുധധാരികളായ ആളുകൾ അയാളെ കാത്ത് പ്രധാന കവാടത്തിനു ഇരുവശവും കുത്തിയിരിക്കുന്നുണ്ടായിരുന്നു. അവരിലൊരാൾ തന്റെ പുറത്തെ പൊടി തട്ടി എഴുന്നേറ്റു. ഏകദേശം അറുപതടി ദൂരെ നിർത്തിയിട്ടിരുന്ന പിക്ക്അപ് ട്രക്കിനടുത്തേക്കുചെന്ന്, വണ്ടി സ്റ്റാർട്ട് ചെയ്ത് തടവറയുടെ കവാടത്തിലേക്ക് പിന്നോട്ടെടുത്തു.

അതീഖ് ഷൗക്കത്ത് തന്റെ നീളൻ കുപ്പായത്തിൽനിന്നും ഒരു താക്കോൽക്കൂട്ടം പുറത്തെടുത്ത്, പർദ്ദയ്ക്കുള്ളിൽ മറയ്ക്കപ്പെട്ട രണ്ടു സ്ത്രീ സേനാനികളോടൊപ്പം ജയിലിലേക്കു കുതിച്ചു. തടവുമുറിയിലെ ഒരു മൂലയിൽ ജനലിനു നേരെതാഴെയുള്ള പ്രകാശവൃത്തത്തിൽ പർദ്ദയണിഞ്ഞ ഒരു സ്ത്രീ അപ്പോൾത്തന്നെ പ്രാർത്ഥന മുഴുമിച്ചതേയുള്ളൂ. സന്നദ്ധസേനാനികളിൽപ്പെട്ട മറ്റു രണ്ടു സ്ത്രീകൾ കാവൽക്കാരനോട് മാറിനിൽക്കാൻ പറഞ്ഞു. തനിച്ചായപ്പോൾ തടവുകാരി എഴുന്നേറ്റു

നിൽക്കാനായി അവർ കാത്തു. എന്നിട്ട് അവളെ സമീപിച്ച് ഒട്ടും മര്യാദ യില്ലാതെ അനങ്ങാതെ നിൽക്കാൻ ആജ്ഞാപിച്ചു. തുടർന്ന് കൈകൾ വശങ്ങളിൽ ദേഹത്തോടു ചേർത്തും തുടകൾ ചേർത്തുവെച്ചും വരിഞ്ഞു കെട്ടാൻ തുടങ്ങി. കയറുകൾ നന്നായി വരിഞ്ഞു കെട്ടിയിരിക്കുന്നുവെന്ന് ഉറപ്പുവരുത്തിയതിനുശേഷം കട്ടിത്തുണി കൊണ്ടുള്ള ഒരു ചാക്കു കൊണ്ട് അവളെ മൂടി, അവരുടെ മുന്നിലായി അവളെ തള്ളി ഇടനാഴിയി ലേക്കു കൊണ്ടുവന്നു. വാതിൽക്കൽ കാത്തുനിന്നിരുന്ന അതീഖ്, കാസിം അബ്ദുൾജബ്ബാറിനോട് സ്ത്രീസേനാനികൾ വരുന്നുണ്ടെന്ന് ആംഗ്യം കാട്ടി. ജയിലിനു പുറത്ത് നിൽക്കുന്ന ആളുകളോട് മാറിപ്പോകാൻ അദ്ദേഹം പറഞ്ഞു. ഈ നടപടികളെല്ലാം കണ്ട് വിസ്മയം പൂണ്ട ഒരു പറ്റം കാണികൾ കെട്ടിടത്തിൽ നിന്നും അല്പം ദൂരെ കൂട്ടംകൂടി നിന്നു. രണ്ടു സ്ത്രീസേനാനികൾ തടവുകാരിയെ കക്ഷത്തിൽ പിടിച്ച് തള്ളുകയും ട്രക്കിന്റെ പിന്നിലേക്ക് വലിച്ചു കയറ്റുകയും ചെയ്തു. അവളെ ട്രക്കിലെ ബഞ്ചിൽ ഇരുത്തി രണ്ടുപേരും അവളുടെ ഇരുവശവും പൂട്ടിയ പോലെ തിങ്ങിയിരുന്നു.

അബ്ദുൾ ജബ്ബാർ ട്രക്കിന്റെ വശങ്ങളിലെ മറകൾ ഉയർത്തി കുറ്റി യിട്ടു. സ്ത്രീസേനാനികളെ അവസാനമായി ഒന്നു കൂടി നോക്കി, എല്ലാം വേണ്ട പോലെത്തന്നെയാണെന്ന് ഉറപ്പുവരുത്തി അയാൾ കാറിൽ ഡ്രൈ വറുടെ അടുത്തുള്ള സീറ്റിൽ കയറിയിരുന്ന് തോക്കിന്റെ പാത്തികൊണ്ട് നിലത്തടിച്ച് ഘോഷയാത്ര ആരംഭിക്കുവാനുള്ള സൂചന നൽകി. ട്രക്ക് ഉടൻ തന്നെ നീങ്ങാൻ തുടങ്ങി. അതോടൊപ്പം അപരിഷ്കൃതരായ താലി ബാൻ സേനാനികളെ കുത്തിനിറച്ച ഒരു കൂറ്റൻ 4X4 വണ്ടി ബീക്കൺ പ്രകാശിപ്പിച്ചുകൊണ്ട് അവരെ പിന്തുടർന്നു.

വളരെനേരം ശങ്കിച്ചുനിന്നതിനു ശേഷമാണ് മൊഹ്സിൻ റാമത് കവല യിൽ കൂടിനിന്നിരുന്ന ആൾക്കൂട്ടത്തിൽ ചേർന്നത്. അധികാരികൾ ഒരു വേശ്യയുടെ പരസ്യ വധശിക്ഷ വിളംബരം ചെയ്തിരുന്നു. ഏതാനും മണിക്കൂറുകൾക്കു മുമ്പ് കൈവണ്ടികളിൽ പാറക്കഷണങ്ങളിറക്കാനും ഏതാണ്ട് രണ്ടടി ആഴത്തിൽ ഒരു കുഴിയുണ്ടാക്കാനുമായി വധസ്ഥലത്ത് ജോലിക്കാർ എത്തിയിരുന്നു. ഇനിയിപ്പോൾ ഏതാനും നിമിഷങ്ങൾ മാത്രം! അവളെ കല്ലെറിഞ്ഞു കൊല്ലാൻ പോകുന്നു.

മൊഹ്സിൻ ഇത്തരം അപരിഷ്കൃതമായ ശിക്ഷാവിധി നടപ്പാക്കലു കൾക്കു പലപ്പോഴും ദൃക്സാക്ഷിയായിരുന്നു. വെറും രണ്ടു ദിവസം മുമ്പ് രണ്ടു ചെറുപ്പക്കാരെ-അവരിലൊരാൾ കഷ്ടിച്ച് ബാല്യം പിന്നിട്ടിട്ടേയുണ്ടാ യിരുന്നുള്ളൂ-ഒരു ട്രക്കിന്റെ പിന്നിൽ ഘടിപ്പിച്ചിരുന്ന സഞ്ചരിക്കുന്ന ക്രെയിനിൽനിന്നും കെട്ടിത്തൂക്കിയിരുന്നു. രാത്രി ഇരുളുന്നതുവരെ അവ രുടെ മൃതശരീരം താഴെയിറക്കിയിരുന്നില്ല. ആർക്കെതിരെയും ഒരു ഇടി വാൾപോലെ വന്നുവീഴാവുന്ന വധശിക്ഷകൾ, അനിശ്ചിതത്വത്തിന്റെ

ആപൽസാദ്ധ്യതകൾ, എല്ലാം മൊഹ്സിൻ ഓർത്തു. നിലനില്ക്കാനുള്ള തന്റെ അവകാശംപോലും ചോദ്യം ചെയ്യപ്പെട്ടേക്കാം. ജീവിതത്തിന്റെ നിരർത്ഥകതയെക്കുറിച്ച് പൊടുന്നനെയുള്ള ഒരു ഉൾക്കാഴ്ചയിൽ പോയ ദിനങ്ങളിലെ തന്റെ തീർപ്പുകളുമായി ഒത്തുപോകാൻ തക്കതായി ഒന്നും തന്നെ ഇല്ലെന്ന് മൊഹ്സിൻ വേപഥുകൊള്ളുന്നു. ചക്രവാളത്തിലേക്ക് പ്രാർത്ഥനയോടെ കയ്യുയർത്തുക മാത്രമേ ഇനി ചെയ്യാനുള്ളൂ. ആദ്യ മായി ഒരാളെ വധശിക്ഷയ്ക്ക് വിധേയമാക്കുന്നത് കണ്ട ദിവസം (അയാൾ ഒരു കൊലപാതകിയായിരുന്നു. കൊല ചെയ്യപ്പെട്ട ആളുടെ ബന്ധു അയാ ളുടെ കഴുത്തു കീറിയാണ് വധശിക്ഷ നടപ്പാക്കിയത്.) മനംമറിച്ചിൽ അനുഭവപ്പെട്ട് മൊഹ്സിൻ കുടലിൽ നിന്നുള്ള ദുർഗന്ധസ്രവങ്ങൾ ഛർദ്ദിച്ച് അവശനായി കിടന്നു. അതിനുശേഷം നിരവധി രാത്രികൾ ദുഃസ്വപ്നം നിറഞ്ഞതായിരുന്നു. ഒന്നിലധികം തവണ അയാൾ ഞെട്ടി യുണർന്ന് ഭൂതബാധിതനെപ്പോലെ മുറവിളികൂട്ടി. ഇപ്പോൾ കാലം മാറി യിരിക്കുന്നു; തൂക്കുമരത്തട്ടുകൾ കൂടുതൽ കൂടുതൽ കാബൂളിലെ സാധാരണ ജീവിതത്തിന്റെ ഭാഗമായിരിക്കുന്നു എന്നതിനാൽ, ഒരു വധ ശിക്ഷ മാറ്റിവെക്കുമോ എന്ന് ജനങ്ങൾ ഉത്കണ്ഠപ്പെടാൻ പോലും തുടങ്ങിയിരിക്കുന്നു. അയാളുടെ മനസ്സാക്ഷിയുടെ വെളിച്ചവും അണഞ്ഞു പോയിരിക്കുന്നു. കണ്ണടയ്ക്കുന്ന ക്ഷണം അയാൾ ഉറങ്ങിപ്പോകുന്നു; പുലരുന്നതുവരെ അയാൾ സുഖമായി ഉറങ്ങുന്നു; ഉറക്കമുണരുമ്പോൾ അയാളുടെ മനസ്സ് ഒരു ഒഴിഞ്ഞ പാത്രം പോലെ ശൂന്യമായിരിക്കും. അയാൾക്കും, മറ്റെല്ലാവർക്കും മരണം ഒരു സാധാരണ സംഭവം മാത്ര മായിരിക്കുന്നു. നോക്കുന്നിടത്തെല്ലാം മരണമെന്ന ആഘോഷമാണ്. സ്വന്തം ഭവനം ക്രമത്തിൽ വെക്കാനാണത്രേ മൊല്ലകളുടെ ഈ വധ ശിക്ഷാരീതി. അതിനപ്പുറം ഒന്നുംതന്നെയില്ല. പുറത്തുള്ള മഹത്വത്തി ലേക്കുള്ള ഒരു ഇരുണ്ട ഇടനാഴിയായിരിക്കുന്നു കാബൂൾ. അവിടെ അടിസ്ഥാനതത്ത്വങ്ങൾ വളരെ അസ്പഷ്ടമാണ്, അവ കർശനമായ സ്വകാര്യതയിൽ ആചരിക്കുന്ന, ഗൂഢവും അസഹ്യവുമായ, തീവ്രമത വിശ്വാസത്തിന്റെ ചില അഗ്നിപരീക്ഷകൾ മാത്രമാണ്.

തന്റെ അലസത കൊണ്ട് മൊഹ്സിന് എന്തു ചെയ്യണമെന്നറി യുന്നില്ല. ചഞ്ചലപ്പെടുന്ന മനസ്സും നിർവ്വികാരമായ മുഖവുമായി നഗര ത്തിന്റെ തകർന്നടിഞ്ഞ ഭാഗങ്ങളിൽ എല്ലാ ദിവസവും പ്രഭാതം മുതൽ അയാൾ അലഞ്ഞുതിരിയും. പണ്ട്, അതായത്, നിരവധി പ്രകാശവർഷ ങ്ങൾക്കുമുമ്പ്, കാബൂളിലെ തണൽമരങ്ങൾ അണിനിരന്ന വീഥിയിലൂടെ സായാഹ്ന സവാരിക്കിറങ്ങാൻ അയാൾക്ക് വലിയ ഇഷ്ടമായിരുന്നു. അതിനുശേഷം വലിയ കടകളുടെ ജനാലകൾക്ക് പ്രത്യേകിച്ചൊന്നും കാഴ്ചവയ്ക്കാനുണ്ടായിരുന്നില്ല. പക്ഷേ, അന്ന് ആരും നിങ്ങളുടെ അടുത്തുവന്ന് മുഖത്ത് ചാട്ടകൊണ്ട് അടിക്കുകയില്ല. ജനങ്ങൾ അവര വരുടെ കാര്യങ്ങളുമായി, അത്യുത്സാഹത്തോടെ, വലിയ, വലിയ

പദ്ധതികൾ വിഭാവനം ചെയ്തുകൊണ്ട് മുന്നോട്ടുപോയി. ചെറിയ കടകൾപോലും നിറഞ്ഞു കവിഞ്ഞു; സൗഹൃദത്തിന്റേയും സന്മനസ്സിന്റേയും ഒരു പ്രവാഹം പോലെ പലപല ശബ്ദങ്ങൾ ചേർന്ന ബഹളം നടപ്പാതയിലേക്ക് ഒഴുകിവന്നു. വൃദ്ധന്മാർ ചൂരൽ കസേരയിൽ ഇരിപ്പുറപ്പിച്ച്, വിശറി അലസമായി മടിയിൽ വെച്ച്, ഇടയ്ക്കിടയ്ക്ക് വെയിലിലേക്ക് കണ്ണോടിച്ചുകൊണ്ട് ഹുക്ക വലിച്ചുകൊണ്ടിരുന്നു. സ്ത്രീകളാവട്ടെ, നീണ്ട പർദ്ദ ധരിച്ച് മുഖപടത്തിലെ വലയിലൂടെ ഒളിഞ്ഞു നോക്കുമ്പോഴും ഊഷ്മളമായ കാറ്റ് സുഗന്ധ ദ്രവ്യങ്ങളാൽ നൃത്തം ചെയ്തുകൊണ്ടിരുന്നു. തങ്ങളുടെ സഞ്ചാരങ്ങൾക്കിടയിൽ ഒരിടത്തും, ഒരിക്കൽപോലും ഇത്രയും മനോമോഹിനികളായ സ്ത്രീകളെ കണ്ടുമുട്ടിയിട്ടില്ലെന്ന് പണ്ടുകാലത്തെ സാർത്ഥവാഹകസംഘക്കാർ ആണയിടുമായിരുന്നു. അവർ നിഗൂഢകളായ കന്യകകളായിരുന്നു, അവരുടെ ചിരി സംഗീതമായിരുന്നു, അവരുടെ സൗകുമാര്യം രമണീയമായ സ്വപ്നമായിരുന്നു. അതുകൊണ്ടാണ് പർദ്ദയണിയുന്നത് ഒരു ആവശ്യകതയാവുന്നത്. അതിരറ്റ വശീകരണത്തിൽ നിന്നും പുരുഷന്മാരെ മാറ്റിനിർത്തുന്നതിനേക്കാൾ സ്ത്രീകളെ പുരുഷന്മാരുടെ ദുഷിച്ച നോട്ടങ്ങളിൽനിന്നും സംരക്ഷിക്കുവാൻ പർദ്ദ ഒരാവശ്യമായിരുന്നു. ആ ദിനങ്ങളെല്ലാം എത്രയോ വിദൂരമായി തോന്നുന്നു! പർദ്ദ ഇപ്പോൾ ഭീകരമായ ഒരു തടവറയുടെ ആവരണമായിരിക്കുന്നു.

കാബൂളിലെ തണൽവിരിച്ച വീഥികൾ ഇക്കാലത്ത് ഒട്ടും ആഹ്ലാദദായകമല്ല. പണ്ടത്തെ കാപ്പിക്കടകളും ഭക്ഷണശാലകളും വീടുകളും കെട്ടിടങ്ങളുമെല്ലാം കത്തിച്ചാമ്പലായിട്ടും എന്തോ ദിവ്യാദ്ഭുതം കൊണ്ടെന്നപോലെ ഇപ്പോഴും നിലനിൽക്കുന്ന അവയുടെ അസ്തിത്വം അസ്ഥിപഞ്ജരം പോലെയുള്ള മുഖപ്പുകൾ വിളിച്ചോതുന്നു. മുമ്പത്തെ ടാർ വിരിച്ച നിരത്തുകൾ ഇപ്പോൾ ദിവസം മുഴുവനും ചെരുപ്പുകളും മെതിയടികളും ഉരഞ്ഞ് ഒറ്റയടിപ്പാത പോലെയായിരിക്കുന്നു. കടക്കാർ അവരുടെ പുഞ്ചിരിയെല്ലാം ചുരുട്ടിക്കെട്ടി കലവറയിൽ വെച്ചിരിക്കുന്നു. ബുദ്ധിജീവികൾ മായയാലെന്നപോലെ അപ്രത്യക്ഷമായിരിക്കുന്നു. ഗായകന്മാർ, കലാകാരന്മാർ നിഴൽപ്പാവകളുടെ മറവിനുപിന്നിൽ അഭയം തേടിയിരിക്കുന്നു. പനിയുടെ അഥവാ, ഭീതിയുടെ നിറമുള്ള മൂടുപടത്തിനകത്ത് മമ്മികളാക്കപ്പെട്ട സ്ത്രീകളാകട്ടെ, ഈ ഭൂമിയിൽ ജീവിച്ചിരുന്നു എന്ന അടയാളങ്ങൾപോലും ശേഷിക്കാത്തവിധം തീർത്തും അജ്ഞാതരായിരിക്കുന്നു.

സോവിയറ്റ് അധിനിവേശകാലത്ത് മൊഹ്സിന് പത്തു വയസ്സായിരുന്നു. ആ പ്രായത്തിൽ പൂന്തോട്ടങ്ങളിൽ പെട്ടെന്ന് ആളൊഴിയുന്നതും പകൽ രാത്രി പോലെത്തന്നെ ആപത്ക്കരമാവുന്നതും എന്തുകൊണ്ടാണെന്ന് മനസ്സിലാവില്ല. എത്ര എളുപ്പത്തിലാണ് വൻഅത്യാഹിതങ്ങൾ സംഭവിക്കുന്നത് എന്നതിനെപ്പറ്റി അജ്ഞനായിരിക്കുന്ന പ്രായമാണ് അത്. അയാളുടെ അച്ഛൻ സമ്പന്നനായ ഒരു കച്ചവടക്കാരനായിരുന്നു.

നഗരമദ്ധ്യത്തിൽ വലിയൊരു വീട്ടിലാണ് അയാളുടെ കുടുംബം താമസിച്ചിരുന്നത്. ബന്ധുക്കളേയും സുഹൃത്തുക്കളേയും അവർ സ്ഥിരമായി വീട്ടിൽ സൽക്കരിച്ചിരുന്നു. അക്കാലത്തെക്കുറിച്ച് മൊഹ്സിന് വളരെയൊന്നും ഓർമ്മയില്ല. എങ്കിലും, തന്റെ സന്തോഷം പരിപൂർണ്ണമായിരുന്നു; തന്റെ പൊട്ടിച്ചിരിയുടെ മാലപ്പടക്കങ്ങൾക്ക് ആരും എതിരുനിന്നില്ല, ലാളിച്ചുവഷളാക്കപ്പെട്ട ചപലപ്രകൃതിയായ കുട്ടി എന്ന് ആരും കുറ്റപ്പെടുത്തിയില്ല. ശ്വസിക്കുന്ന വായുവിൽ സ്വാതന്ത്ര്യത്തിന്റെ സുഗന്ധമുണ്ടായിരുന്നു. അങ്ങനെയിരിക്കെ, ഒരു മഹാദുരന്തം പോലെ, ചെറുക്കാനാവാത്ത വിധം ഭീമമായ പടയോടുകൂടിയ റഷ്യൻ വേലിയേറ്റം സംഭവിച്ചു. ഭൂമിയിലെ ഏറ്റവും മനോഹരമായ ഗ്രാമ്യകാവ്യങ്ങൾ രചിക്കപ്പെട്ട അഫ്ഗാനിലെ ആകാശച്ചുവട്ടിൽ വിനാശകാരികളായ കവചിത വാഹനങ്ങൾ ഇരമ്പി. നിർമ്മലമായ ആകാശനീലിമയിൽ വെടിമരുന്നിന്റെ പുകച്ചുരുളുകൾ ഉരുണ്ടുകൂടി. ആകാശവും ഭൂമിയും കറുത്തു. മിസ്സൈലുകളുടെ ശരവർഷത്തിനിടയിൽ ഭീതിതരായ നാരായണ പക്ഷികൾ പിരിഞ്ഞുപോയി. സ്വയം നഷ്ടപ്പെട്ട പിതൃഭൂമിക്കുവേണ്ടി ആ നിമിഷം മുതൽ അത് കേഴുകയായിരുന്നു.

ശക്തമായ ഒരു ഹോൺ അയാളെ ഒരു വശത്തേക്ക് തള്ളിമാറ്റി. ഒരു ഉൾപ്രേരണയാലെ അയാൾ പൊടിയിൽ നിന്നും രക്ഷനേടാൻ തൂവാല കൊണ്ടു മൂക്കുപൊത്തി. അബ്ദുൾ ജബ്ബാറിന്റെ ട്രക്ക് അയാളുടെ തൊട്ടടുത്തുകൂടെ പൊടിപറത്തിക്കൊണ്ട് പാഞ്ഞുപോയി. മുമ്പിലുണ്ടായിരുന്ന ഒരു കഴുതക്കാരൻ അപകടത്തിൽനിന്നും കഷ്ടിച്ച് രക്ഷപ്പെട്ടു. ഒടുവിൽ, കവലയിൽ ഊക്കോടെ വന്നുനിന്നു, തൊട്ടുപിന്നിൽ ശക്തമായ 4x4 ജീപ്പും.

ഈ അകമ്പടി കണ്ണിൽപ്പെട്ടതോടെ ബഹളമയമായ ഒരു ശബ്ദഘോഷം ആൾക്കൂട്ടത്തെ പിടിച്ചുകുലുക്കി. കൃശഗാത്രരായ ചെറുപ്പക്കാരും പരുക്കൻ മട്ടിലുള്ള മുതിർന്നവരും വധശിക്ഷ കാണാൻ ഏറ്റവും നല്ല സ്ഥാനത്തിനുവേണ്ടി മത്സരിച്ചു. ആൾക്കൂട്ടത്തെ തങ്ങളുടെ കാടൻ പ്രഹരങ്ങൾ കൊണ്ട് സൈനികർ ഒതുക്കി നിർത്തി.

പുതുതായി കുഴിച്ച കുഴിയുടെ തൊട്ടു മുമ്പിൽ വണ്ടി വന്നുനിന്നു. പലഭാഗത്തു നിന്നുമുള്ള ശകാരഘോഷങ്ങൾക്കിടയിൽ പാപിയായ സ്ത്രീയെ താഴെയിറക്കി. ഒരിക്കൽക്കൂടി ആൾക്കൂട്ടത്തിൽ തിരയിളക്കമുണ്ടായി; ബലവാന്മാർ ദുർബ്ബലരെ തട്ടിനീക്കി. ശ്രദ്ധയില്ലാതെ നിന്നിരുന്നവർ പിന്നിലേക്കു തള്ളി നീക്കപ്പെട്ടു. കളിത്തട്ടിനു ചുറ്റുമുള്ള കാണികളുടെ ആരവം മുഴങ്ങി.

തന്നെ പുറംതള്ളുന്ന ശക്തമായ തള്ളിക്കയറ്റങ്ങൾ വകവെക്കാതെ അയാൾ ആൾക്കൂട്ടത്തിലെ ഇളകിമറിയൽ സൃഷ്ടിച്ച വിടവുകളിലൂടെ തെന്നിനീങ്ങി മുൻനിരയ്ക്കടുത്തായി ഒരു സ്ഥലം കരസ്ഥമാക്കി. ഭീമാകാരനായ ഒരു മതഭ്രാന്തൻ കളങ്കിതയായ സ്ത്രീയെ പൊക്കിയെടുത്ത്

കുഴിയിൽ 'നാട്ടുന്നത്' അവിടെ എത്തിവലിഞ്ഞുനിന്നുകൊണ്ട് അയാൾ കണ്ടു. അവളുടെ മുഖം മറയ്ക്കപ്പെട്ടിരുന്നു. ആ സ്ത്രീ അനങ്ങാതെ നിൽക്കാനായി അവളുടെ തുടകൾവരെ അയാൾ മണ്ണിട്ടുമൂടി.

പർദ്ദകളുടെ കൂമ്പാരത്തിനടിയിൽ മരിക്കാൻ തയ്യാറെടുക്കുന്ന സ്ത്രീയുടെ നേരെ വെറുപ്പോടെ നോക്കിക്കൊണ്ട് മേലങ്കിയുടെ അറ്റങ്ങൾ ചുമലിലൂടെയിട്ട് ഒരു മൊല്ല ഗർജ്ജിച്ചു, 'നമ്മുടെയിടയിൽ ചിലരുണ്ട്, നമ്മെപ്പോലെയുള്ള മനുഷ്യരാണെങ്കിലും, പന്നികളെപ്പോലെ ചെളിയിൽ കിടന്നുരുളാൻ സ്വയം ഒരുമ്പെട്ടിറങ്ങിയവർ. വൃഥാവിലാണ് അവർ വിശുദ്ധ സന്ദേശം കേട്ടത്, വൃഥാവിലാണ് അവർ പ്രലോഭനങ്ങൾക്കു പിന്നിൽ നാശംപതിയിരിക്കുന്നു എന്ന് പഠിച്ചത്. പ്രലോഭനങ്ങളെ ചെറുക്കാൻ സഹായകമാവുന്ന അളവിൽ വിശ്വാസം കളഞ്ഞു കുളിച്ച അവർ പ്രലോഭനങ്ങൾക്കു വശംവദരായി. ആന്ധ്യം ബാധിച്ച ഒന്നിനും കൊള്ളാത്ത നികൃഷ്ടജീവികൾ! ഹൃദ്യമായ വാങ്കുവിളി കേൾക്കാൻ കൂട്ടാക്കാതെ ചെകുത്താന്റെ അസഭ്യങ്ങൾക്ക് അവർ കാതോർത്തു. പാപത്തിൽ നിന്നും വിട്ടുനിൽക്കുന്നതിനു പകരം അവർ ദൈവകോപം ഏറ്റുവാങ്ങാൻ തീരുമാനിച്ചു. ധാർമ്മികരോഷത്തോടും ദുഃഖത്തോടും കൂടിയല്ലാതെ എങ്ങനെയാണ് നാം അവരോട് പ്രതികരിക്കുക?'

ഒരു വാളുപോലെ അയാളുടെ കൈ ആ മമ്മിയുടെ നേരെ നീട്ടി. 'താൻ എന്താണ് ചെയ്യുന്നത് എന്ന് ഈ സ്ത്രീക്ക് കൃത്യമായി അറിയാമായിരുന്നു. ഭോഗാസക്തിയുടെ ലഹരി ദൈവത്തിന്റെ മാർഗ്ഗത്തിൽ നിന്നും അവളെ വ്യതിചലിപ്പിച്ചു. അവൾക്കുനേരെ ഇന്ന് ദൈവം പുറം തിരിഞ്ഞിരിക്കുന്നു. ദൈവത്തിന്റെ കൃപയോ, വിശ്വാസികളുടെ സഹതാപമോ അവൾ ഒട്ടുംതന്നെ അർഹിക്കുന്നില്ല. അവമതിയിലാണ് അവൾ ജീവിച്ചത്; അതിനാൽ അവൾ മരിക്കണം.'

കണ്ഠശുദ്ധി വരുത്താനായി അയാൾ നിർത്തി, എന്നിട്ട്, കനത്ത നിശ്ശബ്ദതയ്ക്കിടയിൽ, ഒരു കടലാസ് നിവർത്തിപ്പിടിച്ചു.

'അള്ളാഹു അക്ബർ!' ആൾക്കൂട്ടത്തിന്റെ പിന്നിൽ നിന്നും ആരോ ആർത്തു വിളിച്ചു.

ഉഗ്രശാസനപോലെ കൈയുയർത്തി മൊല്ല ഒച്ചവെച്ചവനെ നിശ്ശബ്ദനാക്കി. ഖുർ-ആൻ-നിൽനിന്നും ഏതോ ഒരു സൂക്തം ചൊല്ലിയതിനു ശേഷം ശിക്ഷാവിധിപോലെ എന്തോ ഒന്ന് വായിച്ച് കുപ്പായത്തിന്റെ അന്തർഭാഗത്തുള്ള കീശയിൽ കടലാസ് നിക്ഷേപിച്ചു. ഹ്രസ്വമായ ഒരു ധ്യാനത്തിനുശേഷം ശ്രോതാക്കളോട് കല്ലുകൾ എടുക്കുവാൻ നിർദ്ദേശിച്ചു. ഏതാനും മണിക്കൂറുകൾക്കു മുമ്പ് ഈ ആവശ്യത്തിനായി കവലയിൽ ഒരുക്കിയിരുന്ന പാറക്കഷണങ്ങളുടെ കൂമ്പാരങ്ങൾക്കുനേരെ വിവരണാതീതമായവിധം ഭ്രാന്തമായ ആവേശത്തോടെ, ജനക്കൂട്ടം കുതിച്ചു. കല്ലുകൾ 'ചറ പറ' പറന്നു. ശിക്ഷിക്കപ്പെട്ട സ്ത്രീയുടെമേൽ

കല്ലുകളുടെ ശരവർഷം കുമിഞ്ഞുകൂടി. വായ മൂടിക്കെട്ടപ്പെട്ടതിനാൽ അവൾക്ക് നിലവിളിക്കാനാവില്ല. അവയുടെ ആഘാതത്താൽ അവളുടെ ശരീരം വിറകൊണ്ടു.

മൊഹ്സിൻ എങ്ങനെയോ മൂന്നു കല്ലുകൾ പെറുക്കിയെടുത്തു. ചുറ്റുമുള്ള പ്രക്ഷുബ്ധത കാരണം ആദ്യത്തെ രണ്ടെണ്ണം ലക്ഷ്യം തെറ്റി. മൂന്നാമത്തേത് കൃത്യമായി ഇരയുടെ തലയിൽ തന്നെ ചെന്നുകൊണ്ടു. തന്റെ കല്ല് കൊണ്ട സ്ഥാനത്ത് ഒരു രക്തച്ഛവി പൂവ് പോലെ വിടരുന്നതു അളവറ്റ ആനന്ദത്തോടെ അയാൾ കണ്ടു. ഒരു മിനുട്ടിനുശേഷം ആ സ്ത്രീ രക്തം കുത്തിയൊലിച്ച് തളർന്നു വീണ് നിശ്ചലയായി.

അവളുടെ നിശ്ചലാവസ്ഥ ആരാച്ചാർമാരെ കൂടുതൽ ഉത്സാഹഭരിതരാക്കി. വായിൽനിന്നും ഉമിനീരൊലിപ്പിച്ചുകൊണ്ട്, ആർത്തിപിടിച്ച കണ്ണുകളോടെ ഇരയെ പുനരുജ്ജീവിപ്പിക്കാനും അതുവഴി അവളുടെ പീഡ ദീർഘിപ്പിക്കാനുമുള്ള ശ്രമത്തിൽ അവരുടെ ആവേശം തിളച്ചു. യക്ഷിയുടെ ബാധ ഒഴിപ്പിക്കുന്നതിലൂടെ സ്വന്തം ഭൂതങ്ങളെത്തന്നെ ഒഴിപ്പിക്കുകയാണെന്ന ബോദ്ധ്യം അവരെ ഹർഷോന്മാദത്തിലാഴ്ത്തി. ആ സ്ത്രീയുടെ തകർക്കപ്പെട്ട ശരീരം ആക്രമണങ്ങളോട് പ്രതികരിക്കാതായിരിക്കുന്നു എന്നും പാതി കുഴിച്ചുമൂടപ്പെട്ട അവളുടെ ചലനമറ്റ ശരീരം കഴുകന്മാർക്ക് എറിഞ്ഞു കൊടുക്കാനുള്ള മാലിന്യത്തിന്റെ ചാക്കുപോലെ നിലത്ത് ജീവനില്ലാതെ കിടക്കുകയാണെന്നും അവരാരും ശ്രദ്ധിച്ചില്ല. ആൾക്കൂട്ടത്തിന്റെ ആവേശം തണുക്കുന്നതുവരെ അവളുടെ ദേഹത്ത് കല്ലുകൾ വീണുകൊണ്ടിരുന്നു.

രണ്ട്

അതീഖ് ഷൗക്കത്തിന് ഒട്ടും സുഖം തോന്നിയില്ല. പുറത്തുപോയി അല്പം ശുദ്ധവായു ശ്വസിക്കാനും ഒരു മതിലിന്മേൽ സൂര്യനെ നോക്കി സൗകര്യപ്രദമായി മലർന്നുകിടക്കാനുമുള്ള ആഗ്രഹം അയാളെ പീഡിപ്പിച്ചുകൊണ്ടിരുന്നു. ജയിലറകളുടെ ചുവരിൽ സങ്കീർണ്ണമായ രീതിയിൽ കുത്തിക്കുറിക്കപ്പെട്ട വാക്കുകൾ മനസ്സിലാക്കാൻ ശ്രമിച്ചുകൊണ്ട് അല്ലെങ്കിൽ, തന്നോടുതന്നെ സംസാരിച്ചുകൊണ്ട് എത്ര നേരമാണിങ്ങനെ ഒരേയിരിപ്പിൽ ഇരിക്കുക?

ഈ എലിമാളത്തിൽ ഇനിയും ഒരു നിമിഷം പോലും കുത്തിയിരിക്കാൻ സാദ്ധ്യമല്ല എന്ന് അയാൾക്ക് തോന്നി. ജയിലിനകത്തെ തണുപ്പ് പഴയ മുറിവുകളെ പുനരുജ്ജീവിപ്പിച്ചു. കാൽമുട്ടുകൾ തണുത്ത് മരവിച്ചു. മടക്കുമ്പോൾ അസഹ്യമായ വേദന.

അതേസമയം, താൻ ഗുഹാഭീതിരോഗിയാവുകയാണോ എന്നും അയാൾ സംശയിച്ചു. ചിലന്തിവലകൾ തോരണം തൂക്കിയ, ചത്ത പ്രാണികളുടെ അവശിഷ്ടം ചിതറിക്കിടക്കുന്ന ഈ കുടുസ്സുമുറിയും ഇരുട്ടും അയാൾക്ക് ഇനിയും സഹിക്കാനാവില്ല. കമ്പിറാന്തലും ജലപാനത്തിനുള്ള ആട്ടിൻതോൽ സഞ്ചിയും ഖുർ-ആൻ വെക്കുന്ന തടിച്ച വെൽവെറ്റ് പതിച്ച പെട്ടിയും അയാൾ മാറ്റിവെച്ചു. നിസ്ക്കാരപ്പായ ചുരുട്ടിയെടുത്ത് ആണിയിൽ തൂക്കി, അയാൾ ജയിൽകെട്ടിടം വിടാൻ തിരുമാനിച്ചു. എന്തെങ്കിലും കാരണവശാൽ തന്റെ സേവനം ആവശ്യമായി വരികയാണെങ്കിൽ, സൈനികമേധാവികൾക്ക് അറിയാം താനെവിടെയുണ്ടാവുമെന്ന്.

തടവറസൂക്ഷിപ്പുകാരൻ എന്ന തന്റെ പദവിയെക്കുറിച്ച് കഴിഞ്ഞ നിരവധി ആഴ്ചകളിൽ അയാൾ വളരെയേറെ ചിന്തിച്ചിരുന്നു. അതിന്റെ മേന്മയും ശ്രേഷ്ഠതയും ചുട്ടുപഴുത്ത ചിന്തയിൽ കുറയുന്നതായി അയാൾക്കു തോന്നി. ഈ ബോദ്ധ്യപ്പെടൽ തുടർച്ചയായ രോഷത്തിന്റെ അവസ്ഥയിൽ അയാളെ എത്തിച്ചു. ജയിലിന്റെ വാതിൽ അടച്ച് തെരുവിന്റെ ബഹളങ്ങളിൽനിന്നും ഓരോ തവണ പിന്തിരിയുമ്പോഴും താൻ തന്നെത്തന്നെയാണ് ജീവനോടെ കുഴിച്ചുമൂടുന്നതെന്ന് അയാൾക്കു തോന്നി. വല്ലാത്തൊരു ഭീതി അയാളുടെ ചിന്തകളെ അസ്വസ്ഥമാക്കി.

അപ്പോൾ അയാൾ ശാന്തനാകാൻ വിസമ്മതിച്ചുകൊണ്ട് തന്റെ മൂലയിൽ ചടഞ്ഞിരിക്കും. ചിന്തകളെ സ്വതന്ത്രമായി ഇങ്ങനെ അലയാൻ അനുവദിക്കുന്ന നടപടി താത്ക്കാലികമായ ഒരു വിശ്രാന്തി അയാൾക്ക് പ്രദാനം ചെയ്തു.

ഇരുപതു കൊല്ലത്തെ യുദ്ധജീവിതത്തിന്റെ പരിണതഫലം അത്ര നിസ്സാരമല്ല. നാല്പത്തിരണ്ടാം വയസ്സിൽ അയാൾ തളർന്നുകഴിഞ്ഞിരിക്കുന്നു. തുരങ്കത്തിന്റെ അറ്റം കാണാനാവുന്നില്ല എന്നതു പോയിട്ട് സ്വന്തം മൂക്കിന്റെ അറ്റം പോലും കാണാത്ത സ്ഥിതിയായിരിക്കുന്നു അയാൾ. അല്പാല്പമായി എല്ലാം ത്യജിക്കുന്ന അവസ്ഥയിലേക്ക് അയാൾ നടന്നു നീങ്ങുകയാണ്. മൊല്ലയുടെ വാഗ്ദാനങ്ങളിൽ അയാൾക്കിപ്പോൾ പണ്ടത്തെ ആവേശങ്ങളില്ല. ഇടിവെട്ടേറ്റ് മരിക്കാൻ പോലും ഭയമൊന്നും തോന്നാത്ത അവസ്ഥയിൽ അയാൾ എത്തിയിരിക്കുന്നു. ചുക്കിച്ചുളിഞ്ഞ ആ മുഖത്തിപ്പോൾ ഒരു തീവ്രവാദിയുടെ താടിയാണ് ആകെക്കൂടി ഐശ്വര്യത്തോടെ അവശേഷിച്ചിരിക്കുന്നത്.

സുറുമ എഴുതിയിട്ടുണ്ടെങ്കിലും കണ്ണുകളുടെ തീക്ഷ്ണത നഷ്ടപ്പെട്ടിരിക്കുന്നു. ഇരുണ്ട ചുമരുകൾ അയാളുടെ യുക്തിബോധത്തെ കീഴടക്കിയിരിക്കുന്നു. നീചമായ തന്റെ ഉദ്യോഗം അയാളുടെ ആത്മാവിൽ ആഴത്തിൽ വേരുറപ്പിക്കാൻ തുടങ്ങിയിരിക്കുന്നു. ഗണ്യമായ അളവിൽ ശരീരഭാരം കുറഞ്ഞിരിക്കുന്നു. രാത്രി മുഴുവൻ ശിക്ഷിക്കപ്പെട്ട കുറ്റവാളികളുടെ കാവലിനും പകൽ ആരാച്ചാർക്ക് കൈമാറാനും ചെലവഴിക്കുമ്പോൾ വിശ്രമവേളകളെക്കുറിച്ച് വലിയ പ്രതീക്ഷയൊന്നും ഉണ്ടാവില്ല.

ആകെ അന്തംവിട്ടുപോയ അതീഖിന്, ആളില്ലാത്ത രണ്ടു തടവുമുറികളിലെ മൂകതയാണോ, അതോ ഇന്നു രാവിലെ വധിക്കപ്പെട്ട വേശ്യയുടെ പ്രേതമാണോ ജയിലിലെ ഇരുണ്ട മൂലകൾക്ക് പരലോകത്തിന്റെ ചീഞ്ഞ നാറ്റം നൽകുന്നത് എന്ന് മനസ്സിലാക്കാൻ ഇപ്പോൾ കഴിയുന്നില്ല. അയാൾ തെരുവിലേക്കിറങ്ങി.

ഒരു തെണ്ടിപ്പട്ടിയെ ഒരു കൂട്ടം തെരുവുപിള്ളേർ വേട്ടയാടുന്നുണ്ടായിരുന്നു. എല്ലാവരും കലപില കൂട്ടുകയും ആർത്തുവിളിക്കുകയും. ഈ കോലാഹലം അതീഖിനെ വെറിപിടിപ്പിച്ചു. ഒരു കല്ലെടുത്ത് അയാൾ തന്റെ ഏറ്റവും അടുത്തുള്ള പയ്യന്റെ നേരെ എറിഞ്ഞു. അവൻ ഒരു ഭാവഭേദവുമില്ലാതെ അതിൽനിന്നൊഴിഞ്ഞുമാറുകയും ബഹളം തുടരുകയും ചെയ്തു. പട്ടിയാകട്ടെ, ചെറുത്തുനില്പിന്റെ അന്ത്യത്തിലെത്തിയിരിക്കുന്നു എന്ന് ഒറ്റനോട്ടത്തിൽത്തന്നെ വ്യക്തമായി. താൻ സമയം പാഴാക്കുകയാണെന്ന് അതീഖിന് ബോദ്ധ്യമായി. പട്ടിയെ എറിഞ്ഞുകൊല്ലാതെ ഈ കൊച്ചുതെമ്മാടികൾ പിരിഞ്ഞുപോവുകയില്ല.

അവർ ഭാവിയിലെ കുറ്റവാളിയെ എറിഞ്ഞുകൊല്ലാൻ പ്രായത്തിനതീതമായ വൈഭവത്തോടെ സ്വയം തയ്യാറെടുക്കുകയാണ്.

യാചകരും ചുമട്ടുകാരും തിങ്ങിനിറഞ്ഞ ചന്തയിലേക്ക് തക്കോൽക്കൂട്ടം കുപ്പായത്തിൽ നിക്ഷേപിച്ച് അയാൾ നടന്നു. പൊരിയുന്ന വെയിലിൽ തളരാതെ, പതിവുപോലെ അത്യുത്സാഹത്തോടെ ജനക്കൂട്ടം താത്ക്കാലികമായി കെട്ടിയുണ്ടാക്കിയ വഴിയോരക്കടകളിൽ കൂട്ടംകൂടി നിന്നു. അവർ അവിടെ പഴയ, ഉപയോഗിച്ച വസ്ത്രങ്ങൾ തിരിച്ചും മറിച്ചും നോക്കുന്നു, ആ സാധനങ്ങൾക്കിടയിൽ എന്തിനോ വേണ്ടി തിരഞ്ഞു കൊണ്ടിരിക്കുന്നു, ചിലർ മെലിഞ്ഞ വിരലുകൾകൊണ്ട് പഴക്കടയിൽ ചീയാറായ പഴങ്ങൾ ഞെരിക്കുന്നു.

അതീഖ് താൻ അപ്പോൾ വാങ്ങിയ തണ്ണിമത്തൻ അയൽവാസിയായ ഒരു ചെറുപ്പക്കാരന്റെ പക്കൽഏല്പിച്ചു. 'ഇത് എന്റെ വീട്ടിലെത്തിക്കുക.' അയാൾ കല്പിച്ചു. 'തെരുവിൽ അലഞ്ഞുതിരിയാതെ ഉടൻ പൊയ്ക്കൊള്ളണം.' ചമ്മട്ടിയുയർത്തി അയാൾ കണ്ണുരുട്ടി.

മനസ്സില്ലാമനസ്സോടെയെങ്കിലും പയ്യൻ അനുസരണയോടെ തലയാട്ടി. തണ്ണിമത്തൻ കക്ഷത്തിൽ വെച്ച് ചെറ്റക്കുടിലുകളുടെ കോലാഹലത്തിലേക്ക് നടന്നുനീങ്ങി.

ചെരിപ്പുകുത്തിയായ തന്റെ അമ്മാവൻ അഷ്റഫിനെ കാണാൻ പോകാമെന്നായിരുന്നു അതീഖ് ആദ്യം വിചാരിച്ചത്. യുദ്ധത്തിൽ തകർന്ന അവശിഷ്ടങ്ങളുടെ ഒരു വലിയ കൂമ്പാരത്തിന്റെ പുറകിലാണ് അയാളുടെ കുടിൽ. ഉടൻതന്നെ അയാളതു വേണ്ടെന്നുവച്ചു. കാരണം, അയാളുടെ വർഗ്ഗത്തിൽപിറന്ന ഏറ്റവും വലിയ, തളരാത്ത വായാടിയാണ് അമ്മാവൻ. രാജാവിന്റെ ഓഫീസർമാർക്കും പഴയ ഭരണത്തിലെ പ്രമുഖ വ്യക്തികൾക്കും പാദരക്ഷകൾ നിർമ്മിച്ചുനൽകിയതിനെപ്പറ്റിയുള്ള ഒരേ കഥകൾതന്നെ തിരിച്ചും മറിച്ചും പറഞ്ഞുകൊണ്ട് അയാൾ രാത്രി വൈകും വരെ അതീഖിനെ പിടിച്ചിരുത്തും. കാഴ്ച മങ്ങുകയും മിക്കവാറും ബധിരനാവുകയും ചെയ്ത അഷ്റഫ് എഴുപതാമത്തെ വയസ്സിലും തന്റെ തീരാത്ത പൊങ്ങച്ചവർത്തമാനങ്ങളിൽ അഭിരമിക്കുകയാണ്.

കടയിൽ വരുന്ന ഇടപാടുകാർ അയാളുടെ വാചകമടിയിൽ തളർന്ന് സ്ഥലം വിടും. അവരുടെ അഭാവം അറിയാതെ, ശ്വാസം മുട്ടുന്നതുവരെ ചുറ്റുമുള്ള മതിലുകളോട് പ്രഭാഷണം തുടർന്നുകൊണ്ടിരിക്കും. പാദരക്ഷകൾ ആരും ഇപ്പോൾ അളവെടുത്ത് ഉണ്ടാക്കിക്കുന്നില്ല. അയാളുടെ അടുത്ത് നന്നാക്കാൻ കൊണ്ടുവരുന്ന അത്യപൂർവ്വമായ, പുരാതന ഇനങ്ങളാകട്ടെ, ഗുരുതരമായ ജീർണ്ണാവസ്ഥയിലായതിനാൽ എവിടെ നിന്നു തുടങ്ങണമെന്ന് അയാൾക്ക് അറിയില്ലായിരുന്നു. അതീഖിന്റെ അമ്മാവൻ, അഷ്റഫ് മടുപ്പിന് അടിപ്പെട്ടിരുന്നു. ഇനി മടുപ്പ് എന്ന ഒരവസ്ഥയല്ലാതെ ജീവിതത്തിൽ മറ്റൊന്നും അയാൾക്ക് അറിയാതെയായി. അതേ സമയം, അയാൾ മറ്റുള്ളവരെയും മടുപ്പിച്ചു കൊല്ലുകയും ചെയ്യും.

തെരുവിന്റെ ഒത്ത നടുവിൽത്തന്നെ നിന്നുകൊണ്ടു വൈകുന്നേരം ഇനിയെന്ത് ചെയ്യുമെന്ന് അതീഖ് ആലോചിച്ചു. വീട്ടിലേക്കു പോകുന്ന

കാര്യം അയാൾക്ക് ചിന്തിക്കാൻ പോലുമാവില്ല. അവിടെ അയാളെ കാത്തിരിക്കുന്നത് അലങ്കോലമായി കിടക്കുന്ന കിടക്കയും കഴുകാത്ത പാത്രങ്ങളിട്ട നാറുന്ന വാഷ് ബേസിനും മുഖത്ത് തുടുത്ത വ്രണങ്ങളും തലയിൽ മുഷിഞ്ഞ തട്ടവുമായി മുറിയുടെ ഒരു മൂലയിൽ കാൽമുട്ടുകൾ മുഖം തൊടുന്നവിധം ചുരുണ്ടുകൂടിക്കിടക്കുന്ന ഭാര്യയുമായിരുന്നു.

അവളുടെ രോഗം കാരണമാണ് അന്നു രാവിലെ ജയിലിൽ വൈകിയെത്തുകയും കളങ്കിതയായ സ്ത്രീയുടെ പരസ്യവധശിക്ഷ പ്രതിസന്ധിയിലാക്കുകയും ചെയ്തത്. ക്ലിനിക്കിലേക്കു പോയതുകൊണ്ട് ഒരു ഗുണവുമുണ്ടായില്ല. ഡോക്ടർ നിസ്സഹായത പ്രകടിപ്പിച്ചു കൈമലർത്തിയാൽപ്പിന്നെ ഭാര്യയെ ശുശ്രൂഷിക്കാൻ നഴ്സുമാരോടാവശ്യപ്പെടാൻ കഴിയില്ല. മൊല്ലകളുടെ വാഗ്ദാനങ്ങളിലുള്ള വിശ്വാസം പെട്ടെന്ന് നഷ്ടപ്പെടാനും ഒരു ഇടിമിന്നൽ തന്റെ മേൽ വന്നു പതിച്ചാലും സാരമില്ല എന്നു തോന്നാനും കാരണം, അയാളുടെ ഭാര്യയുടെ അവസ്ഥയായിരിക്കാം. വേദനകൊണ്ടു ഞെളിയുകയും പിരിയുകയും ദയനീയമായി കരയുകയും ഭ്രാന്തിനടുത്തെത്തിനിൽക്കുകയുമാണ് അയാളുടെ ഭാര്യ. എല്ലാ രാത്രികളിലും തുടർച്ചയായി അവൾ അയാളുടെ ഉറക്കം കെടുത്തി. പുലരാറാവുമ്പോഴാണ് അല്പമൊന്നു മയങ്ങിപ്പോകുന്നത്.

അവളുടെ ദുരിതത്തിന് അല്പം ശാന്തി നൽകിയേക്കാവുന്ന നാടൻ മരുന്നുകൾ തേടി എല്ലാ ദിവസവും അതീഖ് മുറിവൈദ്യന്മാരുടെ മടകളിൽ കയറിയിറങ്ങി. പക്ഷേ, മാന്ത്രികരക്ഷകളോ ഉൽക്കടമായ പ്രാർത്ഥനകളോ രോഗിയെ സഹായിക്കുന്നതിൽ വിജയിച്ചില്ല. അതീഖിനെ സഹായിക്കാനായി അവരുടെ കൂടെ താമസിക്കാമെന്നേറ്റ സഹോദരി ബലുചിസ്താൻ പ്രവിശ്യയിൽ അഭയം തേടി. പിന്നീട് ഒരു വിവരവുമില്ല. തനിക്കു താൻ മാത്രമായ അവസ്ഥയിൽ, കൂടുതൽ കൂടുതൽ സങ്കീർണ്ണമായിക്കൊണ്ടിരിക്കുന്ന സ്ഥിതിവിശേഷം കൈകാര്യം ചെയ്യാനുള്ള ശേഷി പതുക്കെപ്പതുക്കെ അയാൾക്കു നഷ്ടപ്പെട്ടുകൊണ്ടിരുന്നു. ഡോക്ടർ കൈയൊഴിഞ്ഞാൽപ്പിന്നെ ഒരു ദിവ്യാദ്ഭുതമല്ലാതെ മറ്റെന്താണ് ശേഷിക്കുക? ചിലപ്പോൾ, മാനസിക പിരിമുറുക്കംകൊണ്ട് തന്റെ ഞരമ്പുകൾ പൊട്ടുമോ എന്നു ഭയപ്പെടുന്ന അവസ്ഥയിൽ, വിറയ്ക്കുന്ന കൈകളോടെ അതീഖ് ഫതീഹ* എടുത്ത്, തന്റെ ഭാര്യയെ തിരികെ വിളിക്കാൻ ദൈവത്തോട് കേണപേക്ഷിക്കും. അവളുടെ ഓരോ ശ്വാസവും മനുഷ്യപ്രകൃതത്തിൽ നിന്നും തെന്നി മാറുകയും സ്നേഹിക്കുന്നവരെ സംഭീതരാക്കുകയും ചെയ്യുമ്പോൾ ഈ ദുരിതം എന്തിനാണ് തുടർന്നുകൊണ്ടിരിക്കുന്നത്? ഭൂമിക്ക് ഭാരമാകാതെ അവൾ മരിക്കുന്നതാണ് നല്ലത്.

'**സൂ**ക്ഷിക്കുക!' ആരോ വിളിച്ചുകൂവി. 'മാറിപ്പോവിൻ!, മാറിപ്പോവിൻ...!' പെട്ടെന്ന് ഒഴിഞ്ഞുമാറിയതുകൊണ്ട് വണ്ടി വന്നിടിക്കുന്നതിൽനിന്നും

* സൂറത് അത് ഫതീഹ, ഖുറാനിലെ ആദ്യത്തെ അദ്ധ്യായം.

അയാൾ കഷ്ടിച്ച് രക്ഷപ്പെട്ടു. ഒരു കുതിരവണ്ടി നിയന്ത്രണം വിട്ട് ഓടിയതാണ്. വെകിളി പിടിച്ച കുതിര ചന്തയിലേക്കു കുതിക്കുകയും പരിഭ്രാന്തിയുണർത്താൻ തുടങ്ങുകയും ചെയ്തെങ്കിലും പെട്ടെന്ന് വഴിമാറി അടുത്തുള്ള ക്യാമ്പിലേക്ക് കുതിച്ചു. ഇരിപ്പിടത്തിൽനിന്നും തെറിച്ച വണ്ടിക്കാരൻ അല്പദൂരം വായുവിലൂടെ പറന്ന് ഒരു ക്യാൻവാസ് കൂടാരത്തിന്മേൽ ചെന്നുവീണു. കുട്ടികളുടെ കൂട്ടക്കരച്ചിലിനും സ്ത്രീകളുടെ ബഹളത്തിനുമിടയിൽ കുതിര അതിന്റെ പരക്കംപാച്ചിൽ തുടർന്നു. പിന്നെ ഒരു തകർന്ന ദേവാലയത്തിന്റെ അവശിഷ്ടങ്ങൾക്കു പിന്നിൽ അത് അപ്രത്യക്ഷമായി.

അതീഖ് നീണ്ട മേലങ്കിയുടെ അറ്റമുയർത്തി പുറത്തെ പൊടി തട്ടിയെണീറ്റു നിന്നു.

'ശരിക്കും നിങ്ങളുടെ കഥ കഴിഞ്ഞു എന്നാണ് ഞാൻ വിചാരിച്ചത്,' ഒരു ചെറിയ ചായക്കടയുടെ പുറത്തെ മേശയുടെ മുന്നിലിരുന്നിരുന്ന ആൾ പറഞ്ഞു.

അതീഖ് മിർസ ഷായെ തിരിച്ചറിഞ്ഞു. അയാൾ അതീഖിന് ഒരു ഇരിപ്പിടം നൽകിക്കൊണ്ട് പറഞ്ഞു, 'ഞാൻ നിങ്ങൾക്ക് ഒരു ചായ പറയട്ടെ, വാർഡൻ?'

കസേരയിലേക്കു വീണുകൊണ്ട് അതീഖ് തലകുലുക്കി.

'നിങ്ങൾ കട നേരത്തെ പൂട്ടിയിരിക്കുന്നല്ലോ!'

'ഒരാൾക്ക് അയാളുടെതന്നെ തടവറ സൂക്ഷിപ്പുകാരനാവുക ദുഷ്കരമാണ്.'

മിർസ ഷാ പുരികമുയർത്തി. 'തടവുമുറികളെല്ലാം കാലിയായെന്നാണോ? അന്തേവാസികളായി ആരുമില്ലേ?'

'അവസാനത്തെ ആളെ ഇന്നു രാവിലെ കല്ലെറിഞ്ഞു കൊന്നു.'

'ആ വേശ്യയോ? ഞാൻ ആ ചടങ്ങിൽ പങ്കെടുത്തിരുന്നില്ല, അതേപ്പറ്റി കേട്ടിരുന്നു...'

അതീഖ് കൈകൾ മുന്നിൽ കെട്ടി, മതിലിൽ ചാരിയിരുന്ന്, ഒരു തലമുറയ്ക്കു മുമ്പ്, ഏറ്റവും ചൈതന്യവത്തായ തെരുവീഥികളിലൊന്നായിരുന്ന, കാബൂളിലെ പൊട്ടിപ്പൊളിഞ്ഞ നിരത്തിലേക്ക് നോക്കി.

'നിങ്ങൾ ദുഃഖിതനാണെന്നു തോന്നുന്നു, അതീഖ്.'

'ശരിക്കും?'

'നിങ്ങളെ കണ്ടപ്പോൾത്തന്നെ ഞാൻ സ്വയം പറഞ്ഞു, 'അയ്യോ, പാവം അതീഖ്, അയാൾക്ക് എന്തോ കാര്യമായ പ്രശ്നമുണ്ട്."

അതീഖ് തോൾ കുലുക്കി. മിർസ ഷാ അയാളുടെ ബാല്യകാല സുഹൃത്തായിരുന്നു. പട്ടണത്തിന്റെ ദാരിദ്ര്യംപിടിച്ച ഒരു പ്രദേശത്ത് അവർ ഒന്നിച്ചു കളിച്ചുവളർന്നു, ഒരേ സ്ഥലങ്ങളിൽ പോയി, ഒരേ മനുഷ്യരെ

കണ്ടു. അവരുടെ രക്ഷിതാക്കൾ ഒരു ചെറിയ ഗ്ലാസ്സ് നിർമ്മാണശാലയിലാണ് ജോലി ചെയ്തിരുന്നത്. മക്കളെ പോറ്റിവളർത്താൻ അവർക്ക് വളരെ ബുദ്ധിമുട്ടേണ്ടിയിരുന്നു. പതിനെട്ടാമത്തെ വയസ്സിൽ മിർസ പട്ടാളത്തിൽ ചേർന്നു. അതീഖാവട്ടെ, കണക്കില്ലാത്തത്ര നിസ്സാര ജോലികളിലേർപ്പെടുന്നതിനുമുമ്പ് ഒരു ട്രക്ക് ഡ്രൈവറുടെ സഹായിയായിരുന്നു. രാത്രിജോലികളിൽ അയാൾക്ക് നഷ്ടപ്പെട്ടത് പകലുകൾ തിരിച്ചു കൊടുത്തു. റഷ്യക്കാർ അഫ്ഗാനിസ്ഥാൻ ആക്രമിച്ചതോടുകൂടി രണ്ടു സുഹൃത്തുക്കളും കാണാദൂരങ്ങളിലായി. സ്വന്തം യൂണിറ്റിൽനിന്നും ചാടിപ്പോയി മുജാഹിദീനിൽ ചേർന്ന ആദ്യത്തെ പട്ടാളക്കാരിലൊരാളായിരുന്നു മിർസ ഷാ. അയാളുടെ ധീരതയും പ്രതിബദ്ധതയും പെട്ടെന്നു തന്നെ അയാളെ തേജ് എന്ന പദവിയിലെത്തിച്ചു. അതീഖ് അയാളെ പിന്നെ കണ്ടുമുട്ടുന്നത് യുദ്ധമുന്നണിയിൽ വെച്ചാണ്. മിർസയുടെ കീഴിൽ കുറച്ചു കാലം അതീഖ് സേവനമനുഷ്ഠിക്കുകയും ചെയ്തു. എന്നാൽ, ഒരു പീരങ്കിയുണ്ട അയാളുടെ വിശുദ്ധയുദ്ധത്തിന്റെ കുതിപ്പ് തകർത്തു കളഞ്ഞു. അതീഖിനെ പേഷവാറിലേക്ക് ഒഴിപ്പിച്ചു.

മിർസയാവട്ടെ, അസാധാരണമായ ആവേശത്തോടെ യുദ്ധം തുടർന്നു. റഷ്യൻ പട്ടാളത്തിന്റെ പിന്മാറ്റത്തെ തുടർന്ന് അയാൾക്ക് പല ഉത്തരവാദപ്പെട്ട സ്ഥാനങ്ങളും ഭരണത്തിനകത്ത് നൽകപ്പെട്ടുവെങ്കിലും അയാൾ അതെല്ലാം നിരസിച്ചു. അധികാരവും രാഷ്ട്രീയവും അയാളെ അല്പം പോലും ആകർഷിച്ചില്ല. ഉന്നതബന്ധങ്ങൾ കാരണം അയാൾക്ക് ഒരുപാട് ചെറിയ വാണിജ്യസ്ഥാപനങ്ങളാരംഭിക്കാൻ കഴിഞ്ഞു. അവ അയാളുടെ സമാന്തരനിക്ഷേപങ്ങൾക്ക്, പ്രധാനമായും കള്ളക്കടത്ത്, മയക്കുമരുന്ന് പോലുള്ളവയ്ക്ക് മറയായി പ്രവർത്തിച്ചു. താലിബാന്റെ വളർച്ച അയാളുടെ ഈ ശൈലിക്ക് വിഘാതമായെങ്കിലും തന്റെ പ്രവർത്തനശൃംഖല മുഴുവൻ അയാൾക്ക് പൊളിച്ചുമാറ്റേണ്ടിവന്നില്ല. ഏതാനും പഴഞ്ചൻ ബസ്സുകളും മറ്റു ചില്ലറ സാധനങ്ങളും ഒരു നല്ല കാര്യത്തിനായി എന്ന മട്ടിൽ അയാൾ സന്തോഷത്തോടെ ത്യജിച്ചു. പഴയ സഖാക്കൾക്കെതിരായുള്ള, രക്ഷകവേഷമണിഞ്ഞ തെമ്മാടികളുടെ യുദ്ധാവശ്യത്തിന് സംഭാവന ചെയ്യുകയും തനതായ ശൈലിയിൽ ഉദാരമായി സഹായിക്കുകയും ചെയ്തുകൊണ്ട് തന്റെ പ്രത്യേക അവകാശങ്ങൾ സംരക്ഷിക്കുന്നതിൽ അയാൾ വിജയിച്ചു. പെട്ടെന്ന് പണമുണ്ടാക്കുന്നതിന് മതവിശ്വാസം തടസ്സമാണെന്നു കരുതുന്നവർ ചില ദരിദ്രവാസികളാണെന്ന് മിർസയ്ക്കറിയാം അയാൾ രാജ്യത്തെ പുതിയ യജമാനന്മാരെ സുഖിപ്പിച്ച് കൊടുങ്കാറ്റിന്റെ മദ്ധ്യത്തിലും സമാധാനപൂർണ്ണമായ ജീവിതം നയിച്ചു. തന്നോടൊപ്പം ജോലി ചെയ്യാൻ അയാൾ ജയിലറോട് പല തവണ ആവശ്യപ്പെട്ടതാണ്. എന്തുകൊണ്ടോ അതീഖ് സ്ഥിരമായി ഒഴിഞ്ഞുമാറി. ക്ഷണികമായ ജീവിതത്തിൽ അല്പാല്പമായി നശിക്കുന്നതാണ് നിത്യനരകത്തിൽ കഷ്ടപ്പെടുന്നതിനേക്കാൾ നല്ലതെന്ന് അതീഖ് കരുതിക്കാണും.

മിർസ ജപമാല വിരലിലിട്ടു ചുഴറ്റിക്കൊണ്ട് പഴയ സുഹൃത്തിനെ ഉറ്റുനോക്കി. സുഹൃത്ത് ജാള്യതയോടെ വിരലിലെ നഖം പരിശോധിക്കുന്നതുപോലെ ഭാവിച്ചു.

'എന്താണ് നിങ്ങളെ അലട്ടുന്നത് വാർഡൻ?'

'ഞാനത് സ്വയം ചോദിച്ചുകൊണ്ടിരിക്കുകയാണ്.'

'അതുകൊണ്ടാണോ അല്പം മുമ്പ് നിങ്ങൾ നിങ്ങളോടുതന്നെ സംസാരിച്ചുകൊണ്ടിരുന്നത്?'

'ആയിരിക്കാം.'

'മനസ്സ് തുറക്കാൻ നിങ്ങൾക്ക് ഒരു നല്ല സുഹൃത്ത് പോലും ഇല്ലാതായോ?'

'അതത്ര ആവശ്യമാണോ?'

'സ്വന്തം പ്രയാസങ്ങളിൽ തീർത്തും മുഴുകി, വണ്ടി വരുന്നതുപോലും നിങ്ങൾ കണ്ടില്ല. അപ്പോൾത്തന്നെ ഞാൻ സ്വയം പറഞ്ഞു: ഒന്നുകിൽ അതീഖിന് ബുദ്ധിസ്ഥിരത നഷ്ടപ്പെട്ടുകൊണ്ടിരിക്കുകയാണ്, അല്ലെങ്കിൽ അയാൾ ഉടൻ വന്നേയ്ക്കാവുന്ന ഒരു ഭരണ അട്ടിമറി ആസൂത്രണം ചെയ്യുകയാണ്...'

'നിങ്ങൾ സൂക്ഷിച്ചു സംസാരിക്കണം,' അതീഖ് പതുക്കെ മുരണ്ടു. 'ആരെങ്കിലും അത് കേട്ടാൽ....'

'വെറുതെ ഒരു തമാശ പറഞ്ഞതല്ലേ...'

'നിങ്ങൾക്ക് നല്ലവണ്ണം അറിയാവുന്നപോലെ, കാബൂളിൽ തമാശക്ക് സ്ഥാനമില്ല.'

അയാളെ സമാധാനിപ്പിക്കാനായി മിർസ പതുക്കെ അയാളുടെ കൈകളിൽ തട്ടി. 'കുട്ടികളായിരിക്കുമ്പോൾ നമ്മൾ വലിയ ചങ്ങാതിമാരായിരുന്നു, മറന്നുപോയോ?'

'ആ കാലം ഇനിയൊരിക്കലും തിരിച്ചുവരില്ല.'

'നമ്മൾ പരസ്പരം ഒന്നും മറച്ചുവെച്ചിരുന്നില്ല.'

'ഇന്ന് അത് സാദ്ധ്യമല്ലാതായിരിക്കുന്നു.'

മിർസ പിടിമുറുക്കി. 'എന്താണ് മാറിയിരിക്കുന്നത്? അതേ ആയുധങ്ങൾ തന്നെ ചുറ്റിക്കറങ്ങിക്കൊണ്ടിരിക്കുന്നു, അതേ കപ്പുകൾ തന്നെ പ്രദർശനത്തിനായി വെച്ചിരിക്കുന്നു, അതേ നായ്ക്കൾ തന്നെ കുരച്ചുകൊണ്ടിരിക്കുന്നു, അതേ യാത്രാസംഘങ്ങൾ തന്നെ കടന്നുപോകുന്നു. നമ്മൾ എല്ലായ്പോഴും ഇതുപോലെയൊക്കെത്തന്നെയാണ് ജീവിച്ചിരുന്നത്. ഒരു രാജാവ് പോയി, പകരം മറ്റൊരു ദിവ്യൻ വന്നു. അധികാരചിഹ്നങ്ങളും അവകാശികളും മാറുന്നു. ഒരേ ദുർനടപടികൾക്കുള്ള അധികാരം തന്നെ നമ്മൾ പരസ്പരം പങ്കിടുന്നു. നൂറ്റാണ്ടുകളായി നമ്മുടെ മാനസികപരിമിതികൾ ഒന്നുതന്നെയാണ്. ഒരു പുതുയുഗ

പ്പിറവിക്കായി കാത്തുകൊണ്ട് ചിലർ സമയം പാഴാക്കുന്നു. ഈ ലോകത്ത് മാറാത്ത ചിലതുണ്ട്. നമ്മൾ വിചാരിച്ചതുകൊണ്ടൊന്നും അത് മാറാൻ പോകുന്നില്ല. കാര്യങ്ങൾ അവ വരുന്ന ചന്തത്തിൽ എടുക്കുന്നവനാണ്, അയാൾ, അതിജീവനത്തിന്റെ രഹസ്യം മനസ്സിലാക്കിയിരിക്കുന്നു. അതു പോലെ, അതീഖ്, നിങ്ങളും മനസ്സിലാക്കണം. വ്യാമോഹങ്ങളിൽ കുടുങ്ങാതിരിക്കുക. നിങ്ങൾക്ക് എന്തു വേണമെന്ന് നിങ്ങൾ സ്വയം തീരുമാനിക്കണം. മറിച്ചാണെങ്കിൽ നിങ്ങൾക്ക് സ്വസ്ഥത കിട്ടില്ല. അത്രയേ ഉള്ളൂ കാര്യം. കാര്യങ്ങൾ വ്യക്തമാക്കിയാൽ എനിക്ക് നിങ്ങളെ സഹായിക്കാൻ കഴിഞ്ഞേക്കും. നിങ്ങൾ ഇപ്പോഴും എന്നെ ഒരു സുഹൃ ത്തായി കണക്കാക്കുന്നുണ്ടെങ്കിൽ, എന്തുകൊണ്ടാണ് നിങ്ങൾക്ക് ഈ അവസ്ഥ വന്നത് എന്ന് എന്നോടു പറയുക.'

അതീഖ് നെടുവീർപ്പിട്ടു. അയാൾ മിർസയുടെ പിടുത്തത്തിൽനിന്നും കൈ പിൻവലിച്ച് അയാളുടെ കണ്ണുകളിൽ പിന്തുണയ്ക്കായി ഉറ്റുനോക്കി, അല്പം ശങ്കിച്ചുനിന്ന ശേഷം കീഴടങ്ങി. 'എന്റെ ഭാര്യക്ക് സുഖമില്ല. ഡോക്ടർ പറയുന്നത്, അവളുടെ രക്തം അതിവേഗം ദുഷിച്ചുകൊണ്ടിരി ക്കുകയാണെന്നും അതിനു ചികിത്സയില്ലെന്നുമാണ്.'

ഭാര്യയെപ്പറ്റി ഒരാൾ തെരുവിൽ വച്ച് സംസാരിക്കുക എന്നത് ആദ്യം മിർസയെ വിസ്മയിപ്പിച്ചു. പിന്നെ, ചെമ്പിച്ച താടി തടവിക്കൊണ്ട്, തല വെട്ടിച്ച് അയാൾ ചോദിച്ചു, 'അതു ദൈവനിശ്ചയമല്ലേ?'

'തീർച്ചയായും ദൈവനിശ്ചയം തന്നെ. ഞാനത് അളവറ്റ ഭക്തിയോടു കൂടി ഏറ്റുവാങ്ങുന്നു. എന്നാൽ, ഞാനല്പം സങ്കടത്തിലാണ്. ഒറ്റ യ്ക്കാണ്. സഹായത്തിനായി എനിക്ക് ആരുമില്ല.'

'ഇതു വളരെ ലളിതം: അവളെ മൊഴി ചൊല്ലെടോ...'

'ഞാനല്ലാതെ, അവൾക്കാരുമില്ല.' സുഹൃത്തിന്റെ ഭാവത്തിൽ പര ക്കുന്ന വെറുപ്പിന്റെ കാളിമ ഒട്ടും ശ്രദ്ധിക്കാതെ അതീഖ് നിഷ്കളങ്കമായി മൊഴിഞ്ഞു. ഛെ! ഒരു പെൺവിഷയം! ഇത്രയും തരംതാഴ്ന്ന ഒരു വിഷയ ത്തെപ്പറ്റി ചിന്തിക്കാൻ നിർബ്ബന്ധിതനായതിൽ മിർസ പ്രകടമായും ക്ഷുഭിതനായിരുന്നു.

'അവളുടെ മാതാപിതാക്കൾ മരിച്ചുപോയി; സഹോദരന്മാർ അവര വരുടെ വഴിക്കു പോയി. എന്തുതന്നെയായാലും എനിക്ക് അവളെ മൊഴി ചൊല്ലാനാവില്ല.'

'എന്തുകൊണ്ട് കഴിയില്ല?'

'അവളെന്റെ ജീവൻ രക്ഷിച്ചു, ഓർമ്മയില്ലേ?'

ജയിലറുടെ വാദങ്ങളിൽ വിസ്മയംപൂണ്ടെന്നവണ്ണം മിർസ പിന്നോ ട്ടാഞ്ഞു. ചുണ്ടുകൾ മുന്നോട്ടു തള്ളി തല അല്പം ചെരിച്ച് അതീഖിനെ വീക്ഷിച്ചുകൊണ്ട് അയാൾ ഉത്ഘോഷിച്ചു: 'അസംബന്ധം! ജീവിത ത്തിനും മരണത്തിനുംമേൽ ദൈവത്തിനുമാത്രമേ അധികാരമുള്ളൂ.

ദൈവത്തിന്റെ മഹത്വത്തിനുവേണ്ടി പോരാടുന്നതിനിടയിൽ നിങ്ങൾക്കു മുറിവേറ്റു. ദൈവത്തിന് ഗബ്രിയേലിനെ അയയ്ക്കാൻ പറ്റില്ല, അതിനാൽ, അദ്ദേഹം ഈ സ്ത്രീയെ നിങ്ങളുടെ അടുത്തെത്തിച്ചു. ദൈവനിശ്ചയ പ്രകാരം അവൾ നിങ്ങളെ പരിപാലിച്ചു. ദൈവേച്ഛയ്ക്ക് വഴങ്ങുകയല്ലാതെ അവൾ ഒന്നും ചെയ്തില്ല. നിങ്ങൾ അവൾക്കുവേണ്ടി ചെയ്തത് അതിന്റെ നൂറു മടങ്ങ് വിലയുള്ളതാണ്: നിങ്ങൾ അവളെ വിവാഹം ചെയ്തു. അതിൽ കൂടുതൽ എന്താണ് അവൾക്ക് ആശിക്കാൻ കഴിയുക? നിങ്ങളേക്കാൾ മൂന്നു വയസ്സ് പ്രായമുള്ള, അതിനകംതന്നെ വൃദ്ധയായിക്കഴിഞ്ഞ, ഓജസ്സും ആകർഷണവും നഷ്ടപ്പെട്ട ഒരു സ്ത്രീയായിരുന്നു അവൾ. ഒരു കൂര, സംരക്ഷണം, മാനം, പേര് ഇവയെല്ലാം നൽകുന്നതിനേക്കാൾ വലിയ മഹാമനസ്കത എന്താണെടോ ഒരു സ്ത്രീയോടു ചെയ്യാനുള്ളത്? നിങ്ങൾക്ക് അവളോട് ഒരു കടപ്പാടുമില്ല. അതീഖ്, അവൾ നിങ്ങളുടെ മുന്നിലാണ് കുമ്പിടേണ്ടത്, ഓരോ തവണ പാദരക്ഷ അഴിക്കുമ്പോഴും അവൾ നിങ്ങളുടെ കാൽവിരലുകളാണ് ഓരോന്നോരോന്നായി ചുംബിക്കേണ്ടത്. നിങ്ങൾ അവൾക്കാരാണ് എന്നതിനപ്പുറം അവൾക്ക് യാതൊരു പ്രാധാന്യവുമില്ല. ഒരു മണ്ണാങ്കട്ടയുമില്ല. അവൾ വെറുമൊരു അടിയാൾ മാത്രമാണ്. എന്നുതന്നെയല്ല, പുരുഷൻ സ്ത്രീക്ക് എന്തെങ്കിലും വിധത്തിൽ കടപ്പെട്ടിരിക്കുന്നു എന്നു വിശ്വസിക്കുന്നതു തന്നെ തെറ്റാണ്. ഈ അബദ്ധധാരണയിൽനിന്നാണ് കൃത്യമായും ലോകത്തിന്റെ ദുര്യോഗങ്ങൾ മുഴുവൻ വരുന്നത്. നിങ്ങൾ ഏതുലോകത്താണ് ജീവിക്കുന്നത്?'

മിർസ പെട്ടെന്ന് കോപം കൊണ്ട് മുഖം ചുളിച്ചു. 'അവളോട് പുന്നരിക്കാൻ മാത്രം കിറുക്കനായോ നിങ്ങൾ? ഛെ...'

'ഇരുപതു വർഷത്തിലധികം സുഖത്തിലും ദുഃഖത്തിലും ഞങ്ങൾ ഒരുമിച്ചു ജീവിച്ചു. അത് ഒറ്റയടിക്ക് അവഗണിക്കാൻ കഴിയുന്ന ഒന്നല്ല.'

ഇതുകേട്ട് ഞെട്ടിപ്പോയെങ്കിലും മിർസ സ്വയം നിയന്ത്രിക്കുകയും വഴി തെറ്റിപ്പോയ ബാല്യകാലസുഹൃത്തിനോട് കുറച്ചുകൂടി സഹതാപത്തോടെ പെരുമാറാൻ ശ്രമിക്കുകയും ചെയ്തു. 'എന്റെ പാവം, അതീഖേ, ഞാൻ നാലു സ്ത്രീകളോടൊത്താണ് ജീവിക്കുന്നത്. ആദ്യത്തേതിനെ ഇരുപത്തിയഞ്ചു കൊല്ലം മുമ്പ് വിവാഹം ചെയ്തു, അവസാനത്തേതിനെ ഒമ്പതു മാസം മുമ്പും. മുഴുവൻ പേരോടും എനിക്ക് സംശയം മാത്രമേ തോന്നിയിട്ടുള്ളൂ. കാരണം, ഇവരുടെ തലയിലെന്താണ് കളിമണ്ണോ പിണ്ണാക്കോ എന്ന് എനിക്കിതുവരെ മനസ്സിലാക്കാൻ കഴിഞ്ഞിട്ടില്ല. സ്ത്രീകൾ എങ്ങനെയാണ് ചിന്തിക്കുന്നത് എന്ന് എനിക്കു പിടികിട്ടുമെന്ന് ഞാൻ ഒരിക്കലും വിശ്വസിക്കുന്നില്ല. അവരുടെ ചിന്താപ്രക്രിയ പുരുഷന്റെ എതിർദിശയിലാണ് ചലിക്കുന്നത് എന്നാണ് എനിക്കിപ്പോൾ തോന്നുന്നത്. നമ്മൾ ഒരു കൊല്ലമോ ഒരു നൂറ്റാണ്ടോ... വെപ്പാട്ടിയോ, അമ്മയോ, മകളോ ഒത്ത് ജീവിച്ചാലും എവിടെയോ ഒരു വിടവുണ്ടെന്ന് എപ്പോഴും നമുക്ക് തോന്നും, നിങ്ങളുടെ അശ്രദ്ധയെ ശരിക്കും തുറന്നുകാട്ടാനെന്നവണ്ണം

സാവധാനം നീങ്ങി നിങ്ങളെ വീഴ്ത്തുന്ന ചതിക്കുഴിപോലെ ഒരു വിടവ്. ഈ പെൺജീവികൾ അന്തർലീനമായി കപടമനസ്കരും മൗലികമായി പ്രവചനാതീതരുമാണ്. എത്രത്തോളം അവരെ മെരുക്കാൻ കഴിയും എന്ന് നിങ്ങൾ കരുതുന്നുവോ അത്രത്തോളം നിങ്ങൾക്ക് അവരുടെ വശീകരണത്തിൽ നിന്നും രക്ഷപ്പെടാനുള്ള സാദ്ധ്യത കുറവായിരിക്കും. ഒരു അണലിയെ മാറോടു ചേർത്ത് ഓമനിച്ചതുകൊണ്ട് അതിന്റെ കൊടുംവിഷത്തിൽനിന്ന് സുരക്ഷ കിട്ടുമോ? പിന്നെ, ഒരുമിച്ചു ജീവിച്ചതിന്റെ കൊല്ലങ്ങളുടെ കണക്കെടുപ്പിൽ ഒരർത്ഥവുമില്ല... അതെത്ര ഉയർന്നതാണെങ്കിലും വീട്ടിൽ ഒരു സമാധാനമുണ്ടാവുകയില്ല. കാരണം, പുരുഷന്റെ ദൗർബ്ബല്യത്തെ ഒറ്റിക്കൊടുക്കുന്നവളാണ് സ്ത്രീ... അവളുടെ സ്നേഹത്തിന് ഇല്ലാത്ത വിലയിടരുത് വാർഡൻ.'

'ഇത് സ്നേഹാധിക്യത്തിന്റെ പ്രശ്നമല്ല.....'

'പിന്നെ എന്തിനാണ് നിങ്ങൾ കാത്തിരിക്കുന്നത്? അവളെ ചവുട്ടിപ്പുറത്താക്കുക. അവളെ മൊഴി ചൊല്ലി, ബഹളമില്ലാതെ, നിശ്ശബ്ദമായി യജമാനനെ സേവിക്കാനറിയുന്ന ആരോഗ്യവതിയായ ഒരു കന്യകയെ കണ്ടെത്തുക. നിങ്ങൾ ഒരു മനോരോഗിയെപ്പോലെ പിച്ചും പേയും പറഞ്ഞുകൊണ്ട്, നിസ്സാരവസ്തുവായ ഒരു സ്ത്രീയെക്കുറിച്ച് ചിന്തിച്ചുകൊണ്ട് തെരുവിലൂടെ പോകുന്നതു കാണാൻ ഞാൻ ആഗ്രഹിക്കുന്നില്ല. അത് ദൈവത്തേയും അദ്ദേഹത്തിന്റെ പ്രവാചകനേയും ധിക്കരിക്കലാവും.'

മിർസ പെട്ടെന്ന് നിശ്ശബ്ദനായി.

വിദൂരതയിലുറപ്പിച്ച ദൃഷ്ടിയും വിളറി വെളുത്ത ചുണ്ടുകളുമായി ഒരു ചെറുപ്പക്കാരൻ അപ്പോൾ ആ ചെറിയ കടയുടെ വാതിൽക്കൽ വന്നു നിന്നു. ദീർഘകായനായ അയാളുടെ യൗവനം തുടിക്കുന്ന മുഖം, ഒരു കൗമാരക്കാരന്റേതുപോലെ നനുത്ത താടിരോമങ്ങൾകൊണ്ട് സുന്ദരമായിരുന്നു. ഒരു പെൺകുട്ടിയുടേതുപോലെ മൃദുവും ഇടുങ്ങിയതുമായ ചുമലുകളിൽ നീണ്ട തലമുടി വീണുകിടന്നു.

മിർസ അയാളുടെ അടുത്തുചെന്ന് അയാളെ പിടിച്ചുകുലുക്കിക്കൊണ്ട് ചോദിച്ചു: 'എന്തുവേണം?'

ശ്രദ്ധയുറപ്പിക്കാൻ ശ്രമിച്ചുകൊണ്ട് ചെറുപ്പക്കാരൻ വിരലുകൾ നെറ്റിയിൽ വെച്ചു. അത് മിർസയെ കൂടുതൽ ചൊടിപ്പിച്ചു. 'വേഗം തീരുമാനിക്ക്. ഒന്നുകിൽ അകത്തേക്ക് വരിക, അല്ലെങ്കിൽ പോവുക. ഞങ്ങളിവിടെ സംസാരിക്കുന്നത് കാണുന്നില്ലേ?'

രണ്ടു വ്യക്തികളുടെ കൈയിലും ചാട്ടയുണ്ടെന്ന് മൊഹ്സിൻ റാമത് കണ്ടു. അവർ മുഖമടച്ച് അടിക്കാനൊരുങ്ങുമെന്ന് ഭയന്ന് അയാൾ നിർലോഭമായി ക്ഷമാപണം ചെയ്തുകൊണ്ട് ഉടൻ പിൻവലിഞ്ഞ് ക്യാമ്പുകളുടെ ഭാഗത്തേക്ക് നടന്നുപോയി.

'വിശ്വാസം വരുന്നില്ല, അല്ലേ?' മിർസ കോപത്തോടെ ചോദിച്ചു. 'ചിലർക്ക് യാതൊരു മര്യാദയുമില്ല.'

അതീഖ് തല കുലുക്കി എന്തോ പിറുപിറുത്തു. ചെറുപ്പക്കാരന്റെ അവിചാരിതമായ പ്രത്യക്ഷപ്പെടൽ അയാളുടെ ചിന്തകൾക്ക് അല്പം വ്യക്തത കൈവരുത്തി. എത്ര നല്ല സുഹൃത്തുക്കളോടായാലും ഇത്തരം സ്വകാര്യദുഃഖങ്ങൾ പങ്കുവെക്കുന്നത് എത്ര അന്തസ്സുകെട്ട പണിയാണെന്ന് ഇപ്പോൾ അയാൾക്ക് ബോദ്ധ്യമായി. നശിച്ച ഒരു കാപ്പിക്കടയുടെ മുന്നിൽ വച്ച് തന്റെ സ്വകാര്യദുഃഖങ്ങളുടെ വിഴുപ്പ് കാഴ്ചവസ്തുവാക്കാനുള്ള ദുഷിച്ച നിർബ്ബന്ധം ചെറുക്കാൻ കഴിയാതെ പോയതിൽ അയാൾക്ക് തന്നോടുതന്നെ അരിശം തോന്നി. അയാളുടേയും സുഹൃത്തിന്റെയുമിടയിൽ ജാള്യതയുടെ അസുഖകരമായ മൗനം കനത്തു നിന്നു. പരസ്പരം നോക്കാൻപോലും അവർ ധൈര്യപ്പെട്ടില്ല.

ഒരാൾ തന്റെ കൈയിലെ രേഖകൾ നോക്കിനിന്നു; മറ്റേയാൾ കടയുടമസ്ഥനെ അന്വേഷിക്കുന്നതായി നടിച്ചു. സ്ത്രീ ഒരു നിസ്സാരവസ്തുവാണോ? മിർസ അങ്ങനെ പറഞ്ഞോ? അതീഖ് തന്റെ കൈരേഖകളിലേക്ക് കണ്ണെടുക്കാതെ നോക്കിയിരുന്നു.

മൂന്ന്

മൊഹ്സിൻ റാമത് തന്റെ വീടിന്റെ വാതിൽ അങ്കലാപ്പോടെ തള്ളി ത്തുറന്നു. അന്നത്തെ ദിവസം അയാൾ ഒന്നും കഴിച്ചിരുന്നില്ല. അലഞ്ഞു തിരിയൽ അയാളെ തളർത്തിയിരുന്നു. കടകളിൽ, ചന്തയിൽ, കവലയിൽ, എവിടെ പോകുമ്പോഴും ശരീരം കുഴഞ്ഞുപോകുന്ന അവസ്ഥ ഒരു കുറ്റ-വാളിയെ ബന്ധിച്ച ചങ്ങലയും ഇരുമ്പുഗോളവും പോലെ അയാളെ പിന്തുടർന്നു.

അയാളുടെ ഒരേയൊരു സുഹൃത്തും വിശ്വസ്തനുമായിരുന്ന ആൾ തലേ കൊല്ലം അതിസാരം മൂലം മരിച്ചിരുന്നു. ഒരു പകരക്കാരനെ കണ്ടെ ത്താനുള്ള അയാളുടെ കഠിനശ്രമം പരാജയപ്പെട്ടു. സ്വന്തം നിഴൽ മാത്ര മായുള്ള ജീവിതം ഏതൊരാൾക്കും ദുഷ്ക്കരമാണ്. ഏറ്റവും ഫല വത്തായ ജാഗ്രത ഭയമാണ് എന്ന സ്ഥിതിയായിരിക്കുന്നു. ഒരു കാര്യ ത്തിലും ക്ഷമയോ സഹനമോ ആർക്കുമില്ല. ഒരു കാര്യവുമില്ലാതെ ആളു കൾ പൊട്ടിത്തെറിക്കുന്നു. സ്വകാര്യമായി നടത്തിയ ഒരു അഭിപ്രായ പ്രകടനം എളുപ്പത്തിൽ ദുർവ്യാഖ്യാനം ചെയ്യപ്പെടാം. താലിബാനാകട്ടെ, അലസമായ നാക്കുകൾക്ക് മാപ്പു നല്കാൻ ഒട്ടും താത്പര്യമില്ല. ജന ങ്ങൾക്ക് ദൗർഭാഗ്യങ്ങളല്ലാതെ മറ്റൊന്നും പങ്കുവെക്കാനില്ലാത്തതിനാൽ എല്ലാവരും അവരവരുടെ മൂലയിലൊതുങ്ങി സ്വന്തം പരിദേവനങ്ങൾ അയവിറക്കി ജീവിക്കുകയും മറ്റുള്ളവരുടെ പ്രശ്നങ്ങൾ സ്വന്തം തല യിലേറ്റുന്നത് ഒഴിവാക്കുകയും ചെയ്യുന്നു. സുഖം അനുഭവിക്കുക എന്നത് കൊടുംപാപമായി കണക്കാക്കുന്ന കാബൂളിൽ അടുത്ത ബന്ധുക്കളിൽ നിന്നല്ലാതെ പുറമെയുള്ളവരിൽ നിന്നും എന്തെങ്കിലും സാന്ത്വനം തേടുക എന്നത് പാഴ്വേലയാണ്. അസാധാരണമാംവിധം ഹിംസാത്മകമായ യുദ്ധ ങ്ങളുടെ പരമ്പര രക്തമൂറ്റിക്കുടിക്കുകയും വിശുദ്ധരക്ഷകന്മാർ കൈയൊ ഴിഞ്ഞ്, ആരാച്ചാർമാർക്കും കാക്കകൾക്കും ഏല്പിച്ചുകൊടുക്കുകയും ചെയ്ത, ഏറ്റവും ഉത്ക്കടമായ പ്രാർത്ഥനകൾക്കു പോലും സുബോധ ത്തിലേക്കു കൊണ്ടുവരാൻ കഴിയാത്ത ഒരു കലങ്ങിമറിഞ്ഞ ലോകത്തിൽ നിന്ന് എന്ത് സ്ഥായിയായ സാന്ത്വനമാണ് പ്രതീക്ഷിക്കാൻ കഴിയുക?

പരവതാനിക്ക് പകരമായി ഉപയോഗിക്കുന്ന വലിയൊരു പായയും പൊട്ടിപ്പൊളിഞ്ഞ പഴക്കമേറിയ രണ്ടു കൂറ്റൻ ദിവാനും വിശുദ്ധഗ്രന്ഥം

വെച്ച ചിതലരിച്ച ഒരു പീഠവുമല്ലാതെ മുറിയിൽ യാതൊന്നുമില്ല. വിവിധ ഇല്ലായ്മകളെ അതിജീവിക്കാൻ മൊഹ്സിൻ തന്റെ ഫർണീച്ചറുകളെല്ലാം ഓരോന്നോരോന്നായി വിറ്റുകഴിഞ്ഞിരുന്നു. ഇരുട്ടു വീണ അയാളുടെ വീടിന്റെ ജനാലകളെല്ലാം കെട്ടിമറച്ചിരുന്നു.ഓരോ തവണ ഒരു താലിബാൻകാരൻ തെരുവിലൂടെ കടന്നുപോകുമ്പോഴും മൊഹ്സിനോട് ജനലുകളുടെ പൊട്ടിയ ചില്ലുകളും പൊളിഞ്ഞുവീഴാറായ വാതിലുകളും എത്രയും വേഗം നന്നാക്കാൻ കല്പിക്കുമായിരുന്നു. അതിലെ കടന്നുപോകുന്ന ഒരു വഴിപോക്കൻ മുഖാവരണമില്ലാത്ത സ്ത്രീയുടെ മുഖം കാണാനിടയായാൽ അതയാളെ ചൊടിപ്പിക്കും എന്നതായിരുന്നു ന്യായം. മൊഹ്സിന് ഇക്കാര്യങ്ങൾ നടപ്പിലാക്കാനുള്ള സാമ്പത്തികസ്ഥിതി ഇല്ലാത്തതിനാൽ അയാൾ ജനലുകൾ കാൻവാസ് തുണികൊണ്ടു മറച്ചുകെട്ടി. അതിനാൽ, ഇപ്പോൾ അയാളുടെ വീട്ടിനകത്തേക്ക് സൂര്യൻ കടന്നുവരാറില്ല.

പാദരക്ഷകൾ ഒതുക്കുകളിൽ വെച്ച് അയാൾ സെറ്റികളിലൊന്നിൽ തളർന്നിരുന്നു. ഹാളിന്റെ അറ്റത്തുള്ള കർട്ടന്റെ പിന്നിൽ നിന്നും ഒരു സ്ത്രീയുടെ മോഹന ശബ്ദം ചോദിച്ചു: 'നിങ്ങൾക്ക് കഴിക്കാൻ എന്തെങ്കിലും എടുക്കട്ടെ?'

'വിശപ്പില്ല.'

'വെള്ളം എടുക്കട്ടെ?'

'തണുത്തതാണെങ്കിൽ.'

അടുത്ത മുറിയിൽ നിന്നും ഗ്ലാസ്സുകളുടെ ശബ്ദം. എന്നിട്ട്, കർട്ടൻ ഒരു വശത്തേക്ക് നീക്കി പുലരിപോലെ സുന്ദരിയായ ഒരു സ്ത്രീ പ്രത്യക്ഷപ്പെട്ടു. അവൾ മൊഹ്സിനു മുന്നിൽ ഒരു മൊന്ത വെച്ച് മറ്റേ സെറ്റിയിൽ അയാൾക്കഭിമുഖമായി ഇരുന്നു. മൊഹ്സിൻ മന്ദഹസിച്ചു. ഭാര്യ അയാളുടെ മുന്നിൽ പ്രത്യക്ഷപ്പെടുമ്പോഴെല്ലാം അയാളുടെ മുഖത്ത് മന്ദഹാസം വിടരും. അപാരസൗന്ദര്യമാണ് അവൾക്ക്. അവളുടെ നൈർമ്മല്യം ഒരിക്കലും മങ്ങുന്നില്ല.

താലിബാൻവാഴ്ചയുടെ അന്തഃസാരശൂന്യമായ ദൈനംദിനജീവിതത്തിന്റെ കാഠിന്യവും പുരുഷന്മാരുടെ മൗഢ്യത്തിനും ശാഠ്യങ്ങൾക്കും വിട്ടുകൊടുക്കപ്പെട്ട തന്റെ നഗരത്തെക്കുറിച്ചുള്ള ദുഃഖവുമൊന്നും സുനൈറയുടെ മുഖത്ത് ഒരു ചുളിവുപോലും വീഴ്ത്തിയില്ല. അവളുടെ പഴയ മൃദുലകാന്തി നഷ്ടപ്പെട്ടെന്നോ, അവളുടെ ചിരിയുടെ ശബ്ദം ഇപ്പോൾ കേൾക്കാറില്ലെന്നോ, ഒക്കെ ശരിയാണ്. എന്നാൽ, അവളുടെ മരതകം പോലെ തിളങ്ങുന്ന വലിയ കണ്ണുകളുടെ മാസ്മരികതയ്ക്ക് യാതൊരു മാറ്റവുമില്ല.

മൊഹ്സിൻ മൊന്ത ചുണ്ടിലേക്കടുപ്പിച്ചു.

അയാൾ കുടിച്ചുതീരുന്നതുവരെ ഭാര്യ കാത്തു.

'നിങ്ങളാകെ തളർന്നപോലെ തോന്നുന്നു.'

'ഞാനിന്ന് ഒരുപാട് നടന്നു. എന്റെ കാലടികൾ ചുട്ടുപൊള്ളുന്നു.'

സുനൈറ കൈകൾകൊണ്ട് ഭർത്താവിന്റെ പാദത്തിലെ പൊടിതട്ടി, അയാളുടെ കാലടികൾ മെല്ലെ തിരുമ്മാൻ തുടങ്ങി. മൊഹ്സിൻ കൈമുട്ടുകളിൽ ചാരിയിരുന്ന് ഭാര്യയുടെ മൃദുലസ്പർശത്തിനു സ്വയം വിട്ടുകൊടുത്തു.

'ഉച്ചഭക്ഷണത്തിനു ഞാൻ നിങ്ങളെ കാത്തിരുന്നു.'

'ഞാൻ മറന്നുപോയി.'

'മറന്നുപോയി?'

'എനിക്ക് എന്താണ് സംഭവിച്ചത് എന്നറിയില്ല. മുമ്പൊരിക്കലും ഞാൻ ഇങ്ങനെയൊരു ആധി അനുഭവിച്ചിട്ടില്ല; നമ്മുടെ വീട് നഷ്ടപ്പെട്ടപ്പോൾ പോലും. എനിക്ക് ബോധം നശിച്ചപോലെയായിരുന്നു. ഞാൻ എവിടെയൊക്കെയോ അലഞ്ഞുതിരിയുകയായിരുന്നു. ഞാൻ നടന്ന തെരുവുകളൊന്നും എനിക്ക് തിരിച്ചറിയാൻ കഴിഞ്ഞിരുന്നില്ല. ഞാൻ അവയിലൂടെ അങ്ങോട്ടുമിങ്ങോട്ടും നടന്നു. തെരുവുകൾ മുറിച്ചുകടക്കാൻ എനിക്ക് കഴിയാത്തപോലെ ശരിക്കും വിചിത്രമായിരുന്നു അത്. ഏതാണ്ട്, മൂടൽമഞ്ഞിൽ പെട്ടതുപോലെ. പോകുന്ന വഴിയൊന്നും എനിക്ക് ഓർമ്മിക്കാൻ കഴിഞ്ഞില്ല. എവിടേക്കാണു പോകേണ്ടതെന്നും എനിക്കറിയില്ലായിരുന്നു.' ഒരു കവിത പോലെ അയാളുടെ വാക്കുകൾ സുനൈറ ശ്രദ്ധാപൂർവ്വം കേട്ടു.

'വെയിലത്ത് നടന്നതിന്റെ ബോധക്ഷയമാകും അത്.'

'അല്ല, അതൊരു സൂര്യാഘാതമായിരുന്നില്ല.'

പെട്ടെന്ന് തിരുമ്മൽ നിർത്താൻ ആവശ്യപ്പെട്ടുകൊണ്ട് അയാൾ ഭാര്യയുടെ കൈകൾ കടന്നുപിടിച്ചു. ആശയറ്റവനെപ്പോലുള്ള അയാളുടെ പിടുത്തത്തിന്റെ ശക്തിയിൽ ലയിച്ചുകൊണ്ട് സുനൈറ അവളുടെ തിളക്കമാർന്ന കണ്ണുകളുയർത്തി അയാളുടെ മുഖത്തേക്കു നോക്കി.

മൊഹ്സിൻ ഒരു നിമിഷം സംശയിച്ചു, എന്നിട്ട്, ഭാവരഹിതമായ ശബ്ദത്തിൽ ചോദിച്ചു, 'ഇത് ഞാൻ തന്നെയാണോ? എനിക്കെന്തെങ്കിലും വ്യത്യാസം തോന്നുന്നുണ്ടോ?'

'എന്താണ് ഇങ്ങനെ ചോദിക്കുന്നത്?'

'ഞാൻ മാറിപ്പോയിട്ടുണ്ടോ എന്നാണ് ചോദിക്കുന്നത്.'

സുനൈറ നെറ്റി ചുളിച്ചുകൊണ്ട് പറഞ്ഞു, 'ഞാൻ എന്തിനെപ്പറ്റി സംസാരിക്കണമെന്നാണ് ആവശ്യപ്പെടുന്നത് എന്ന് എനിക്ക് മനസ്സിലാവുന്നില്ല.'

'എന്നെപ്പറ്റിത്തന്നെ അല്ലാതെന്ത്? ഞാൻ ഇപ്പോഴും അതേ ആൾ തന്നെയാണോ, മറ്റെല്ലാവരേക്കാൾ നീ ഇഷ്ടപ്പെട്ട അതേ ആൾ? ഞാൻ

അതേ ശീലങ്ങളും അതേ രീതികളും നിലനിർത്തുന്നുണ്ടോ? എന്റെ പ്രതികരണങ്ങൾ സാധാരണപോലെത്തന്നെയാണോ? ഞാൻ നിന്നോട് അതേ സ്നേഹവായ്പോടുകൂടി പെരുമാറുന്നുണ്ടോ?' സുനൈറാ, എനിക്കെന്താണ് സംഭവിച്ചത്?'

'നമ്മുടെ ചുറ്റും പലതും മാറിയിരിക്കുന്നു എന്നത് തീർച്ചയായും സത്യമാണ്. നമ്മുടെ വീട് ബോംബിട്ടു. നമ്മുടെ ബന്ധുക്കളും സുഹൃത്തുക്കളും ഇപ്പോൾ നമ്മോടൊപ്പമില്ല. അവരിൽ ചിലർ ഈ ലോകം തന്നെ വിട്ടുപോയിരിക്കുന്നു. നിങ്ങൾക്ക് നിങ്ങളുടെ ബിസിനസ് നഷ്ടപ്പെട്ടു. എന്റെ ഔദ്യോഗികജീവിതം എന്നിൽ നിന്നും എടുത്തുമാറ്റപ്പെട്ടു. നമുക്ക് ഇപ്പോൾ ആവശ്യത്തിനു ഭക്ഷണമില്ല; നാളെ എന്തും സംഭവിച്ചേക്കും. നമ്മുടെ ജീവിതത്തിന്റെ അനിശ്ചിതത്വത്തിനുമുന്നിൽ ഇനി ഒരുതരത്തിലുള്ള ആസൂത്രണങ്ങൾക്കും അർത്ഥമില്ല. എങ്കിലും നമ്മളിപ്പോഴും ഒന്നിച്ചാണ്. മൊഹ്സിൻ അതാണ് നമുക്ക് ഏറ്റവും പ്രധാനം. നമുക്ക് താങ്ങായി നമ്മളേയുള്ളൂ. നമുക്ക് പരസ്പരം പിന്തുണയ്ക്കാം. പ്രത്യാശ നിലനിർത്തുക എന്നത് നമ്മെ, നമ്മെ മാത്രം, ആശ്രയിച്ചിരിക്കുന്നു.'

'ഓരോ ദിവസവും നാം അനുഭവിക്കേണ്ടിവന്ന ദുരിതങ്ങൾ നമ്മുടെ ദൈവവിശ്വാസത്തെ കുറച്ചിട്ടില്ല. നമ്മുടെ കടമ നിർവ്വഹിക്കുന്നതിൽ നാം പരാജയപ്പെട്ടിട്ടില്ല. ദൈവം നമ്മളെ മറക്കുമോ സുനൈറ?'

മൊഹ്സിൻ ഭാര്യയുടെ കൈകൾ വിട്ട് അവളുടെ താടിയിൽ വിരലോടിച്ചു. പ്രേമോഷ്മളമായ ഒരു ഭാവപ്രകടനമായിരുന്നു അത്. അവൾ അയാളുടെ ലാളനയിലേക്കൊതുങ്ങി.

'എനിക്ക് ബാക്കിയുള്ള സൂര്യൻ നീ മാത്രമാണ്, സുനൈറാ. നീയില്ലെങ്കിൽ എന്റെ രാത്രി ഏറ്റവും കട്ടിയായ ഇരുട്ടിനേക്കാൾ കറുത്തതും കല്ലറയേക്കാൾ തണുത്തതുമായിരിക്കും. പക്ഷേ, ദൈവത്തെയോർത്ത് നിന്നോടുള്ള എന്റെ പെരുമാറ്റത്തിൽ എന്തെങ്കിൽ മാറ്റമുണ്ടെങ്കിൽ, ഞാൻ നീചനും നെറികെട്ടവനുമാവുന്നുണ്ടെങ്കിലും ദയവായി എന്നോടു തുറന്നു പറയുക. പലതും കൈവിട്ടു പോകുന്നതുപോലെ എനിക്കു തോന്നുന്നു. ഞാനിപ്പോൾ എന്റെ നിയന്ത്രണത്തിലല്ല എന്നാണ് എനിക്കു തോന്നുന്നത്. എനിക്കു ഭ്രാന്തു പിടിക്കുന്നുണ്ടെങ്കിൽ, അതിനെപ്പറ്റി ബോധവാനാക്കാൻ നീയെന്നെ സഹായിക്കുക. മറ്റൊന്നുംതന്നെ എനിക്ക് പ്രശ്നമില്ല. നീയൊഴികെ. എന്തൊക്കെ സംഭവിച്ചാലും നിന്നോടെനിക്ക് ദ്രോഹം ചെയ്യാനാവില്ല...'

തന്റെ ദൃഷ്ടിയിൽ അയാൾ യാതൊരു തെറ്റും ചെയ്തിട്ടില്ലെന്ന് ബോദ്ധ്യപ്പെടുത്താനായി അയാളുടെ വിറയാർന്ന കൈകളിൽ അവൾ കവിളമർത്തി. അയാളെ സാന്ത്വനിപ്പിക്കാൻ അവൾ ആവുന്നത്ര ശ്രമിച്ചു.

'നാം വിഷമം പിടിച്ച കാലത്തിലൂടെയാണ് കടന്നുപോകുന്നത്. നാം വേണ്ടതിലധികം പുലമ്പുകയും വിലപിക്കുകയും ചെയ്തുകൊണ്ടിരിക്കുന്നു.

സമാധാനം എന്തെന്നറിയാത്ത അവസ്ഥയാണ് നമ്മുടേത്. പെട്ടെന്ന് ഒരു ഇടവേളയുടെ നിശ്ശബ്ദതയിൽ നമ്മൾ ഭയന്നുപോകുന്നു. യാതൊരു ഭീഷണിയുമുയർത്താത്ത കാര്യങ്ങളെപ്പറ്റി നാം വെറുതെ സംശയാലുക്കളാവുന്നു.'

മൊഹ്സിൻ ഭാര്യയുടെ കവിൾത്തടങ്ങളിൽ മെല്ലെ കൈകൾ പിൻവലിച്ചു. കണ്ണുനീർ കൊണ്ട് അയാളുടെ കാഴ്ച മങ്ങി. അയാൾ ദൃഷ്ടികൾ മച്ചിലേക്കുയർത്തി വികാരവിക്ഷോഭം നിയന്ത്രിക്കാൻ കഠിനശ്രമം നടത്തി. അയാളുടെ മെലിഞ്ഞ കഴുത്തിൽ തൊണ്ടമുഴ പിടച്ചു. കടുത്ത ആത്മരോഷത്താൽ അയാളുടെ കവിളെല്ലുകൾ വിറയ്ക്കാൻ തുടങ്ങി. അത് ചുണ്ടുകളിലേക്കും താടിയുടെ അറ്റത്തേക്കും വ്യാപിച്ചു.

'ഇന്നു രാവിലെ, എനിക്ക് ആലോചിക്കാൻ പോലുമാവാത്ത ഒരു കാര്യം ഞാൻ ചെയ്തു.' അയാൾ മനസ്സു തുറന്നു.

അയാളുടെ കണ്ണുകളിലെ ആധിയിൽ ഉൽക്കണ്ഠ പൂണ്ട് സുനൈറ മരവിച്ചുനിന്നു. അവൾ അയാളുടെ കരങ്ങൾ ഗ്രഹിക്കാൻ ശ്രമിച്ചു. എന്നാൽ, ഒരു ആക്രമണത്തെ പ്രതിരോധിക്കാനെന്നപോലെ അയാൾ കൈകൾ നെഞ്ചിലേക്കുയർത്തി.

'എനിക്കു വിശ്വസിക്കാനാവുന്നില്ല.' അയാൾ പിറുപിറുത്തു. 'എങ്ങനെയാണതു സംഭവിച്ചത്? എങ്ങനെ എനിക്കതിനു കഴിഞ്ഞു?'

മൊഹ്സിൻ കിതയ്ക്കാൻ തുടങ്ങി. അയാളുടെ മാറിടം പേടിപ്പെടുത്തുന്ന വിധം അതിവേഗം ഉയരുകയും താഴുകയും ചെയ്തുകൊണ്ടിരുന്നു.

വാക്കുകൾ അയാളെ ഭയപ്പെടുത്തിയെങ്കിലും അയാൾ തന്റെ കഥ വിവരിക്കാൻ തുടങ്ങി. 'സുനൈറ.... സുനൈറാ.... ഇന്ന് രാവിലെ കവലയിൽ ഒരു വേശ്യയെ കല്ലെറിഞ്ഞു കൊന്നു. എനിക്കറിഞ്ഞുകൂടാ, അവളുടെ രക്തത്തിനുവേണ്ടി മുറവിളി കൂട്ടുന്ന അധമമനുഷ്യരുടെ കൂട്ടത്തിൽ ഞാനും കൂടി. ഒരു ചുഴലിക്കാറ്റ് എന്നെ അവിടെ എത്തിച്ചപോലെ. കളങ്കിതയായ ആ ജീവി നശിക്കുന്നതു കാണാൻ ഒരു നല്ല സ്ഥാനം തന്നെ വേണമെന്ന് ഞാൻ ആഗ്രഹിച്ചു. കല്ലുകളുടെ ശരവർഷം ചെകുത്താനെ കീഴടക്കാൻ തുടങ്ങിയപ്പോൾ, സുനൈറാ നിനക്ക് വിശ്വസിക്കാൻ കഴിയുമോ, അറിയാതെ, ഞാനും, അതെ, ഞാനും പാറക്കഷണങ്ങൾ എടുത്ത് അവളെ എറിയാൻ തുടങ്ങി. എനിക്കു ഭ്രാന്തുപിടിച്ചിരിക്കണം, സുനൈറാ. എങ്ങനെ എനിക്ക് അങ്ങനെയൊരു കാര്യം ചെയ്യാൻ കഴിഞ്ഞു? ജീവിതം മുഴുവനും മനസ്സാക്ഷിയനുസരിച്ച് തിന്മയെ എതിർത്ത ഞാൻ... ചിലർ എന്നെ ഭീഷണിപ്പെടുത്തിയിട്ടുണ്ട്. മറ്റുചിലർ വാഗ്ദാനങ്ങൾ നൽകിയിട്ടുണ്ട്. പക്ഷേ, ഒരിക്കലും ആയുധമെടുത്ത് മറ്റൊരു വ്യക്തിയെ കൊല്ലുവാൻ എന്നെ നിർബ്ബന്ധിക്കാൻ അവർക്കു കഴിഞ്ഞിട്ടില്ല. എനിക്കു ശത്രുക്കളുണ്ടാവാൻ ഇട വന്നിട്ടുണ്ട്. എന്നാൽ, സ്വയം മറ്റൊരാളുടെ, അയാൾ ആരുമാവട്ടെ, ശത്രുവാകുക എന്നത് എനിക്ക് സഹിക്കാനാവാത്ത

കാര്യമാണ്. സുനൈറാ, ഇന്നു രാവിലെ ആൾക്കൂട്ടം ആർത്തുവിളിച്ചതു കൊണ്ടു മാത്രം ഞാനും ആർത്തുവിളിച്ചു. ആൾക്കൂട്ടം രക്തം ആവശ്യപ്പെട്ടതുകൊണ്ടു മാത്രം ഞാനും രക്തത്തിനുവേണ്ടി മുറവിളികൂട്ടി. ഒരു പാവം പെണ്ണിനെ ഒരു കാരണവും കൂടാതെ ഞാനെറിഞ്ഞുകൊന്നു. എന്റെ ഈ കൈകളിൽനിന്നും ഇപ്പോൾ എനിക്ക് കണ്ണെടുക്കാനാവുന്നില്ല സുനൈറാ.... എന്നാൽ, എനിക്കെന്നെ തിരിച്ചറിയാൻ കഴിയാതായിരിക്കുന്നു. എന്റെ നിഴലിനെ തട്ടിമാറ്റാൻ ശ്രമിച്ചുകൊണ്ട്, ഞാനും എന്റെ പ്രവൃത്തിയും തമ്മിലുള്ള ദൂരം വർദ്ധിപ്പിക്കാൻ ശ്രമിച്ചുകൊണ്ട് ഞാൻ തെരുവിലൂടെ ഭ്രാന്തു പിടിച്ചുനടന്നു. ഓരോ മൂലയിലും, ഓരോ കൽക്കൂമ്പാരത്തിലും ഞാൻ ആ അഭിശപ്തനിമിഷവുമായി നേർക്കുനേർ നോക്കി നിന്നു. ഞാൻ എന്നെത്തന്നെ ഭയക്കുന്നു, സുനൈറാ. ഞാനിപ്പോൾ ആയിത്തീർന്നിട്ടുള്ള മനുഷ്യനിൽ എനിക്ക് ഒട്ടും വിശ്വാസമില്ല. ഞാനിപ്പോൾ ഞാനല്ല..."

ഭർത്താവിന്റെ കഥ കേട്ട് സുനൈറ ഒരു പ്രതിമപോലെ സ്തംഭിച്ചിരുന്നു. മൊഹ്സിൻ തന്റെ ആത്മാവ് തുറന്നുകാട്ടുന്ന പ്രകൃതക്കാരനായിരുന്നില്ല. അയാൾ ഒരിക്കലും തന്റെ മനഃപ്രയാസങ്ങളെക്കുറിച്ച് സംസാരിക്കാറില്ല, ഒരിക്കലും തന്റെ വികാരങ്ങൾ പുറത്തു കാട്ടാറില്ല. പക്ഷേ, അല്പം മുമ്പ് അയാളുടെ കണ്ണുകളുടെ ആഴങ്ങളിലെ കഠിനമായ നൊമ്പരം തിരിച്ചറിഞ്ഞപ്പോൾ മുതൽ അത് അയാൾക്ക് മറച്ചുവെക്കാൻ കഴിയില്ലെന്ന് അവൾക്കറിയാമായിരുന്നു. ഇത്രയും ഭീമമായ ഒന്ന് അയാൾ പറയുമെന്ന് അവൾ പ്രതീക്ഷിച്ചില്ല.

അവളുടെ വിടർന്ന കണ്ണുകളുടെ തിളക്കം അന്നാദ്യമായി എന്നെന്നേക്കുമായി ഉയർന്നു.

'നിങ്ങൾ ഒരു സ്ത്രീയെ കല്ലെറിഞ്ഞോ?' ഏതോ ഒരു ഗർത്തത്തിന്റെ ആഴത്തിൽനിന്ന് അവളുടെ ശബ്ദത്തിന്റെ തേങ്ങൽ ഉയർന്നു.

'മൊഹ്സിൻ, എന്താണീപ്പറയുന്നത്? നിങ്ങൾക്ക് അങ്ങനെയൊന്നു ചെയ്യാൻ കഴിയില്ല. അത് നിങ്ങളുടെ രീതിയല്ല. നിങ്ങൾ വിദ്യാസമ്പന്നനായ മനുഷ്യനാണ്.'

'എനിക്ക് എന്താണ് സംഭവിച്ചത് എന്നറിയില്ല. അത്രയും പെട്ടെന്നാണ് അതു നടന്നത്. ആൾക്കൂട്ടം എന്റെമേൽ മയക്കുവിദ്യ പ്രയോഗിച്ചപോലെയായിരുന്നു അത്. കല്ലുകൾ ഞാനറിഞ്ഞുകൊണ്ട് പെറുക്കിയെടുത്തതായി എനിക്ക് തോന്നിയില്ല. അവ ഉപേക്ഷിക്കാൻ എനിക്കു പറ്റിയില്ല, ചെറുക്കനാവാത്ത ഒരു രോഷം എന്റെ കൈകളെ കീഴടക്കി എന്നു മാത്രമേ ഞാൻ ഓർക്കുന്നുള്ളൂ... അതവളുടെ തലയിൽ തന്നെ ഊക്കോടെ കൊണ്ടു. എന്നാൽ ഞാൻ സ്വയം തടയാൻ ശ്രമിക്കുകപോലും ചെയ്തില്ല എന്നതാണ് എന്നെ ഒരേ സമയം ഭീതിപ്പെടുത്തുന്നതും സങ്കടത്തിലാഴ്ത്തുന്നതും.'

സുനൈറ, അടിച്ചു വീഴ്ത്തപ്പെട്ടതുപോലെ നില്പുറയ്ക്കാതെ വീണു പോകുമായിരുന്നു. ഉടനെതന്നെ എങ്ങനെയൊക്കെയോ വീഴാതെ നിന്നു. കേട്ടത് വിശ്വസിക്കാനാവാതെ, ഒരു നിമിഷം മുമ്പു വരെ തുടുത്തു രുണ്ടിരുന്ന അവളുടെ ചുണ്ടുകൾ പൊടുന്നനെ വറ്റിവരണ്ടു. അവൾ താങ്ങിനായി ചുറ്റും പരതി. ചുമരിൽനിന്നും തള്ളിനിന്നിരുന്ന ഒരു തിണ്ട് മാത്രമേ അവൾ കണ്ടുള്ളൂ. അവൾ അതിൽ മുറുകെ പിടിച്ചു. സ്വബോധം വീണ്ടെടുക്കാൻ അവൾ ഏറെ നേരം അനങ്ങാതെ നിന്നു. മൊഹ്സിൻ അവളുടെ കൈ പിടിക്കാൻ ശ്രമിച്ചപ്പോഴൊക്കെ അവൾ ഒഴിഞ്ഞുമാറി. അടുക്കളയുടെ ഭാഗത്തേക്ക്, വസ്ത്രങ്ങളുടെ മൃദുമർമ്മരത്തോടെ അവൾ ഇടറിനടന്നു. അവൾ കർട്ടന്റെ പിന്നിൽ മറഞ്ഞ നിമിഷത്തിൽ, താൻ സ്വയം വിശ്വസിക്കാൻ വിസമ്മതിക്കുന്ന കാര്യം അവളുമായി പങ്കു വെക്കാൻ പാടില്ലായിരുന്നു എന്ന് മൊഹ്സിന് മനസ്സിലായി. താൻ ചെയ്ത ഈ കുറ്റകൃത്യം സുനൈറ ഒരിക്കലും പൊറുക്കില്ല.

നാല്

സൂര്യൻ പിൻവാങ്ങാൻ തയ്യാറെടുത്തു. കുന്നിൻചെരുവിൽ തട്ടി പ്രതിഫലിക്കുന്ന രശ്മികൾക്ക് തീവ്രത കുറഞ്ഞിരിക്കുന്നു. എങ്കിലും, തങ്ങളുടെ വീടുകളുടെ ഉമ്മറത്ത് അക്ഷമരായി ചൂടുകൊണ്ടു തളർന്ന സായാഹ്നം കാത്തിരിക്കുന്ന വൃദ്ധന്മാർക്കറിയാം, രാത്രിയും പകലുപോലെ ചുട്ടുപൊള്ളുന്നതായിരിക്കും എന്ന്. ചുറ്റുമുള്ള മലകൾ സൃഷ്ടിച്ച ഭീമാകാരമായ ആവിമുറിയിൽപെട്ട കാബൂളിലെ അന്തരീക്ഷം ശ്വാസംമുട്ടിക്കുന്നതാണ്. ആകാശത്ത് നരകത്തിലേക്ക് പാതി തുറന്ന ജനൽപോലെയാണ് അത്. അപൂർവ്വമായി വീശുന്ന കാറ്റ് ദുഷിച്ചുകെട്ടിയ വായുവിനു നവോന്മേഷം പകരുന്നതിനുപകരം, തൊണ്ട വരളുകയും കണ്ണു ചൊറിയുകയും ചെയ്യുന്ന പൊടി നിറയ്ക്കുന്നു.

അതീഖ് വൈകുന്നേരത്തെ ഏറെ നീണ്ട തന്റെ നിഴൽ വീക്ഷിച്ചുകൊണ്ട് നടന്നു. മുക്രി ഉടൻ തന്നെ വിശ്വാസികളെ മഗ്രീബ് പ്രാർത്ഥനയ്ക്കായി വിളിക്കും. ചാട്ട അരപ്പട്ടയിൽ തിരുകി അതീഖ് പള്ളിയുടെ മുന്നിൽ തളർച്ചയോടെ നിന്നു. വൃത്തിയായി വെള്ളപൂശിയ ഹാളും പൊട്ടിപ്പൊളിഞ്ഞ മേൽക്കൂരയും ബോംബുവീണ് വിരൂപമായ മിനാരവുമുള്ള ഒരു കൂറ്റൻ കെട്ടിടം.

പള്ളിക്കുചുറ്റും കാവൽ നില്ക്കുന്ന താലിബാൻ സൈനികർ പ്രാർത്ഥിക്കാൻ വന്നുചേർന്ന വഴിപോക്കരെ വിശ്വാസികളോടൊപ്പം പള്ളിയിലേക്ക് പോകാൻ പട്ടാളച്ചിട്ടയിൽ നിർബ്ബന്ധിച്ചുകൊണ്ടിരുന്നു.

ദേവാലയത്തിനകം ഇരമ്പുന്ന ചൂളപോലെയായിരുന്നു. ആദ്യം വന്നവർ, പണ്ഡിതോചിതമായി മതഗ്രന്ഥം പാരായണം ചെയ്യുന്ന മൊല്ലയുടെ പ്രസംഗവേദിയുടെ സമീപത്തുള്ള, അവിടവിടെ ചിതറിക്കിടക്കുന്ന പഴകിയ പരവതാനിയുള്ള സ്ഥലമെല്ലാം കൈയടക്കിയിരുന്നു. അത്ര ഭാഗ്യമില്ലാത്തവർ, ഏതാനും കീറിപ്പറിഞ്ഞ പായകൾക്കായി, അവ തൂവൽമെത്തയാണെന്നതുപോലെ പിടിവലി കൂടുന്നുണ്ടായിരുന്നു.

വെയിലിൽനിന്നും സൈനികരുടെ ചാട്ടയിൽനിന്നും രക്ഷ കിട്ടിയതുതന്നെ വലിയ കാര്യം എന്നു കരുതി സദസ്സിൽ ബാക്കിയുള്ളവർ വെറും തറ കൊണ്ടു തന്നെ തൃപ്തിപ്പെട്ടു. അവരുടെ പിൻവശത്ത് തറയുടെ പരുക്കൻ പ്രതലം ആഴത്തിൽ പാടുകളുണ്ടാക്കി.

അതീഖ് ഒരു കൂട്ടം വൃദ്ധന്മാരുടെ സമീപത്ത് മുട്ടുകുത്തിയിരുന്നു. അയാൾ കൂട്ടത്തിൽ ഏറ്റവും പ്രായം ചെന്ന വൃദ്ധനോട് കോപത്തോടെ മുരണ്ടുകൊണ്ട് ചുമരിലേക്ക് കൂടുതൽ പറ്റിയിരിക്കാൻ പറയുകയും സ്വയം ഒരു തൂണിൽ ചാരി ഇരിക്കുകയും ചെയ്തു. ഒരിക്കൽക്കൂടി അയാൾ വൃദ്ധന്റെ നേരെ കണ്ണുരുട്ടുകയും പരമാവധി ഒതുങ്ങിയിരിക്കാൻ ഭീഷണിസ്വരത്തിൽ കല്പിക്കുകയും ചെയ്തു.

അതീഖ്, വൃദ്ധരെ, ആ പ്രദേശത്തുള്ളവരെ, വെറുത്തു. മിക്കവരും ശവസംസ്കാരത്തിനു സൂക്തങ്ങൾ ചൊല്ലിയും ആൾക്കാരുടെ വസ്ത്രത്തിൽ പിടിച്ചുവലിച്ച് ഭിക്ഷ യാചിച്ച് സമയം ചെലവഴിച്ചും ഒന്നിനും കൊള്ളാത്തവരായി അലഞ്ഞുനടക്കുന്നവർ. അറപ്പുളവാക്കുന്ന ദുർഗന്ധം വമിക്കുന്ന തൊട്ടുകൂടാത്തവരാണ് അവർ. സായാഹ്നങ്ങളിൽ ഏതെങ്കിലും ദാനശീലരായ സുമനസ്സുകൾ വിധവകൾക്കും അനാഥർക്കും ഭക്ഷണം നല്കുന്ന ഇടങ്ങളിൽ ഈ പൗരാണികർ നായ്ക്കളെപ്പോലെ മണത്തറിഞ്ഞെത്തുകയും യാതൊരു ഉളുപ്പുമില്ലാതെ ബഹളം കൂട്ടി ഭക്ഷണം കൈക്കലാക്കുകയും ചെയ്യും. മറ്റെല്ലാറ്റിനുമുപരി, ഈ ഒരൊറ്റ കാരണത്താലാണ് അതീഖ് അവരെ ഇത്രയും വെറുത്തത്. പള്ളിയിൽ തന്റെ വരിയിൽ ഒരു കിഴവനെ കണ്ടാൽ അയാളുടെ പ്രാർത്ഥന വെറുപ്പ് കലർന്നതാവുന്നു. അതിദൈന്യനാട്യത്തിലുള്ള അവരുടെ മോങ്ങലുകൾ അയാൾ വെറുത്തു. മതപ്രസംഗത്തിനിടയിലെ അവരുടെ ദൈന്യഭാവത്തിലുള്ള ഉറക്കംതൂങ്ങൽ അയാൾ വെറുത്തു. അയാളെ സംബന്ധിച്ചിടത്തോളം അവർ വെറും ശവങ്ങളാണ്, ശവക്കുഴി തോണ്ടുന്നവർ എങ്ങനെയോ മറന്നുപോയ, രോഗം പരത്തുന്ന അവശിഷ്ടങ്ങൾ. ചീർത്ത കണ്ണുകളും തകർന്ന വായുമുള്ള ചീഞ്ഞുനാറുന്ന മൃതശരീരങ്ങൾ....

'അസ്തഗ്ഫിരുള്ളാഹ്,' അയാൾ സ്വയം തന്നോടുതന്നെയുള്ള ദീനാനുകമ്പയിൽ പറഞ്ഞു, 'എന്റെ പാവം, അതീഖ്, ദൈവത്തിന്റെ ഭവനത്തിൽ പോലും നിന്റെ ഹൃദയം വിഷമയമാവുന്നു. സ്വയം നിയന്ത്രിക്കുക. നിന്റെ സ്വകാര്യ ജീവിതം കാഴ്ചവസ്തുവാക്കാതിരിക്കുക. ദുരാത്മാവ് നിന്റെ ചിന്തയെ മലിനപ്പെടുത്തുന്നത് തടയാൻ ശ്രമിക്കുക.'

കൈകൾ നെറ്റിയിൽ വെച്ച് അയാൾ മനസ്സ് ശൂന്യമാക്കാൻ ശ്രമിച്ചു. താടിയുടെ അറ്റം കഴുത്തിലമർത്തി, ധ്യാനം തടസ്സപ്പെടാതിരിക്കാൻ, നോട്ടം കിഴവന്മാരിൽ പതിക്കാതിരിക്കാൻ അയാൾ കണ്ണുകൾ നിലത്തുറപ്പിച്ചു.

മുക്രി ബാങ്കു വിളിക്കാനുള്ള സ്ഥലത്തേക്കു പോയി. ഉടനെ ഒത്തൊരുമിച്ചുള്ള ഒരു നീക്കത്തോടെ വിശ്വാസികളെല്ലാം എഴുന്നേറ്റ് വരിയിൽ അണിനിരക്കാൻ തുടങ്ങി. കൂർത്ത ചെവിയും പോക്കിരിയുടെ ഭാവവുമുള്ള ഒരു കുറിയ മനുഷ്യൻ ജയിലറുടെ വസ്ത്രത്തിൽ പിടിച്ചു വലിച്ച് മറ്റുള്ളവരോടൊപ്പം വരിയിൽ ചേർന്നു നില്ക്കാൻ പറഞ്ഞു. അരിശം മൂത്ത

ജയിലർ അയാളുടെ കണങ്കൈയിൽ പിടിച്ച് ഒരു വശത്തേക്കു പിരിച്ചു. കൈ ഞെരിയാൻ തക്കവണ്ണം ശക്തമായ പിടുത്തത്തിൽ നിന്നും കൈ വലിച്ചെടുക്കാൻ കുറിയ മനുഷ്യൻ ശ്രമിച്ചു. ശ്രമം വിഫലമാവുകയും കഠിനമായ വേദനകൊണ്ട് അയാൾ തളർന്നുവീഴാൻ തുടങ്ങുകയും ചെയ്തു. അതീഖ് ഏതാനും നിമിഷങ്ങൾ പിടി അയയ്ക്കാതെ നിന്നു. ഇര നിലവിളിക്കും എന്നുറപ്പായപ്പോൾ അയാൾ പിടി വിട്ടു. ദുസ്സഹമായ വേദനയോടെ ആ കുറിയ മനുഷ്യൻ കണങ്കൈ പിടിച്ച് കക്ഷത്തിൽ വെച്ചു. ഒരു വിശ്വാസി പള്ളിക്കകത്തുവെച്ച് ഇങ്ങനെ പെരുമാറും എന്ന് വിശ്വസിക്കാനാവാതെ അയാൾ മുന്നിലെ വരിയിലേക്ക് മാറിപ്പോയി, തിരിഞ്ഞുനോക്കാതെ നിന്നു.

'അസ്തഗ്ഫിറുല്ലാഹ്,' ഒരിക്കൽക്കൂടി അതീഖ് തന്നോടുതന്നെ പറഞ്ഞു. 'എന്താണെനിക്കു സംഭവിക്കുന്നത്? എനിക്ക് ഇരുട്ട് സഹിക്കാൻ പറ്റുന്നില്ല, വെളിച്ചം സഹിക്കാൻ പറ്റുന്നില്ല, എനിക്ക് നിൽക്കാൻ വയ്യ, ഇരിക്കാൻ വയ്യ, എനിക്ക് കിഴവന്മാരെ ഇഷ്ടമല്ല, കുട്ടികളെ ഇഷ്ടമല്ല. ആരെങ്കിലും എന്നെ നോക്കുകയോ സ്പർശിക്കുകയോ ചെയ്യുന്നത് ഞാൻ വെറുക്കുന്നു. എനിക്ക് എന്നെത്തന്നെ സഹിക്കാൻ പറ്റുന്നില്ല. എനിക്ക് മുഴുഭ്രാന്താവുകയാണോ?'

പ്രാർത്ഥനക്കുശേഷം മുക്രിയുടെ രണ്ടാമത്തെ വാങ്കുവിളിക്കായി അയാൾ പള്ളിയിൽതന്നെ കാത്തു നിന്നു. എന്തുതന്നെ സംഭവിച്ചാലും വീട്ടിലേക്കു പോകാൻ, അലങ്കോലമായി കിടക്കുന്ന കിടക്കയും, കഴുകാത്ത പാത്രങ്ങൾ ഇട്ട നാറുന്ന വാഷ്ബേസിനും, മുഖത്ത് തുടുത്ത വ്രണങ്ങളും തലയിൽ മുഷിഞ്ഞ തട്ടവുമായി മുറിയുടെ ഒരു മൂലയിൽ കാൽമുട്ടുകൾ താടി തൊടുന്നവിധം ചുരുണ്ടുകൂടിക്കിടക്കുന്ന ഭാര്യയേയും അഭിമുഖീകരിക്കാൻ അയാൾ തയ്യാറായിരുന്നില്ല.

പ്രാർത്ഥനാസദസ്സ് പിരിഞ്ഞു. ചിലർ വീട്ടിലേക്കു പോയി. മറ്റു ചിലർ പള്ളിയുടെ മുന്നിൽ സംസാരിച്ചു നിന്നു. വൃദ്ധരും യാചകരും കൈകൾ നീട്ടിക്കൊണ്ട് പള്ളിയുടെ പ്രവേശനകവാടത്തിൽ കൂട്ടംകൂടി നിന്നു. അതീഖ്, പഴയ യുദ്ധകഥകൾ പരസ്പരം പങ്കുവെക്കുന്ന, വികലാംഗരായ മുൻസൈനികരുടെ കൂട്ടത്തിനടുത്തേക്കു ചെന്നു. ആജാനബാഹുവായ ഗോലിയാത്തിനെപ്പോലെയുള്ള ഒരു താടിക്കാരൻ വീർത്ത വിരലുകൊണ്ട് മണ്ണിൽ ശത്രുസൈന്യത്തിന്റെ അതിർത്തിരേഖകൾ വരയ്ക്കുന്നുണ്ടായിരുന്നു. മറ്റുള്ളവർ ദർവീഷു*കളെപ്പോലെ നിശ്ശബ്ദരായി അയാൾ മണ്ണിൽ വരച്ച വരകൾ വീക്ഷിച്ചുകൊണ്ടു നിന്നു. ഓരോരുത്തർക്കും ഓരോ കയ്യോ കാലോ നഷ്ടപ്പെട്ടിരുന്നു. അൽപം പിന്നിലായി ഇരുന്നിരുന്ന ഒരാൾക്ക് രണ്ടു കാലും ഇല്ലായിരുന്നു. ചക്രക്കസേരയായി ഉപയോഗിക്കാൻ തക്കവണ്ണം പ്രത്യേകം നിർമ്മിച്ച ഒരു കട്ടവണ്ടിയിൽ

* ഇസ്ലാമിലെ ഒരു വിഭാഗം

അയാൾ ഒരു കൂനപോലെ ഇരുന്നു. ഗോലിയത്തിനു ഒരു കണ്ണേ ഉള്ളു. മുഖത്തിന്റെ പകുതി വികൃതമായിരുന്നു. വര നിർത്തി, വരകളിലേക്ക് കൈ ചൂണ്ടി, അയാൾ തന്റെ കഥ പറയാൻ തുടങ്ങി.

'ഭൂമിയുടെ കിടപ്പ് ഏതാണ്ട് ഇതുപോലെയായിരുന്നു,' അയാൾ പറഞ്ഞു. അയാളുടെ നേർത്ത സ്വരം ശരീരത്തിന്റെ വലുപ്പവുമായി പൊരുത്തപ്പെടുന്നില്ല. 'ഇവിടെ ഒരു മലയുണ്ട്, ഇവിടെ കുന്നിൻചെരിവ്. കൃത്യം ഈ സ്ഥാനത്ത് രണ്ടു കുന്നുകൾ. ഇവിടെ ഒരു നദിയൊഴുകുന്നു. അത് വടക്കു ഭാഗത്ത് മലയെ തൊട്ടുരുമ്മി ഒഴുകുന്നു. റഷ്യക്കാർ ഉയർന്ന പ്രദേശം കൈയടക്കിയിരുന്നു. യുദ്ധമുഖം ഉടനീളം ഞങ്ങളുടെ തലയ്ക്കു മുകളിൽ, അവർക്ക് അനുകൂലമായ സ്ഥിതിയിലായിരുന്നു. രണ്ടു ദിവസത്തോളം അവർ ഞങ്ങളെ അനങ്ങാൻ വയ്യാത്ത വിധം കുടുക്കിയിട്ടു. ചുറ്റുമുള്ള മലകൾ കാരണം ഞങ്ങൾക്ക് പിൻവാങ്ങാൻ കഴിഞ്ഞില്ല. ഞങ്ങളുടേത് മൊട്ടക്കുന്നായതിനാൽ ഞങ്ങളെ വെട്ടിനുറുക്കാൻ ഹെലികോപ്ടറുകൾക്ക് യാതൊരു പ്രയാസവുമില്ല.' 'ഇവിടെ ചെങ്കുത്തായ ചെരിവാണ്. നദിയാകട്ടെ, ആഴവും പരപ്പുമുള്ളതാണ്. അത് മുറിച്ചുകടക്കാൻ ഈയൊരു സ്ഥാനം മാത്രമേയുള്ളൂ. റഷ്യക്കാർ അത് മനഃപൂർവ്വം ഒഴിച്ചിട്ടു. സത്യത്തിൽ അതു വലിയൊരു കെണിയായിരുന്നു. അവിടെ കടക്കാൻ ശ്രമിച്ചാൽ ഞങ്ങൾ വെള്ളത്തിൽ വീണ എലികളെപ്പോലെ മുങ്ങിച്ചാവും. അധികസമയം തൽസ്ഥാനത്തു തുടരാനും വയ്യ. ആയുധസാമഗ്രികൾ വളരെ പരിമിതമായിരുന്നു. ഭക്ഷണവും വളരെയൊന്നും ഉണ്ടായിരുന്നില്ല. അതേസമയം ശത്രുവാകട്ടെ, പീരങ്കിയടക്കം സകല സാധനങ്ങളും സംഭരിച്ചുകൊണ്ടിരുന്നു. അവരുടെ തോക്കുകൾ രാവും പകലും ഞങ്ങളെ പീഡിപ്പിച്ചുകൊണ്ടിരുന്നു. ഞങ്ങൾക്ക് ഒരു മിനിട്ടു പോലും ഉറങ്ങാൻ കഴിഞ്ഞിരുന്നില്ല. ഞങ്ങളുടെ അവസ്ഥ വളരെ ശോചനീയമായിരുന്നു. മരിച്ചവരെ മറവു ചെയ്യാൻ പോലും കഴിഞ്ഞിരുന്നില്ല. അതിനാൽ, അസഹ്യമായ ദുർഗ്ഗന്ധം പരക്കാൻ തുടങ്ങിയിരുന്നു....'

ഇതു കേട്ട് അത്യധികം രോഷാകുലനായ കാലില്ലാത്ത മനുഷ്യൻ തടസ്സപ്പെടുത്തി. 'ഞങ്ങളുടെ കൂടെയുള്ള മരിച്ചവർക്ക് ദുർഗ്ഗന്ധമുണ്ടായിരുന്നില്ല.' അയാൾ പ്രഖ്യാപിച്ചു. 'ഞാൻ ഓർക്കുന്നു, ഒരു പീരങ്കിയുണ്ട അവിചാരിതമായി വന്നു പതിക്കുകയും പതിനാലു മുജാഹിദീനുകൾ ഒറ്റയടിക്ക് കൊല്ലപ്പെടുകയും ചെയ്തു. അങ്ങനെയാണ് എന്റെ കാലുകൾ അറ്റുപോയത് . നിങ്ങളെപ്പോലെ ഞങ്ങളും വളയപ്പെട്ടിരുന്നു. എട്ടു ദിവസം ഞങ്ങൾ ഒരു മാളത്തിൽ കഴിച്ചുകൂട്ടി. എന്നാൽ, മരിച്ചവരുടെ ശരീരങ്ങൾ അഴുകുക പോലും ചെയ്തില്ല. അവരുടെ ശരീരങ്ങൾ ചുറ്റും ചിതറിക്കിടന്നിരുന്നു. പൊട്ടിത്തെറിയിൽ തെറിച്ചുപോയ അതേ സ്ഥാനത്ത്. എന്നാൽ, അവയ്ക്ക് ദുർഗ്ഗന്ധമുണ്ടായിരുന്നില്ല. അവരുടെ മുഖം ശാന്തമായിരുന്നു. ദേഹമാസകാലം മുറിവുകളോടെ തളംകെട്ടിയ

രക്തത്തിൽ കുളിച്ചുകിടക്കുമ്പോഴും അവർ ഉറങ്ങുകയാണെന്നേ തോന്നുകയുള്ളൂ.'

'തണുപ്പുകാലമായിരിക്കും.' ഗോലിയാത്ത് കൂട്ടിച്ചേർത്തു.

'തണുപ്പുകാലമായിരുന്നില്ല. വേനലിന്റെ മദ്ധ്യമായിരുന്നു. പാറപ്പുറത്ത് മുട്ട പൊരിക്കാവുന്ന ചൂടായിരുന്നു.'

'നിങ്ങളുടെ മുജാഹിദീനുകൾ ചിലപ്പോൾ പുണ്യാളന്മാരായിരിക്കും.' ഗോലിയാത്ത് അരിശത്തോടെ പറഞ്ഞു.

'എല്ലാ മുജാഹിദീനുകളും ദൈവത്താൽ അനുഗ്രഹിക്കപ്പെട്ടവരാണ്.' കാലില്ലാത്ത മനുഷ്യൻ ഓർമ്മിപ്പിച്ചു. മറ്റുള്ളവർ സമ്മതഭാവത്തിൽ തലയാട്ടി. 'അവർക്ക് ദുർഗ്ഗന്ധമില്ല; അവരുടെ മാംസം അളിയുകയില്ല.'

'ഞങ്ങൾ നിന്നിരുന്ന സ്ഥാനത്ത് ആകാശം മുട്ടുംവരെ നാറിയിരുന്നു. എന്തുകൊണ്ടാണ് അത് എന്നാണ് നിങ്ങൾ കരുതുന്നത്?'

'നിങ്ങളുടെ ചത്ത കഴുതകളിൽ നിന്ന്.'

'ഞങ്ങൾക്ക് കഴുതകളൊന്നും ഉണ്ടായിരുന്നില്ല.'

'അങ്ങനെയാണെങ്കിൽ വേറെ ഒരു സാദ്ധ്യതയേ ഉള്ളൂ.' ഷുറാവിയുടെ* നാറ്റം. ആ പന്നികൾ വരുമ്പോൾ ഭയങ്കര നാറ്റമുണ്ടാവും. എനിക്കോർമ്മയുണ്ട്, പണ്ട് ഞങ്ങൾ ഇവരിൽ ചിലരെ പിടികൂടിയപ്പോൾ രാജ്യത്തുള്ള ഈച്ചകളെല്ലാം അവരെ ഒരു നോക്കു കാണാൻ മലപോലെ പറന്നെത്തി.'

ഗോലിയത്തിനു ക്ഷമിക്കാവുന്നതിനപ്പുറമായിരുന്നു അത്. 'എന്റെ കഥ പറഞ്ഞവസാനിപ്പിക്കാൻ അനുവദിക്കുമോ, തമ്രീസ്?'

'നമ്മുടെ കൂടെയുള്ള മരിച്ചവർക്ക് ദുർഗ്ഗന്ധമില്ല എന്ന വസ്തുത ചൂണ്ടിക്കാട്ടേണ്ടത് വളരെ പ്രധാനമാണെന്നു ഞാൻ വിചാരിച്ചു. എന്നു തന്നെയുമല്ല, അസ്തമനം മുതൽ ഉദയം വരെ ഒരു തരം കസ്തൂരിയുടെ ഗന്ധം നിറഞ്ഞുനില്ക്കും.'

മണ്ണിൽ ശക്തമായി തുടച്ച് ചിത്രം മായ്ച്ചുകളഞ്ഞ് ഗോലിയാത്ത് എഴുന്നേറ്റു. കാലില്ലാത്ത മനുഷ്യനെ രൂക്ഷമായി നോക്കിക്കൊണ്ട് ചെറിയ മതിൽ ചാടിക്കടന്ന് അയാൾ കൂടാരങ്ങളുടെ ചേരിയിലേക്ക് നടന്നു പോയി. അയാൾ കണ്ണിൽ നിന്ന് മറയുന്നതുവരെ നിശ്ശബ്ദരായിരുന്ന മറ്റുള്ളവർ പെട്ടെന്ന് കട്ടവണ്ടിയിലിരുന്ന ആളുടെ ചുറ്റും കൂടി.

'എന്തായാലും, അയാളുടെ കഥ നമുക്കെല്ലാം മനഃപാഠമാണല്ലോ.' ഒറ്റക്കയ്യൻ പറഞ്ഞു. 'അയാൾക്ക് പറ്റിയ അപകടത്തിലേക്കാണ്

---

* താലിബാൻകാർ റഷ്യൻ പട്ടാളക്കാരെ അവജ്ഞയോടെ വിളിക്കുന്ന പേര്

അയാൾ പറഞ്ഞുവന്നിരുന്നത്. വളഞ്ഞ വഴിയിലൂടെയാണ് എന്നു മാത്രം.'

'അയാൾ വലിയൊരു പടയാളിയായിരുന്നു.' അടുത്തു നിന്നിരുന്ന ആൾ ഓർമ്മിപ്പിച്ചു.

'പക്ഷേ, അയാളുടെ കണ്ണ് നഷ്ടപ്പെട്ടത് ഒരു അപകടത്തിലാണ്, യുദ്ധത്തിലല്ല. അയാളുടെ ഒപ്പമുണ്ടായിരുന്ന മരിച്ചവർക്ക് നാറ്റമുണ്ടായിരുന്നെങ്കിൽ, അയാളേതു ഭാഗത്താണ് യുദ്ധം ചെയ്തിരുന്നത് എന്ന് ഞാൻ ആലോചിക്കുകയായിരുന്നു. നമ്മളെല്ലാം മുൻസൈനികരാണ്. നമുക്ക് നൂറു കണക്കിന് സുഹൃത്തുക്കളുണ്ടായിരുന്നു. അവർ നമ്മുടെ കൺമുന്നിൽ, നമ്മുടെ കൈകളിൽ കിടന്നാണ് മരിച്ചത്. അവരിൽ ഒറ്റ ആൾക്കുപോലും ദുർഗ്ഗന്ധമുണ്ടായിരുന്നില്ല.'

തമ്രീസ് അയാളുടെ പെട്ടിയിന്മേൽ അനങ്ങി ഇരുന്നു. റബർ കഷണങ്ങൾ കൊണ്ടുള്ള തലയിണ ശരിയാക്കി വച്ചു. എന്നിട്ട്, ഗോലിയാത്ത് തിരിച്ചു വരുമോ എന്നു ഭയപ്പെടുന്നതുപോലെ കൂടാരങ്ങളുടെ ഭാഗത്തേക്കു നോക്കി. 'എനിക്ക് കാലുകളും പല്ലുകളിൽ പകുതിയും മുടിയും നഷ്ടപ്പെട്ടു. എന്റെ ഓർമ്മശക്തി യാതൊരു കേടുമില്ലാതെ അതിജീവിച്ചു. എല്ലാം ഇന്നലെ കഴിഞ്ഞ പോലെ ഞാൻ ഓർമ്മിക്കുന്നു. നല്ല വേനൽ മദ്ധ്യത്തിലായിരുന്നു അത്. കാക്കകളെ ആത്മഹത്യയിലേക്കു നയിക്കുന്ന തരത്തിലുള്ള ചൂടായിരുന്നു. അവ ആകാശത്തേക്ക് കൂടുതൽ കൂടുതൽ ഉയരത്തിലേക്ക് പറന്നുപൊങ്ങുന്നത് കാണാം. പെട്ടെന്ന്, ചിറകുകൾ വശത്തേക്കു ചേർത്തുവച്ച് കൊക്കുകൾ നേരെ താഴേക്കു ചൂണ്ടി ഇരുമ്പു കഷണം പോലെ അവ താഴേക്കു പതിച്ചു. ചത്തു. ഞാൻ വിശുദ്ധഗ്രന്ഥം തൊട്ടു സത്യം ചെയ്യുന്നു. ഞങ്ങൾ അടിവസ്ത്രങ്ങൾ പാറപ്പുറത്ത് വിരിച്ചിടുമായിരുന്നു. അതിയായ ചൂടു കാരണം പേനുകൾ പൊട്ടിത്തെറിക്കുന്നത് കേൾക്കാമായിരുന്നു. ഞാൻ കണ്ടിട്ടുള്ളതിൽ വച്ച് ഏറ്റവും രൂക്ഷമായ വേനലായിരുന്നു അത്. ഞങ്ങൾ കാവൽ വേണ്ടെന്നു വച്ചിരുന്നു. കാരണം ആ ചുട്ടുപൊള്ളുന്ന വെയിലത്ത് ആ വെള്ളക്കുണ്ടികൾ അവരുടെ താവളത്തിൽനിന്നും പുറത്തിറങ്ങില്ലെന്നു ഞങ്ങൾക്ക് ഉറപ്പായിരുന്നു. പക്ഷേ, ആ റഷ്യൻ കാലമാടന്മാർ ഉപഗ്രഹം വഴിയോ മറ്റോ ഞങ്ങളുടെ സ്ഥാനം കണ്ടുപിടിച്ചു. ഹെലികോപ്ടറോ വിമാനമോ ഞങ്ങളുടെ ഒളിത്താവളത്തിന്റെ മുകളിലൂടെ പറന്നിരുന്നെങ്കിൽ നിമിഷങ്ങൾക്കകം ഞങ്ങൾ അവിടം വിടുമായിരുന്നു. പക്ഷേ, ആകാശത്ത് ഞങ്ങൾ ഒന്നും കണ്ടില്ല. എല്ലാ ദിശകളിലും എല്ലാം തീർത്തും ശാന്തമായിരുന്നു. ഞങ്ങളുടെ ഗുഹയിൽ എല്ലാവരും ഉച്ചഭക്ഷണത്തിനൊരുങ്ങുകയായിരുന്നു. അപ്പോഴാണ് ബോംബ് പതിച്ചത്. കൃത്യമായ സ്ഥലത്ത്, കൃത്യമായ സമയത്ത്, കൃത്യമായ ലക്ഷ്യത്തിൽ. ബൂം! ഞാൻ മണ്ണും തീയും ചേർന്ന ഒരു ശരവർഷത്തിൽ പെട്ടു. അത്രയേ എനിക്കോർമ്മയുള്ളൂ. ബോധം തെളിഞ്ഞപ്പോൾ ഞാൻ വലിയൊരു പാറയുടെ അടിയിൽ

കഷണങ്ങളായി കിടക്കുകയായിരുന്നു. കൈകൾ രക്തത്തിൽ കുളിച്ചിരുന്നു. വസ്ത്രങ്ങൾ കീറിപ്പറിഞ്ഞും കരികൊണ്ട് കറുത്തും ഇരുന്നു. എനിക്കൊന്നും മനസ്സിലായില്ല. നിലത്ത് തൊട്ടടുത്ത്, ഒരു കാല് കിടക്കുന്നതു കണ്ടു. അതെന്റെയാണെന്ന് ഒരു മിനിട്ട് നേരത്തേക്ക് എനിക്ക് മനസ്സിലായില്ല. എനിക്ക് ഒന്നും തോന്നിയില്ല. ഒരു മരവിപ്പല്ലാതെ വേദനയൊന്നും തോന്നിയില്ല.'

പെട്ടെന്ന് അയാൾ മിനാരത്തിന്റെ അറ്റത്തേക്ക് മുഖം തിരിച്ചു. അയാളുടെ കണ്ണുകൾ പുറത്തേക്ക് തള്ളി, ചുണ്ടുകൾ വിറച്ചു. വികാരവിക്ഷോഭത്താൽ കവിളുകൾ പിടച്ചു. ഒരു ജലധാരയിൽനിന്നും വെള്ളം എടുക്കുന്നതുപോലെ അയാൾ കൈകൾ കൂപ്പി. വീണ്ടും സംസാരിക്കാൻ തുടങ്ങിയപ്പോൾ അയാളുടെ ശബ്ദം തൊണ്ടയിൽ കുടുങ്ങി.

'അപ്പോഴാണ് ഞാൻ അവനെ കണ്ടത്, നിങ്ങളെ കാണുന്നതുപോലെ തന്നെ വ്യക്തമായി. ഇത് സത്യമാണ്. വിശുദ്ധ ഗ്രന്ഥത്തെ പ്രതി ഞാൻ സത്യം ചെയ്യുന്നു, ഇത് സത്യമാണ്. അവൻ അകലെ നീലാകാശത്തിൽ വട്ടമിട്ടു പറക്കുകയായിരുന്നു. അവന്റെ ചിറകുകളുടെ തിളങ്ങുന്ന വെൺമ ഗുഹയുടെ ഉൾഭാഗം പ്രകാശമാനമാക്കി. അവൻ വട്ടത്തിൽ പറന്നുകൊണ്ടേയിരുന്നു. ഞാൻ പരിപൂർണ്ണമായ നിശ്ശബ്ദതയുടെ ഒരു വൃത്തത്തിനുള്ളിലായിരുന്നു. എനിക്ക് സ്ഫോടനങ്ങളോ മുറിവേറ്റവരുടെ നിലവിളിയോ കേൾക്കാനില്ലായിരുന്നു. എന്നാൽ, അവന്റെ ചിറകുകളുടെ ശബ്ദം കേൾക്കാമായിരുന്നു. അവ പ്രൗഢഗംഭീരമായി, പട്ടിന്റെ ശബ്ദത്തോടെ, വായുവിൽ അടിച്ചുകൊണ്ടിരുന്നു. അതൊരു മാസ്മരികമായ കാഴ്ച തന്നെയായിരുന്നു.'

'അവൻ നിങ്ങളുടെ അടുത്തേക്കു വന്നുവോ?' ഒറ്റക്കയ്യൻ വികാരവിക്ഷോഭത്തോടെ ചോദിച്ചു.

'ഉവ്വ്,' തമ്രീസ് പറഞ്ഞു. 'അത്രയും ദൂരം താണ്ടി അവൻ എന്റെയടുത്തു വന്നു. അവന്റെ കണ്ണുകൾ നിറഞ്ഞിരുന്നു. മുഖം ചുവന്നുതുടുത്ത് നക്ഷത്രം പോലെ വെട്ടിത്തിളങ്ങി.'

'മരണദൂതനായിരുന്നു അത്.' അയാളുടെ അടുത്തു നിന്ന ആൾ പറഞ്ഞു. 'മറ്റൊന്നുമാവാനിടയില്ല. ശരിക്കും ധീരനായ ആളുടെ മുന്നിൽ അവനെപ്പോഴും ഇങ്ങനെ പ്രത്യക്ഷപ്പെടും. അവൻ നിങ്ങളോട് എന്തെങ്കിലും പറഞ്ഞുവോ?'

'എനിക്കോർമ്മയില്ല. ചിറകുകൾ കൊണ്ട് അവനെന്നെ പൊതിഞ്ഞു. പക്ഷേ, ഞാനവനെ തള്ളിമാറ്റി.'

'മണ്ടൻ!' ആരോ വിളിച്ചു പറഞ്ഞു. 'നിങ്ങളത് ചെയ്യാൻ പാടില്ലായിരുന്നു. അവൻ നിങ്ങളെ നേരെ സ്വർഗ്ഗത്തിലേക്കു കൊണ്ടുപോകുമായിരുന്നു. ഇപ്പോഴത്തെപ്പോലെ നിങ്ങൾക്ക് ഈ കട്ടവണ്ടിയിൽ ഇരുന്ന് സ്വയം നശിക്കേണ്ട ഗതി വരുമായിരുന്നില്ല.'

ഇത്രയും കേട്ടതു മതി എന്ന് അതീഖിനു തോന്നി. മനസ്സിന് നവോന്മേഷം ലഭിക്കാൻ വേറെ എവിടെയെങ്കിലും പോകണമെന്ന് അയാൾ ഉറപ്പിച്ചു. പറയുന്നവന്റെ പ്രകൃതമനുസരിച്ച് പരിധിയില്ലാത്ത വിസ്താരം മൂലമോ, മാറ്റമില്ലാത്ത ആവർത്തനം മൂലമോ, യുദ്ധത്തെ അതിജീവിച്ചവർ പറയുന്ന കഥകൾ വെറും അതിശയോക്തികളായി മാറിക്കൊണ്ടിരിക്കുന്നു. മൊല്ലകൾ ഇത് നിരോധിക്കേണ്ടതാണെന്ന് അതീഖ് ആത്മാർത്ഥമായി ആഗ്രഹിച്ചു.

തെരുവിലൂടെ ഇങ്ങനെ അനന്തമായി നടക്കാനാവില്ലെന്ന് അയാൾക്കു തോന്നി. കുറച്ചു കാലമായി അയാൾ സ്വന്തം യാഥാർത്ഥ്യങ്ങളിൽനിന്നും ആരോടും പറയാനോ വിസ്തരിക്കാനോ പറ്റാത്ത സങ്കടങ്ങളിൽനിന്നും ഒഴിഞ്ഞു നടക്കുകയായിരുന്നു. അല്പം മനസ്സാക്ഷി ശേഷിക്കുന്നവരെ കുറ്റപ്പെടുത്താൻ ഉത്സാഹം കാണിക്കുന്ന വരണ്ട മനസ്സുള്ള മിർസയെപ്പോലുള്ളവരോട് ഒരിക്കലും പറയാൻ പറ്റാത്ത യാഥാർത്ഥ്യങ്ങളിൽനിന്നും ഒളിച്ചോടാൻ ശ്രമിക്കുകയായിരുന്നു. മിർസയോടു മനസ്സു തുറന്നതിൽ അതീഖിന് തന്നോടുതന്നെ അരിശം തോന്നി. അതും താൻ കുടിക്കാൻ മെനക്കെടാത്ത ഒരു കപ്പ് ചായയ്ക്കു വേണ്ടി!

സ്വന്തം ഉത്തരവാദിത്വങ്ങളിൽ നിന്നും ഒഴിഞ്ഞു മാറുന്നതിന്, ഒരു പ്രശ്നം പരിഹരിക്കാൻ ഏറ്റവും നല്ല മാർഗ്ഗം അതിനോട് പുറംതിരിഞ്ഞു നില്ക്കുകയാണെന്നു വിശ്വസിക്കാൻ തക്കവണ്ണം താൻ മണ്ടനായിപ്പോയതിന് അയാൾക്ക് തന്നോടുതന്നെ അരിശം തോന്നി. ഭാര്യ രോഗിയാണ്. അതവളുടെ തെറ്റാണോ? തന്റെ പടയെ കമ്മ്യൂണിസ്റ്റ് സൈന്യം തോല്പിച്ചപ്പോൾ, എല്ലാം നശിച്ച ഒരു ഗ്രാമത്തിൽ അയാൾ മരിച്ചു എന്ന് കരുതി ഉപേക്ഷിച്ചപ്പോൾ, അവൾ ചെയ്ത ത്യാഗങ്ങൾ അയാൾ മറന്നുപോയോ? എങ്ങനെയാണ് ആഴ്ചകളോളം ഒളിവിൽ പാർപ്പിച്ചു അവൾ ശുശ്രൂഷിച്ചത്? കഴുതപ്പുറത്തിരുത്തി മഞ്ഞുമൂടിയ തണുപ്പിൽ ശത്രുമേഖലയിലൂടെ അങ്ങു ദൂരെ പെഷവാർ വരെ അവൾ തന്നെ എങ്ങനെയാണ് എത്തിച്ചത്?

അവൾക്ക്, ഇപ്പോൾ തന്നെ ആവശ്യമുള്ളപ്പോൾ അവളുടെ കൺവെട്ടത്തുപോലും കാണാതിരിക്കാൻ താൻ മുഖം കനപ്പിച്ച് നടക്കുന്നു. അവളെപ്പറ്റിയുള്ള ചിന്ത അലട്ടാതിരിക്കാൻ എന്തിന്റെയെങ്കിലും പിന്നാലെ അങ്ങോട്ടുമിങ്ങോട്ടും ഓടുന്നു.

ഇരുട്ടിൽ ജനം വീടുകളിലേക്കു പൊയ്ക്കൊണ്ടിരിക്കുന്നു. വീടില്ലാത്തവർ മാളങ്ങളിലേക്കു മടങ്ങുന്നു. താലിബാൻ കൊള്ളക്കാർ അപ്പോഴും സംശയം തോന്നിയവരെ മുന്നറിയിപ്പില്ലാതെ വെടിവെക്കുന്നു. തനിക്കും വീട്ടിൽ പോകണം. അവിടെ ഭാര്യയെ, താൻ പോന്നപ്പോഴത്തെ അതേ അവസ്ഥയിൽ, രോഗിയും പരിഭ്രാന്തയുമായി കാണാം. വേറെ ഒന്നുമില്ല. ഇരുവശവും കല്ലുകൾ കൂട്ടിയിട്ട തെരുവിലൂടെ നടന്ന് അയാൾ

തകർന്നടിഞ്ഞ ഒരു കെട്ടിടത്തിന്റെ അടുത്ത് ചെന്നുനിന്നു. തകർക്കപ്പെടാതെ അവശേഷിച്ച ഒരു മതിലിന്മേൽ കൈകൾ വെച്ച് തല കുനിച്ച് ഇരുന്നു. അവിടേയുമിവിടെയും മങ്ങിയ വിളക്കുകൾ മനസ്സില്ലാമനസ്സോടെ പ്രകാശിച്ചു. ഇരുട്ടിൽ ശിശുക്കളുടെ കരച്ചിൽ ബ്ലേഡുപോലെ തുളച്ചുകയറി. ഒരു സ്ത്രീ മകന്റെ അച്ചടക്കമില്ലായ്മയെക്കുറിച്ച് പരാതി പറയുന്നതു കേൾക്കാം. അടുത്ത നിമിഷംതന്നെ ഒരു പുരുഷന്റെ ഭീഷണിശബ്ദം അവളെ നിശ്ശബ്ദയാക്കി. മിണ്ടല്ലെടീ, കൊല്ലുമെടീ....

അതീഖ് തലയും ശരീരവും നിവർത്തി ആകാശത്ത് വെട്ടിത്തിളങ്ങുന്ന ആയിരക്കണക്കിന് നക്ഷത്രങ്ങളെ നോക്കി. ഒരു തേങ്ങൽ അയാളുടെ തൊണ്ടയിൽ കുരുങ്ങിനിന്നു. മുഴുവൻ ശക്തിയുമുപയോഗിച്ച് മുഷ്ടി ചുരുട്ടിപ്പിടിച്ച് അയാൾ തളരാതെ സ്വയം നിയന്ത്രിച്ചു. പുകപടലങ്ങൾക്കുപിന്നാലെ ഓടി, ഒരേ വൃത്തത്തിൽ കറങ്ങി, രാവിലെ മുതൽ രാത്രിവരെ വിരസമായ ദിനങ്ങൾ ചവിട്ടിമെതിക്കുന്ന ജീവിതം അയാൾക്കു മടുത്തു.

വ്യോമാക്രമണങ്ങളുടേയും ഒളിയാക്രമണങ്ങളുടേയും, കുട്ടികളോ സ്ത്രീകളോ ഗ്രാമങ്ങളോ ആൾക്കൂട്ടങ്ങളോ എന്ന വ്യത്യാസമില്ലാതെ മനുഷ്യജീവിതങ്ങൾ ചതഞ്ഞരയുന്ന സ്ഫോടനങ്ങളുടെയിടയിൽ രണ്ടു ദശകങ്ങൾ താൻ എന്തിനു അതിജീവിച്ചു എന്ന് അയാൾക്കു പിടികിട്ടിയില്ല. ഇരുണ്ട ഈ ലോകത്ത്, കൊലമരങ്ങളും തകർന്നൊടുങ്ങുന്ന മനുഷ്യജീവിതങ്ങളും നിറഞ്ഞ, അലങ്കോലപ്പെട്ട ഈ നഗരത്തിൽ ചത്തതുപോലെ ജീവിക്കാനായിരുന്നു എല്ലാം.

ഓരോ ദിവസവും രാത്രിയും പകലും നഗരം അയാളെ പീഡിപ്പിച്ചുകൊണ്ടിരുന്നു, നശിപ്പിച്ചുകൊണ്ടിരിക്കുന്നു ജീർണ്ണിച്ച ജയിലിൽ വധശിക്ഷ കാത്തിരിക്കുന്ന ശപിക്കപ്പെട്ട സ്ത്രീയുടെ കൂടെയായാലും, അതിലും ക്രൂരമായി മരിക്കാൻ വിധിക്കപ്പെട്ട, കൊടുംദുരിതമനുഭവിക്കുന്ന ഭാര്യയോടൊപ്പമായാലും.

'ലാ ഹൗല!'* അയാൾ നെടുവീർപ്പിട്ടു. 'ദൈവമേ! ഇത് എനിക്കുള്ള പരീക്ഷണമാണെങ്കിൽ, അതിനെ മറികടക്കാനുള്ള കരുത്തുകൂടി എനിക്കു നൽകേണമേ!'

അതീഖ് വീടിന്റെ വാതിൽ തുറന്നപ്പോൾ ആദ്യം ശ്രദ്ധയിൽപ്പെട്ടത് കത്തിച്ചുവെച്ച റാന്തൽവിളക്കായിരുന്നു. സാധാരണഗതിയിൽ ആ സമയത്ത് മുസറാത്ത് കിടക്കുകയായിരിക്കും; എല്ലാ മുറികളും ഇരുട്ടിലായിരിക്കും. ഇന്നെന്തുകൊണ്ടോ അവളുടെ പായ ഒഴിഞ്ഞുകിടന്നിരുന്നു. പുതപ്പുകൾ കിടക്കയിൽ വൃത്തിയായി വിരിച്ചിരുന്നു. തലയിണകൾ അയാൾക്കിഷ്ടപ്പെട്ടപോലെ ചുമരിൽ ചാരിവെച്ചിരിക്കുന്നു. അയാൾ

* 'ലാ ഹൗല വല ഖവത്ത ഇല ബിലള്ളാഹ്' - ദൈവത്തേക്കാൾ ശക്തനായി ആരുമില്ല.

ചെവിയോർത്തു. കരച്ചിലില്ല, മറ്റു യാതൊരു ശബ്ദവുമില്ല. അയാൾ തിരിച്ചുനടന്ന് അടുക്കളയിൽ നോക്കി. ചരുവങ്ങളും പ്ലേറ്റുകളുമെല്ലാം കഴുകി അതാതിന്റെ സ്ഥാനത്ത് ഉണങ്ങാനായി കമിഴ്ത്തിവെച്ചിരിക്കുന്നു. അയാളുടെ ജിജ്ഞാസ വർദ്ധിച്ചു. മാസങ്ങളായി മുസറാത് വീട്ടുജോലികൾ കാര്യമായൊന്നും ചെയ്യാറില്ല. രോഗം കാർന്നുതിന്നുന്ന അവൾ മിക്ക സമയവും ശരീരത്തിനകത്തെ തുളച്ചുകയറുന്ന വേദനകൊണ്ട് ചുരുണ്ടുകൂടിക്കിടന്ന് നിലവിളിക്കുകയാവും.

അതീഖ് വരവറിയിക്കാനായി വായ്പൊത്തി ചുമച്ചു. ഒടുവിൽ കർട്ടൻ വശത്തേക്കു നീക്കി, തളർന്ന് അവശയെങ്കിലും സ്വയം കാലിൽ ഉറപ്പിച്ചു നിന്നുകൊണ്ട് മുസറാത് പ്രത്യക്ഷപ്പെട്ടു. താങ്ങിനായി അവൾ വാതിലിന്മേൽ ബലമായി പിടിച്ചിട്ടുണ്ട്. തന്റെ അന്തസ്സ് നേരെ നില്ക്കുന്നതിൽ ആശ്രയിച്ചിരിക്കുന്നു എന്നതുപോലെ, അവൾ തന്റെ സർവ്വശക്തിയുമുപയോഗിച്ച് പൊരുതുകയാണ്. അയാൾ താടിയിൽ വിരൽ വെച്ച് തന്റെ ആശ്ചര്യം മറച്ചുവെക്കാൻ ഒട്ടും ശ്രമിക്കാതെ പറഞ്ഞു:

'ഞാൻ കരുതി, ബലൂചിസ്താനിൽനിന്നും എന്റെ പെങ്ങൾ വന്നിരിക്കും എന്ന്.'

മുസറാത് ഒന്നിളകിക്കൊണ്ട് നിവർന്നുനിന്നു. 'ഞാൻ അത്ര നിസ്സഹായയായിട്ടില്ല.'

'അതല്ല ഞാൻ ഉദ്ദേശിച്ചത്. രാവിലെ ഞാൻ പോകുമ്പോൾ നിന്റെ സ്ഥിതി വളരെ മോശമായിരുന്നു. ഇപ്പോൾ എല്ലാം അതാതിന്റെ സ്ഥാനത്തിരിക്കുന്നു, നിലം തുടച്ചു വൃത്തിയാക്കിയിരിക്കുന്നു. അതു കണ്ടപ്പോൾ ഞാൻ ഉടൻ കരുതിയത് എന്റെ പെങ്ങൾ വന്നിട്ടുണ്ടാവുമെന്നാണ്. നമുക്ക് അവളല്ലാതെ വേറെ ആരുമില്ലല്ലോ. അയല്പക്കത്തെ സ്ത്രീകൾക്ക് നീ എത്രമാത്രം അവശയാണെന്ന് നന്നായി അറിയാം. എന്നാൽ, ഒരാൾ പോലും എന്തെങ്കിലും സഹായം വേണോ എന്ന് അന്വേഷിക്കാൻ ഇന്നുവരെ ഒന്നെത്തിനോക്കിയിട്ടില്ല.

'എനിക്ക് അവരുടെയാരുടേയും സഹായം വേണ്ട.'

'നീയെന്താ, എല്ലാ വാക്കുകൾക്കും പിന്നിൽ എന്തോ ഉണ്ടെന്നപോലെ തിരിച്ചും മറിച്ചും നോക്കുന്നത്....'

തന്റേയും ഭർത്താവിന്റേയും ഇടയിലുള്ള പ്രശ്നം ഓർക്കാപ്പുറത്ത് താൻ വഷളാക്കുകയാണെന്ന് മുസറാതിനു തോന്നി.

അവൾ റാന്തൽ മേശയിൽ നിന്നുമെടുത്ത് കൂടുതൽ വെളിച്ചം കിട്ടാനായി വിട്ടത്തിൽ തൂക്കിയിട്ടു. എന്നിട്ട് ഒരു തളികയിൽ നിറയെ ഭക്ഷണവുമായി വന്നു. 'നിങ്ങൾ കൊടുത്തയച്ച തണ്ണിമത്തൻ ഞാൻ മുറിച്ച്, തണുക്കാനായി ജനലിന്മേൽ വെച്ചു.' അവൾ അനുരഞ്ജനസ്വരത്തിൽ പറഞ്ഞു. 'നിങ്ങൾക്ക് നല്ല വിശപ്പുണ്ടാവും. ഞാൻ കുറച്ച് ചോറും വെച്ചു, നിങ്ങൾക്കിഷ്ടമുള്ള പോലെത്തന്നെ.'

അതീഖ് അഴുക്കു പുരണ്ട ഷൂസുകൾ മാറ്റി തലപ്പാവും ചാട്ടയും വാതിലിന്റെ പിടിയിൽ തൂക്കി, ഞെളുങ്ങിയ ലോഹത്തളികയുടെ മുന്നിലിരുന്നു. ഭാര്യയുടെ വികാരത്തെ വ്രണപ്പെടുത്തുമോ എന്ന ഭയത്താൽ എന്തുപറയണമെന്നറിയാതെ, അവളുടെ മുഖത്തേക്കു നോക്കാൻ ധൈര്യപ്പെടാതെ, അയാൾ ഒരു മൊന്തയെടുത്ത് ചുണ്ടിലേക്കടുപ്പിച്ചു. വെള്ളം പുറത്തേക്കൊഴുകി താടിയിൽ തെറിച്ചുവീണു. പുറംകൈകൊണ്ട് താടി തുടച്ച് അയാൾ ബാർളി കേക്കിൽ താത്പര്യം നടിച്ചു.

'അതു ഞാൻ തന്നെ ഉണ്ടാക്കിയതാണ്,' അയാളെ സൂക്ഷിച്ചുനോക്കിക്കൊണ്ട് മുസറാത് പറഞ്ഞു. 'നിങ്ങൾക്കുവേണ്ടി.'

അല്പനേരത്തെ നിശ്ശബ്ദതയ്ക്കുശേഷം അയാൾ ചോദിച്ചു. 'എന്തിനാണ് നീ ഇത്രയധികം ബുദ്ധിമുട്ടുന്നത്?'

'അന്ത്യം വരെ എനിക്ക് ഒരു ഭാര്യയുടെ കടമ നിറവേറ്റണം.'

'ഞാൻ നിന്നിൽനിന്നും ഒന്നും ആവശ്യപ്പെട്ടിട്ടില്ലല്ലോ'

അവൾ അയാളുടെ മുന്നിൽ ഒരു പായയിൽ ഇരുന്ന്, ദൃഷ്ടി അയാളിൽ ഉറപ്പിച്ചു: 'ഞാൻ കീഴടങ്ങാൻ ഒരുക്കമല്ല.'

'ഇത് അതിന്റെ പ്രശ്നമല്ല, പെണ്ണേ.'

'അപമാനം ഞാൻ എത്ര വെറുക്കുന്നു എന്ന് നിങ്ങൾക്കറിയാമല്ലോ.'

അയാൾ ആകാംക്ഷയോടെ അവളെ നോക്കി. 'നിന്നെ ചൊടിപ്പിക്കാൻ തക്കവണ്ണം ഞാൻ എന്തെങ്കിലും ചെയ്തോ, മുസറാത്?'

'അപമാനം ഒരാളെപ്പറ്റി മറ്റുള്ളവർ എന്തെങ്കിലും വിചാരിക്കുന്നതുകൊണ്ടു മാത്രമാവണമെന്നില്ല.' 'ചിലപ്പോൾ അതു തന്നോടുതന്നെയുള്ള ഉത്തരവാദിത്വം നിറവേറ്റാൻ കഴിയാത്തതുകൊണ്ടുമാവാം.'

'എവിടെനിന്നാണ് നിനക്ക് ഇത്തരം അസംബന്ധചിന്തകൾ കിട്ടുന്നത്? നിനക്ക് സുഖമില്ല, അത്രയേയുള്ളൂ. നീ നല്ലവണ്ണം വിശ്രമിച്ച് ആരോഗ്യം വീണ്ടെടുക്കണം. ഞാൻ അന്ധനല്ല. നമ്മൾ വളരെ കൊല്ലങ്ങൾ ഒന്നിച്ചു ജീവിച്ചു. നീ ആരേയും, എന്നെയോ മറ്റാരെയെങ്കിലുമോ, വഞ്ചിച്ചിട്ടില്ല. നിനക്ക് ഒന്നും തന്നെ തെളിയിക്കാനില്ല. സ്വന്തം അസുഖം വഷളാക്കേണ്ട കാര്യമില്ല.'

'നമ്മൾ ഒരുപാട് വർഷങ്ങൾ ഒരുമിച്ചു ജീവിച്ചു, അതീഖ്. ഇപ്പോൾ ആദ്യമായി, ഒരു ഭാര്യ എന്ന നിലയ്ക്കുള്ള എന്റെ കടമകൾ ഞാൻ നിറവേറ്റുന്നില്ല എന്നു തോന്നിപ്പോകുന്നു. എന്റെ ഭർത്താവ് എന്നോടു സംസാരിക്കുന്നതേയില്ല.'

പൊടുന്നനെ പൊട്ടിവീണ ദീർഘനേരത്തെ മൗനങ്ങൾ.

'ഞാൻ നിന്നോടു സംസാരിക്കുന്നില്ല, ശരിയാണ്. അതു ഞാൻ നിന്നെ തള്ളിക്കളയുന്നതുകൊണ്ടല്ല. മറിച്ച്, നമ്മുടെ ചുറ്റുമുള്ളതെല്ലാം നശിപ്പിക്കുന്ന അന്ത്യമില്ലാത്ത യുദ്ധം എന്നെ തളർത്തുന്നതുകൊണ്ടു

മാത്രമാണ്. ഞാൻ ഒരു പാർട്ട് ടൈം ജയിലറാണ്. എന്റെ നിർഭാഗ്യങ്ങൾ കൈകാര്യം ചെയ്യുന്നതിനുപകരം ഏതാനും നശിച്ച ആൾക്കാർക്കുവേണ്ടി കാവൽ നില്ക്കാൻ ഞാൻ സമ്മതിച്ചത് എന്തിനാണെന്ന് എനിക്കു തന്നെ മനസ്സിലാവുന്നില്ല.'

'നിങ്ങൾ ദൈവത്തിൽ വിശ്വസിക്കുന്നുണ്ടെങ്കിൽ, ഞാൻ നിങ്ങൾക്ക് ഒരു നിർഭാഗ്യമായത്, നിങ്ങളുടെ വിശ്വാസത്തിന്റെ ഒരു പരീക്ഷണ മാണെന്നു കരുതണം.'

'നീ എന്റെ നിർഭാഗ്യമല്ല, മുസറാത്. ഈ ദുഷ്ചിന്തകൾ നീ തന്നെ മെനയുന്നതാണ്. ഞാൻ ദൈവത്തിൽ വിശ്വസിക്കുന്നു. അദ്ദേഹം എന്റെ ക്ഷമ പരീക്ഷിക്കാനായി നല്കുന്ന ഏതു പരീക്ഷയും ഞാൻ സ്വീക രിക്കും.'

മുസറാത് ബാർളി കേക്കു മുറിച്ച് ഒരു കഷണം ഭർത്താവിനു നല്കി. 'ഇപ്പോഴെങ്കിലും ഒന്ന് മിണ്ടാൻ കഴിഞ്ഞല്ലോ....' അവൾ പതുക്കെ പറഞ്ഞു. 'നമുക്ക് കലഹിക്കാതിരിക്കാം.'

'എനിക്കും സമ്മതം.' അതീഖ് അനുകൂലഭാവത്തിൽ പറഞ്ഞു. 'എല്ലാ വിധത്തിലുള്ള കുറ്റപ്പെടുത്തലുകളും മോശമായ അഭിപ്രായപ്രകടന ങ്ങളും ഒഴിവാക്കാം. ഞാൻ നിന്റെ ഭർത്താവാണ്, മുസറാത്. ഞാനും എന്റെ ദാമ്പത്യചുമതലകൾ നിറവേറ്റാൻ ബാദ്ധ്യസ്ഥനാണ്. പ്രശ്ന മെന്താണെന്നു വച്ചാൽ, കാര്യങ്ങൾ എന്റെ കഴിവിനപ്പുറമാണ്. ഞാൻ നിന്നോട് എന്തെങ്കിലും വിദ്വേഷം മനസ്സിൽ സൂക്ഷിക്കുന്നില്ല. എന്റെ മൗനം നിന്നെ തിരസ്കരിക്കലല്ല, മറിച്ച് അതെന്റെ കഴിവില്ലായ്മയുടെ ബഹിർസ്ഫുരണം മാത്രമാണ്. ഞാൻ പറയുന്നത് നിനക്കു മനസ്സിലാ വുന്നുണ്ടോ?'

മുസറാത് ശരിക്കും ബോദ്ധ്യമാവാതെ തലകുലുക്കി.

അതീഖിന്റെയുള്ളിൽ പെട്ടെന്ന് ഒരു അസ്വാസ്ഥ്യം

റൊട്ടിയുടെ ഒരു കഷണം കറികളുടെ പാത്രങ്ങളിലൊന്നിൽ മുക്കി. പതഞ്ഞുപൊങ്ങുന്ന കോപം നിയന്ത്രിക്കാനാവാതെ അയാളുടെ ശ്വാസം ഉച്ചത്തിലായി. സ്വയം വിശദീകരിക്കേണ്ടി വന്നതിൽ കൂടുതൽ കൂടുതൽ പ്രകോപിതനായ അയാൾ പറഞ്ഞു: 'ഒരു തെറ്റും ഞാൻ ചെയ്യാതിരിക്കെ, ഞാനെന്തോ അപരാധം ചെയ്തതുപോലുള്ള തോന്നലുണ്ടാക്കുന്നു നിന്റെ വർത്തമാനം കേട്ടാൽ... സ്വന്തം വീട്ടിൽ എനിക്കല്പം സമാധാനം വേണം, അതുമാത്രമേ ഞാൻ ആവശ്യപ്പെടുന്നുള്ളൂ. അതു വളരെ കൂടുതലാണോ? നീയാണ് വിചിത്രമായ കാര്യങ്ങൾ പറയുന്നത്. നീ സ്വയം പീഡിപ്പിക്കുന്നു, എന്നേയും പീഡിപ്പിക്കുന്നു. നീ എന്നെ മന പ്പൂർവ്വം പ്രകോപിപ്പിക്കാൻ നോക്കണ്ട....'

'ഞാനോ? എന്തിന്?'

'രോഗം നിന്നെ കിടപ്പിലാക്കുന്നില്ല എന്നു കാണിക്കാൻ നീ സ്വയം തളർത്തുന്നു. രണ്ടു ദിവസത്തിനുശേഷം നിന്റെ സ്ഥിതി വീണ്ടും തീരെ വഷളാവും. വീണ്ടും ഞാൻതന്നെ കഷ്ടപ്പെടണം. ഇങ്ങനെ എത്ര കാലം പോകുമെന്നാണ് നീ കരുതുന്നത്?'

'എന്നോടു ക്ഷമിക്കൂ.'

അതീഖ് നെടുവീർപ്പിട്ടുകൊണ്ട് റൊട്ടിയുടെ കഷണം തണുത്ത സോസിൽ ഇളക്കി തലയുയർത്താതെ വായിൽ വെച്ചു.

മുസറാത് ഉടുപ്പിന്റെ ഞൊറികളിൽ വെറുതെ തിരുപ്പിടിച്ച് ഭർത്താവിനെ നോക്കി. ഭക്ഷണം കഴിക്കുമ്പോൾ അയാൾ ഉമിനീരിന്റെ അരോചകമായ ശബ്ദം പുറപ്പെടുവിച്ചുകൊണ്ടിരുന്നു. അയാളുടെ വിരൂപമായ കഴുത്തുവരെ നീളുന്ന കഷണ്ടിതല മാത്രം കണ്ട് അവൾ തൃപ്തിപ്പെട്ടു.

നിരാശാഭരിതമായ സ്വരത്തിൽ അവൾ സംസാരിക്കാൻ തുടങ്ങി: 'ഇന്നലെ രാത്രി പൂർണ്ണചന്ദ്രന്റെ നിലാവിൽ നിങ്ങളുറങ്ങുന്നതു കാണാൻ ഞാൻ ജനലുകൾ തുറന്നിട്ടു. നിങ്ങൾ ശാന്തമായി ഉറങ്ങുകയായിരുന്നു, മനസ്സാക്ഷി ശുദ്ധമായ ഒരാളെപ്പോലെ. താടിയുടെ ഇടയിൽക്കൂടി ഒരു ചെറുപുഞ്ചിരി കാണാമായിരുന്നു. നിങ്ങളുടെ മുഖം മേഘങ്ങളിൽനിന്നും പുറത്തു വരുന്ന സൂര്യനെപ്പോലെ തോന്നിച്ചു. നിങ്ങളനുഭവിച്ച ദുരിതങ്ങളെല്ലാം ആവിയായിപ്പോയി, നിങ്ങളനുഭവിച്ച വേദന നിങ്ങളുടെ ചർമ്മത്തിലെ നേരിയ ചുളിവിനെപ്പോലും ബാധിച്ചിട്ടില്ല എന്നെനിക്കു തോന്നി. അത് അത്രയും മനോഹരവും ശാന്തവുമായ ഒരു കാഴ്ചയായതിനാൽ പുലരി ഒരിക്കലും വരരുതേ എന്നു ഞാൻ ആഗ്രഹിച്ചു. ഉറക്കം നിങ്ങളെ സുരക്ഷിതസ്ഥാനത്തെത്തിക്കുന്നു. അവിടെ നിങ്ങളെ ശല്യപ്പെടുത്താൻ ഒന്നിനും കഴിയില്ല. ഞാൻ നിങ്ങളുടെ കിടക്കരികിലിരുന്നു. എനിക്ക് നിങ്ങളുടെ കൈപിടിക്കണമെന്ന് അതിയായ ആഗ്രഹം തോന്നി. അതു നിങ്ങളെ ഉണർത്തുമോ എന്നു ഞാൻ ഭയന്നു. ആ ആഗ്രഹം അടക്കാനായി ഞാൻ, നാം പങ്കുവച്ച വർഷങ്ങളെപ്പറ്റി, പലപ്പോഴും അത്ര നല്ലതൊന്നുമായിരുന്നില്ല, എങ്കിലും, ചിന്തിച്ചു. നമ്മുടെ ഏറ്റവും മികച്ച, ഏറ്റവും ഉൽക്കടമായ നിമിഷങ്ങളിൽപ്പോലും നമ്മൾ പരസ്പരം ശരിക്കും സ്നേഹിച്ചിരുന്നോ എന്ന് ഞാൻ അദ്ഭുതപ്പെട്ടു...'

പെട്ടെന്ന് അതീഖ് ഭക്ഷണം കഴിക്കുന്നത് നിർത്തി. വായ് തുടയ്ക്കുമ്പോൾ അയാളുടെ മുഷ്ടി വിറച്ചു. 'ലാ ഹൗല!' അയാൾ പിറുപിറുത്തു. എന്നിട്ട് ഭാര്യയെ അടിമുടി നോക്കി. അയാളുടെ നാസദ്വാരങ്ങൾ സന്നി ബാധിച്ചപോലെ വിറച്ചു. വ്യാജമായ ശാന്തസ്വരത്തിൽ അയാൾ ചോദിച്ചു: 'എന്തുപറ്റീ, മുസറാത്, ഇന്നു നീ വളരെ വാചാലയാണല്ലോ?'

'കുറെകാലമായി നമ്മളെന്തെങ്കിലും സംസാരിച്ചിട്ട്....'

'ഇന്നിപ്പോൾ ഇത്രയും വാചാലയാവാൻ തക്കവണ്ണം എന്തുണ്ടായി?'

'എന്റെ രോഗം. എന്റെ രോഗം ഒരു സന്ദിഗ്ധഘട്ടത്തിലാണെന്നു തോന്നുന്നു. ഇനിയും ഒന്നും മറച്ചുവെക്കാനാവില്ല. ഇത്തവണ ഞാൻ കൊണ്ടുനടക്കുന്ന രോഗം എന്നെയും കൊണ്ടേ പോവുകയുള്ളൂ.'

അതീഖ് പ്ലേറ്റ് നീക്കിവെച്ച് ചുമരിൽ ചാരിയിരുന്നു. 'ഒരു വശത്ത് നീ എനിക്ക് അത്താഴം തയ്യാറാക്കുന്നു, മറുവശത്ത് അതു തൊടാൻ സമ്മതിക്കുന്നുമില്ല. ഇതു മര്യാദയാണെന്നു തോന്നുന്നുണ്ടോ?'

'ക്ഷമിക്കൂ' അവൾ എഴുന്നേറ്റു. കർട്ടനു പിന്നിലേക്കു മടങ്ങാൻ ഒരുങ്ങി.

'മുസറാത്. നീ ആപത്തിൽപ്പെട്ട ഒരു പെൺചെന്നായയെപ്പോലെ എപ്പോഴും പ്രതിരോധത്തിലാണ്. എന്നാൽ, ഞാൻ യുക്തി ഉപദേശിക്കാൻ ശ്രമിക്കുമ്പോൾ നീ അത് വിപരീത അർത്ഥത്തിലെടുക്കുന്നു. എന്നിട്ട് നിന്റെ മുറിയിലേക്കു പിൻവലിയുന്നു.'

അവൾ സമ്മതിച്ചു. 'എനിക്ക് ആകെയുള്ളത് നിങ്ങൾ മാത്രമാണ്. നിങ്ങൾക്ക് എന്നോട് നീരസം തോന്നുമ്പോൾ, നിങ്ങൾ മിണ്ടാതിരിക്കുകയും മുരളുകയും ചെയ്യുമ്പോൾ, ലോകം മുഴുവൻ എനിക്കു പുറം തിരിഞ്ഞു നില്ക്കുന്നതുപോലെയാണ് തോന്നുന്നത്. ഞാൻ എന്റെ സർവ്വവും നിങ്ങൾക്കു തന്നു. എന്തു വില കൊടുത്തും നിങ്ങൾക്ക് അർഹിക്കുന്നവളാകാൻ നോക്കുന്നു. ഞാൻ അബദ്ധങ്ങൾ വല്ലതും ചെയ്തോ?'

'എന്തുകൊണ്ടാണ് നീ ഒരേ അബദ്ധം തന്നെ തുടർന്നുകൊണ്ടേയിരിക്കുന്നത്?'

'എനിക്ക് പേടിയാണ്.'

'എന്തിനെ?'

'വരാൻ പോകുന്ന ദിനങ്ങളെ. കാര്യങ്ങൾ എളുപ്പമാക്കാൻ നിങ്ങൾക്കു കഴിഞ്ഞെങ്കിൽ എന്ന് ഞാൻ ആശിക്കുന്നു.'

'എങ്ങനെ?'

'എന്റെ രോഗത്തെപറ്റി ഡോക്ടർ എന്താണ് പറഞ്ഞത്?'

'തുടങ്ങി!' അയാൾ കോപത്തോടെ അലറി. മേശ ചവിട്ടി മറിച്ചിട്ട്, ചാടി എഴുന്നേറ്റ്, ഷൂസും തലപ്പാവും ചാട്ടയുമെടുത്ത് വീടു വിട്ടിറങ്ങി.

ഒറ്റയ്ക്കായ മുസറാത് തല കൈകൊണ്ടു താങ്ങി ഇരുന്നു. അവളുടെ മെലിഞ്ഞ ചുമലുകൾ മെല്ലെ വിറയ്ക്കാൻ തുടങ്ങി.

ഏതാനും കെട്ടിടങ്ങൾക്കപ്പുറം മൊഹ്സിൻ റാമത്തും ഉറങ്ങുകയായിരുന്നില്ല. അയാൾ പുല്പായയിൽ കൈകൾ തലയ്ക്കുപിന്നിൽ വെച്ച്, കത്തുന്ന മെഴുകുതിരിയിൽ നിന്നും മെഴുകുരുകിയൊലിച്ച് അതിരിക്കുന്ന മൺപാത്രത്തിലേക്കിറ്റുവീഴുന്നതും ചുമരിൽ തുള്ളിക്കളിക്കുന്ന

നിഴലുകളും നോക്കി കിടക്കുകയായിരുന്നു. മേല്ക്കൂരയിൽ ഒരു വിട്ടം വളഞ്ഞ് വീഴാറായിരിക്കുന്നു. കഴിഞ്ഞ് ആഴ്ച അടുത്ത മുറിയിലെ മേൽക്കൂരയുടെ ഒരു ഭാഗം തകർന്നുവീണ് സുനൈറയെ കുഴിച്ചുമൂടേണ്ടതായിരുന്നു...

അടുക്കളയിൽ ചടഞ്ഞിരിക്കുന്ന സുനൈറ കിടക്കാൻ വരാൻ പതിവിലധികം സമയമെടുക്കുന്നു.

അത്താഴം കഴിച്ചിട്ട് സമയം കുറേയായി. സുനൈറ ഒരക്ഷരം മിണ്ടിയില്ല. അയാൾ ആകെ തളർന്നിരുന്നു. അവൾ വളരെ അകലെയായിരുന്നു. അവർ ഭക്ഷണം കഴിച്ചതേയില്ല എന്നു പറയാം. ശ്രദ്ധയില്ലാതെ, റൊട്ടി വെറുതെ നുള്ളിപ്പെറുക്കി, ചെറിയൊരു കഷണം ഇറക്കാൻ കുറെ സമയമെടുത്തു. മൊഹ്സിന് വല്ലാത്ത ജാള്യത തോന്നി.

വേശ്യയുടെ വധശിക്ഷയുടെ വിവരണം വീട്ടിൽ ഇത്രത്തോളം പ്രശ്നമുണ്ടാക്കുമെന്ന് കരുതിയില്ല. സുനൈറയോട് തെറ്റ് തുറന്നുപറഞ്ഞാൽ മനസ്സാക്ഷിക്കു സ്വസ്ഥത ലഭിക്കുകയും അങ്ങനെ ആത്മനിയന്ത്രണം വീണ്ടെടുക്കാമെന്നുമായിരുന്നു അയാൾ കരുതിയത്. തന്റെ വാക്കുകൾ ഭാര്യയിൽ ഇത്ര വലിയ ആഘാതമുണ്ടാക്കുമെന്ന് വിചാരിച്ചില്ല. താൻ എത്ര ദുഃഖിതനാണെന്ന് അവളെ ബോധിപ്പിക്കാനായി പല തവണ അവളുടെ നേരെ കൈ നീട്ടാൻ ശ്രമിച്ചതാണ്. അയാളുടെ കൈകൾ മരവിച്ചതുപോലെ വശങ്ങളിൽ ഉറച്ചുനിന്നു. സുനൈറയാകട്ടെ, അയാളെ പ്രോത്സാഹിപ്പിക്കാൻ ഒന്നും ചെയ്തില്ല. അവൾ വെറുതെ തല കുനിച്ച് നിലത്തുനോക്കി ഇരുന്നു. അവളുടെ വിരലുകൾ മേശപ്പുറത്ത് തൊട്ടതേയില്ല. റൊട്ടിക്കഷണം വായിലേക്കെടുക്കാൻ അത് അവൾ ചവച്ചിറക്കുന്നതിനേക്കാളേറെ സമയമെടുത്തു. യാന്ത്രികമായ ചലനങ്ങളുമായി അകന്നുമാറിനിന്ന അവൾ ഉണരാനും ആഴത്തിൽനിന്നും പൊങ്ങിവരാനും കൂട്ടാക്കിയില്ല. രണ്ടുപേരും ഒന്നും കഴിക്കാത്തതിനാൽ, അവൾ ഭക്ഷണപ്പാത്രമെടുത്ത് കർട്ടന്റെ പിന്നിലേക്കു വലിഞ്ഞു.

മൊഹ്സിൻ വളരെ നേരം അവൾക്കുവേണ്ടി കാത്തു, പായയിൽ പോയിക്കിടന്ന് വീണ്ടും കാത്തു. അവൾ വന്നില്ല. രണ്ടു മണിക്കൂറോളം അയാൾ കാത്തു. എന്നാൽ സുനൈറ അയാളുടെ അരികിലേക്കു വന്നില്ല. അവൾ അടുക്കളയിലുണ്ടെന്നു സൂചിപ്പിക്കുന്ന ഒരു ശബ്ദം പോലും പുറത്തുവന്നില്ല...

രണ്ടു പ്ലെയ്റ്റു കഴുകാനും റൊട്ടിയുടെ കുട്ട ഒഴിവാക്കാനും ഇത്രയൊന്നും സമയം വേണ്ട. മൊഹ്സിൻ എഴുന്നേറ്റിരുന്നു. ഏതാനും മിനിട്ടുകൾ കൂടി നല്കിയതിനുശേഷം അയാൾ, ഇത്രയും കാത്തതു മതി, എന്താണ് അവിടെ നടക്കുന്നത് എന്നു നോക്കുക തന്നെ എന്നു തീരുമാനിച്ചു.

കർട്ടൻ മാറ്റിയപ്പോൾ സുനൈറ കാൽമുട്ടുകൾ നെഞ്ചോടു ചേർത്ത് ചുമരിലേക്കു നോക്കി കിടക്കുകയായിരുന്നു. അവൾ ഉറങ്ങുകയല്ല എന്ന്

അയാൾക്ക് ഉറപ്പായിരുന്നു. എന്നാൽ, അവളെ ശല്യപ്പെടുത്താൻ അയാൾക്കു ധൈര്യം വന്നില്ല. അയാൾ ശബ്ദമുണ്ടാക്കാതെ തിരിച്ചു നടന്ന് നീളൻ കുപ്പായവും ചെരിപ്പുമണിഞ്ഞ്, മെഴുകുതിരി ഊതിക്കെടുത്തി തെരുവിലേക്കിറങ്ങി.

ആ പ്രദേശത്താകെ ഈർപ്പം നിറഞ്ഞ ചൂടുള്ള വായു അമർന്നു കിടന്നു. അവിടേയുമിവിടേയുമായി, വണ്ടികൾക്കു മുന്നിലും മതിലിനോടു ചേർന്നും ചെറിയ ആൾക്കൂട്ടം സംസാരിച്ചുകൊണ്ടു നിന്നിരുന്നു. വളരെ ദൂരേക്കു പോകേണ്ട ആവശ്യമുണ്ടെന്ന് മൊഹ്സിനു തോന്നിയില്ല.

അയാൾ കൈകൾ കെട്ടി, മുൻവശത്തെ ഒതുക്കിൽ ഇരുന്ന് ആകാശത്ത് നക്ഷത്രങ്ങൾ നോക്കിയിരുന്നു. കൃത്യം ആ നിമിഷം വന്യജീവിയെപ്പോലെ തോന്നിക്കുന്ന ഒരു മനുഷ്യൻ ഇടുങ്ങിയ തെരുവിലൂടെ രോഷത്തോടെ അതിവേഗം നടന്നുകൊണ്ട് അതിലെ കടന്നുപോയി. മൊഹ്സിൻ നിലാവെളിച്ചത്തിൽ അയാളുടെ കടുപ്പിച്ച മുഖം ഒരു നിമിഷം തെളിഞ്ഞു കണ്ടു. അയാൾ ജയിലറെ തിരിച്ചറിഞ്ഞു. അല്പസമയം മുമ്പ് കാപ്പിക്കടയിൽ വച്ച് ചാട്ടകൊണ്ട് തന്റെ മുഖത്തടിക്കാനോങ്ങിയ അതേ മനുഷ്യൻ....

അഞ്ച്

അതീഖ് ഷൗക്കത് ഇഷാപ്രാർത്ഥനയ്ക്ക് പള്ളിയിലേക്കു മടങ്ങി. അതു കഴിഞ്ഞപ്പോൾ ഏറ്റവും ഒടുവിൽ എഴുന്നേറ്റത് അയാളായിരുന്നു. തുറന്ന കൈകളോടെ ഫതീഹാ ചൊല്ലികൊണ്ട് വിശുദ്ധരോടും പിതൃക്കളോടും തന്റെ ദുർഘടസന്ധിയിൽ സഹായിക്കാനായി, സൂക്തങ്ങൾ ചൊല്ലി കേണപേക്ഷിച്ചുകൊണ്ട് അയാൾ നീണ്ട നിമിഷങ്ങൾ പിന്നിട്ടു.

പഴയ പരിക്കുകൾ കാരണം മുട്ടുകുത്തിയുള്ള പ്രാർത്ഥനയ്ക്ക് തടസ്സം വന്നപ്പോൾ മതഗ്രന്ഥങ്ങൾ വലിച്ചുവാരിയിട്ടിരുന്ന ഒരു മൂലയിൽ പോയി അയാൾ വായിക്കാൻ ശ്രമിച്ചു. എന്നാൽ, അയാൾക്ക് ശ്രദ്ധ ഉറപ്പിക്കാൻ കഴിഞ്ഞില്ല. അക്ഷരങ്ങളുടെ വരികൾ അയാളുടെ കണ്ണിൽ പരസ്പരം കെട്ടുപിണഞ്ഞപോലെ കാണപ്പെട്ടു; തല പൊട്ടിപ്പൊളിയുമെന്നപോലെയും.

താമസിയാതെ, ദേവാലയത്തിലെ കടുത്ത ഉഷ്ണം അയാളെ പുറത്തുള്ള വിശ്വാസികളുടെകൂടെ ചേരാൻ നിർബ്ബന്ധിതനാക്കി. വൃദ്ധരും യാചകരും അപ്രത്യക്ഷമായിരുന്നു. വികലാംഗരായ മുൻപടയാളികൾ, തങ്ങളുടെ വൈകല്യങ്ങൾ നിരവധി പുരസ്കാരങ്ങൾ പോലെ പ്രദർശിപ്പിച്ചുകൊണ്ട് അപ്പോഴും അവിടെ നിന്നിരുന്നു. കട്ടവണ്ടിയിൽ പ്രതിഷ്ഠിക്കപ്പെട്ട കാലില്ലാത്ത മനുഷ്യൻ കൂട്ടുകാരുടെ കഥകൾ ശ്രദ്ധിച്ചു കേൾക്കുന്നുണ്ടായിരുന്നു, ശരി വയ്ക്കാനും അതിനേക്കാളേറെ എതിർക്കാനും തയ്യാറായിക്കൊണ്ട്.

ഗോലിയാത്ത് മടങ്ങിയെത്തിയിരുന്നു. മറ്റൊരു നരച്ച താടിക്കാരൻ, ഒരു പിടി മുജാഹിദീനുകളും ഒരു ചെറു യന്ത്രത്തോക്കും കൊണ്ട് റഷ്യയുടെ ഒരു മുഴുവൻ കമ്പനി പീരങ്കിപ്പടയെ നിശ്ചലമാക്കിയ കഥ വിവരിക്കുന്നത് ഒറ്റക്കയ്യന്റെ അടുത്തിരുന്ന് കേൾക്കുകയായിരുന്നു.

അതീഖിന് യുക്തിരഹിതമായ ഈ വീരകഥകൾ അധികനേരം കേട്ടിരിക്കാൻ കഴിഞ്ഞില്ല. അയാൾ പള്ളിയുടെ പരിസരം വിട്ട്, ഒരു വൻ ബലിവേദി പോലെ കാണപ്പെട്ട സമീപപ്രദേശങ്ങൾ പിന്നിട്ട്, നഗരത്തിനു ചുറ്റും കറങ്ങിനടന്നു. വിടാതെ പിന്തുടരുന്ന ചില യാചകരെ ആട്ടിയോടിക്കാനായി അയാൾ ഇടയ്ക്കിടയ്ക്ക് ചാട്ടയോങ്ങി. പെട്ടെന്ന്, അയാൾക്ക്

മനസ്സിലായി, താൻ എത്തിനിൽക്കുന്നത് തന്റെ ജയിലിന്റെ മുന്നിൽതന്നെയാണെന്ന്. അയാൾ അകത്തു പ്രവേശിച്ചു. തടവറകളിലെ നിശ്ശബ്ദത അയാൾക്ക് സ്വസ്ഥത നൽകി. അയാൾ ആ രാത്രി അവിടെ ചെലവഴിക്കാൻ തീരുമാനിച്ചു. തപ്പിപ്പിടിച്ച് കമ്പിറാന്തൽ കണ്ടെത്തി. അതു കത്തിച്ചുവെച്ച് കട്ടിലിൽ കൈകൾ തലയ്ക്കടിയിൽ വെച്ച് കണ്ണുകൾ മച്ചിലുറപ്പിച്ചു കിടന്നു. ചിന്തകൾ മുസറാത്തിനു നേർക്കുനേർ വരുന്നതുപോലെ. അയാൾ അവ കുടഞ്ഞുകളയാനെന്ന മട്ടിൽ കാലുകൊണ്ട് വെറുതെ തൊഴിച്ചു. അപ്പോൾ അയാളുടെ മുഖത്ത് കോപം കനത്തു. അയാൾക്കു മുകളിലൂടെ തിരമാലകൾ പോലെ അവ ഒന്നിനു പിറകെ ഒന്നായി, തലയ്ക്കുള്ളിൽ രക്തം തുടിപ്പിക്കുകയും നെഞ്ച് ഞെരിക്കുകയും ചെയ്തുകൊണ്ട് ഒഴുകിക്കൊണ്ടിരുന്നു. ഈ പഴുത്ത വ്രണം ഒറ്റയടിക്ക് എന്നെന്നേക്കുമായി മുറിച്ചുമാറ്റാത്തതിലും കാബൂളിലെ തെരുവുകളിൽ അലഞ്ഞുതിരിയുന്ന പിഴച്ച പെണ്ണുങ്ങളേക്കാൾ എത്രയോ ഭാഗ്യവതിയായി സ്വയം കണക്കാക്കേണ്ട ഭാര്യയോട് ഏതാനും കടുത്ത സത്യങ്ങൾ ചൂണ്ടിക്കാട്ടാത്തതിലും അയാൾക്ക് തന്നോടുതന്നെ അരിശം തോന്നി. മുസറാത് തന്റെ സഹനശക്തിയും ക്ഷമയും പരീക്ഷിക്കുകയാണ്. അവളുടെ രോഗം സഹതാപമർഹിക്കുന്ന ഒരു സാഹചര്യമായി ഇനിയും കണക്കാക്കേണ്ടതില്ല; അതിനെ കൈകാര്യം ചെയ്യാൻ അവൾ പഠിക്കേണ്ടിയിരിക്കുന്നു...

ഒരു കൂറ്റൻ നിഴൽ ചുമരിനെ കറുപ്പിച്ചു. അതീഖ് ഞെട്ടലോടെ ചാട്ട കൈയിലെടുത്തു.

'ഇതു ഞാൻ, നസീഷ്, ആണ്' വിറയാർന്ന ഒരു ശബ്ദം അയാളെ ആശ്വസിപ്പിച്ചു.

'അകത്തു കടക്കുന്നതിനുമുമ്പ് വാതിലിൽ ഒന്നു മുട്ടാൻ ആരും നിങ്ങളെ പഠിപ്പിച്ചിട്ടില്ലേ?'

ക്രുദ്ധനായ അതീഖ് മുരണ്ടു.

'നിങ്ങളെ ഭയപ്പെടുത്താൻ ചെയ്തതല്ല, കൈ ഒഴിവില്ലായിരുന്നു.'

സന്ദർശകന്റെ നേരെ അതീഖ് വിളക്ക് കാട്ടി. അയാൾ ഏതാണ്ട് അറുപതു വയസ്സ് പ്രായമുള്ള, പാമരം പോലെ നീണ്ട, വളഞ്ഞ ചുമലുള്ള വിലക്ഷണനായ ഒരു മനുഷ്യനായിരുന്നു. അടക്കമില്ലാത്ത മുടിയുടെ മീതെ പ്രത്യേകിച്ച് ആകൃതിയില്ലാത്ത ആവരണംകൊണ്ട് തല മറച്ചിരുന്നു. അയാളുടെ ക്ഷീണിച്ച മുഖം താടിയുടെ അറ്റത്തേക്ക് കൂർത്തിരിക്കുകയും നരച്ച ഊശാന്താടി മുഖത്തിന്റെ നീളം വർദ്ധിപ്പിക്കുകയും ചെയ്തു. എന്തോ അസഹ്യമായ വേദന കൊണ്ടെന്നപോലെ അയാളുടെ കണ്ണുകൾ മുഖത്തുനിന്നും പുറത്തുചാടുമെന്നു തോന്നിപ്പിക്കും വിധം തള്ളിനിന്നിരുന്നു.

അയാൾ ശങ്കയോടെ മുന്നോട്ടോ പിന്നോട്ടോ പോകാൻ ജയിലറിൽ നിന്നുള്ള ഒരു ആംഗ്യസൂചനയ്ക്കായി കാത്തുകൊണ്ട് വാതിൽക്കൽ

ത്തന്നെ നിന്നു. 'ഞാനിവിടെ ഈ മുറിയിൽ ഒരു വെളിച്ചം കണ്ടു,'അയാൾ വിശദീകരിച്ചു, 'അപ്പോൾ, ഞാൻ ഉള്ളിൽ പറഞ്ഞു, പാവം, അതീഖ്, അയാൾക്ക് സുഖമില്ല, ഞാൻ ചെന്ന് അയാൾക്ക് ഒരു കൂട്ടാവാം.' എന്നാൽ, ഞാൻ വെറും കൈയോടെയല്ല വന്നിരിക്കുന്നത്. കുറച്ച് ഉണക്കിയ ഇറച്ചിയും ആപ്പിളും കൊണ്ടുവന്നിട്ടുണ്ട്.'

അതീഖ് നിലത്തുകിടക്കുന്ന ആട്ടിൻതോൽ വിരിയിലേക്ക് കൈ ചൂണ്ടി.

പ്രവേശനം അനുവദിക്കപ്പെട്ടതിൽ അതീവ സന്തുഷ്ടനായ നസീഷ് നിർദ്ദിഷ്ട സ്ഥാനത്ത് വന്നിരുന്ന് ചെറിയ ഭാണ്ഡം അഴിച്ച് തന്റെ സമ്മാനം ജയിലറുടെ കാൽക്കൽ വെച്ചു. നസീഷ് നിറുത്താതെ പറയാൻ തുടങ്ങി:

'അതീഖ്, എനിക്കറിയാം, താങ്കൾ വീട്ടിലിരിക്കാൻ കഴിയാത്തവിധം അസ്വസ്ഥനാണ്. തടവുകാരൊന്നും ഇല്ലാതിരിക്കുമ്പോൾ, അതും രാത്രിയിൽ ഈ സമയത്ത് അതീഖ് ഒരിക്കലും ജയിലിൽ വരുന്നത് ഞാൻ കണ്ടിട്ടില്ല. മനസ്സിന് അല്പം ആശ്വാസം ലഭിക്കാനല്ലാതെ. എന്റെ കാര്യവും അങ്ങനെത്തന്നെ. എനിക്ക് വീട്ടിലിരിക്കുന്നത് അത്ര സുഖകരമല്ല. നൂറു തികഞ്ഞ എന്റെ പിതാവ് ഒരു സ്വൈര്യവും തരില്ല. അദ്ദേഹത്തിന്റെ കാഴ്ച മിക്കവാറും നശിച്ചിരിക്കുന്നു, നടക്കാനും വയ്യ. എന്നാൽ, സദാസമയവും പരാതിപറഞ്ഞോണ്ടിരിക്കും. എപ്പോഴും എന്തിനെയെങ്കിലും പറ്റി മുറുമുറുത്തുകൊണ്ടിരിക്കും. മുമ്പ് അദ്ദേഹത്തിന്റെ വായടയ്ക്കാൻ ഞങ്ങൾ എന്തെങ്കിലും തിന്നാൻ കൊടുക്കുമായിരുന്നു. ഇപ്പോൾ ഞങ്ങളുടെ കാര്യം കഷ്ടമാണ്. കഴിക്കാൻ വേണ്ടത്ര ഭക്ഷണമില്ല; അദ്ദേഹത്തിന് പല്ലില്ലെങ്കിലും നാവിന് ആ തടസ്സമില്ല. ആരും മിണ്ടരുതെന്ന് ചിലപ്പോൾ അദ്ദേഹം പറയും. എന്നാൽ അദ്ദേഹം തന്നെ നിർത്താതെ മിണ്ടിക്കൊണ്ടിരിക്കും. രണ്ടു ദിവസം മുമ്പ്, അദ്ദേഹം ഉറക്കത്തിൽനിന്നും ഉണരുന്നില്ല. എന്റെ പെൺമക്കൾ കുലുക്കിവിളിച്ചിട്ടും മുഖത്ത് വെള്ളം തളിച്ചിട്ടും അനക്കമില്ല. മിടിപ്പില്ല. നെഞ്ചിൽ ചെവി ചേർത്ത് ശ്വാസമുണ്ടോ എന്നു നോക്കി. അതുമില്ല. 'ശരി, അദ്ദേഹം മരിച്ചിരിക്കുന്നു, ബന്ധുക്കളെയെല്ലാം അറിയിക്കാം, നല്ലൊരു ശവസംസ്കാരം ഏർപ്പാടുചെയ്യാം,' ഞാൻ തീരുമാനിച്ചു. ഞാൻ അയൽവാസികളോടും പിതൃസഹോദരന്മാർ, മരുമക്കൾ, മറ്റു ബന്ധുക്കൾ, സുഹൃത്തുക്കൾ എന്നിവരോടും ഗോത്രത്തിലെ ഏറ്റവും മൂത്ത കാരണവരുടെ 'വിയോഗവാർത്ത' സങ്കടപൂർവ്വം അറിയിച്ചു. പ്രഭാതം മുഴുവനും ഞാൻ അവരുടെ അനുശോചനങ്ങളും സഹതാപപ്രകടനങ്ങളുമെല്ലാം ഏറ്റുവാങ്ങി, ഉച്ചയോടുകൂടി വീട്ടിലെത്തിയപ്പോൾ, മുറ്റത്ത് എല്ലാവരേയും ശകാരിച്ചുകൊണ്ട് നിന്നിരുന്നത് ആരായിരുന്നു? മജ്ജയും മാംസവുമുള്ള, ജീവൻ തുടിക്കുന്ന എന്റെ പിതാവു തന്നെ! അദ്ദേഹത്തിന്റെ വായ മലർക്കെ

തുറന്നിരുന്നു. വെറുപ്പുളവാക്കുന്ന വെളുത്ത മോണ പോലും കാണാമായിരുന്നു. അദ്ദേഹത്തിന് തലയ്ക്ക് വെളിവില്ല. എപ്പോഴും 'ചറപറ' പറഞ്ഞോണ്ടിരിക്കും. വീട്ടിൽ അദ്ദേഹത്തിന്റെ ഒപ്പം ഇരിക്കാനോ, ഭക്ഷണം കഴിക്കാനോ, ഉറങ്ങാനോ പോലും പറ്റാത്ത സ്ഥിതിയാണ്. ആരെങ്കിലും ആ വഴി കടന്നുപോയാൽ അയാളുടെ മേക്കിട്ടു കേറി ചീത്തവിളിക്കുകയും ശപിക്കുകയും ഒക്കെ ചെയ്യാൻ തുടങ്ങും. ചിലപ്പോൾ എനിക്കും ഭ്രാന്തുപിടിക്കും. ഞാനും തിരിച്ച് ഒച്ചവക്കും. അപ്പോൾ ഓടിവന്ന് അയൽക്കാർ ഇടപെടും. ആദരണീയനായ പിതാവിനോട് വേണ്ടത്ര ക്ഷമ കാണിക്കാത്ത ഞാൻ ദൈവത്തിനു മുന്നിൽ പാപിയാണെന്നാണ് അവരുടെ വിചാരം. അതിനാൽ, ദൈവത്തിന്റെ അപ്രീതി ഒഴിവാക്കാൻ ഞാൻ മിക്ക സമയവും വീട്ടിൽ നിന്നും വിട്ടുനിൽക്കും. ഭക്ഷണം കഴിക്കുന്നതുപോലും തെരുവിലാണ്.'

അതീഖ് മനസ്താപത്തോടെ തല കുനിച്ചു. പാവം, നസീഷ്! വല്ലാതെ മാറിപ്പോയിരിക്കുന്നു. പത്തു വർഷം മുമ്പ് കാബൂളിൽ ഒരു മുഫ്തി ആയിരിക്കുമ്പോഴാണ് നസീഷിനെ അതീഖ് കാണുന്നത്. അതിപ്രശസ്തനൊന്നുമല്ലെങ്കിലും വെള്ളിയാഴ്ചകളിലെ അയാളുടെ മതപ്രഭാഷണം കേൾക്കാൻ നൂറുകണക്കിന് വിശ്വാസികൾ എത്തുമായിരുന്നു. പൂന്തോട്ടവും ഇരുമ്പു കവാടവുമുള്ള വലിയ ഒരു വീട്ടിലായിരുന്നു അയാളുടെ താമസം. ചിലപ്പോൾ ഔദ്യോഗികചടങ്ങുകളിലേക്കു ക്ഷണം ലഭിക്കും. അവിടെ വിശിഷ്ടവ്യക്തികൾക്കു കിട്ടുന്ന അതേവിധത്തിലുള്ള സ്വീകരണം അയാൾക്ക് ലഭിക്കുമായിരുന്നു. റഷ്യക്കാരുമായുള്ള യുദ്ധത്തിൽ അയാളുടെ ആണ്മക്കൾ മരിച്ചു. ഈ വസ്തുത പ്രാദേശിക അധികാരികളുടെ മതിപ്പ് വർദ്ധിപ്പിച്ചു. അയാൾക്ക് ഒന്നിനെപ്പറ്റിയും പരാതിയുണ്ടായിരുന്നില്ല. അയാൾക്ക് ശത്രുക്കളുണ്ടായിരുന്നതായി ആർക്കുമറിയില്ലായിരുന്നു. വീട്ടിൽ നിന്നു പള്ളിയിലേക്കും പള്ളിയിൽ നിന്ന് വീട്ടിലേക്കുമായി പൊതുവെ ഒതുങ്ങിയ ജീവിതം അയാൾ നയിച്ചു. ഒരുപാട് വായിച്ചു;

ആദരവർഹിക്കുന്ന പാണ്ഡിത്യമുണ്ടായിരുന്നുവെങ്കിലും അയാളെ ഉപദേശത്തിനായി ആരും സമീപിക്കാറില്ലായിരുന്നു. അങ്ങനെയിരിക്കെ, പെട്ടെന്ന്, യാതൊരു മുന്നറിയിപ്പുമില്ലാതെ അയാൾ, ഒരു പ്രഭാതത്തിൽ, കണ്ണുകൾ തള്ളി, വിചിത്രമായ ചേഷ്ടകളോടെ കൂക്കിവിളിച്ചുകൊണ്ട് തെരുവിലൂടെ നടക്കാൻ തുടങ്ങി. എന്തോ ബാധയാണെന്നായിരുന്നു ആദ്യത്തെ അനുമാനം. പക്ഷേ, മന്ത്രവാദികൾ അയാളിലെ ഭൂതങ്ങളുമായി മല്ലിട്ടത് വൃഥാവിലായി. അയാളെ മാസങ്ങളോളം ഒരു ഭ്രാന്താലയത്തിൽ പാർപ്പിച്ചു. അയാൾക്ക് തന്റെ പഴയ കഴിവുകൾ ഒരിക്കലും തിരിച്ചുപിടിക്കാൻ കഴിഞ്ഞില്ല. ബുദ്ധി തെളിയുന്ന സന്ദർഭങ്ങളിൽ, തനിക്കു വന്നുപെട്ട അവസ്ഥയെക്കുറിച്ചുള്ള നാണക്കേട് മറയ്ക്കാനായി അയാൾ പൂർണ്ണമായും സമൂഹത്തിൽനിന്ന് പിൻവലിഞ്ഞു. മിക്കപ്പോഴും

അയാൾ ഉമ്മറവാതിലിനു മുന്നിൽ നരച്ച കുടയുടെ കീഴിൽ വഴിപോക്കരേയും കടന്നുപോകുന്ന കാലത്തേയും ഒരേ നിസ്സംഗതയോടെ വീക്ഷിച്ചു കൊണ്ട് ഇരിക്കുമായിരുന്നു.

'ഞാൻ എന്താണ് ചെയ്യാൻ പോകുന്നത് എന്നറിയാമോ, അതീഖ്?'

'എനിക്കെങ്ങനെ അറിയാം? നിങ്ങൾ ഒരിക്കലും എന്നോട് ഒന്നും പറയാറില്ലല്ലോ.'

അയാൾ ചുറ്റും ശ്രദ്ധിച്ച്, മറ്റാരും കേൾക്കുന്നില്ലെന്നുറപ്പുവരുത്തി, ജയിലറുടെ നേരെ കുനിഞ്ഞ്, സ്വകാര്യം പറയുന്നതുപോലെ ചെവിയിൽ മന്ത്രിച്ചു.

'ഞാൻ പോവുകയാണ്.'

'എങ്ങോട്ട്?'

നസീഷ് വാതിലിനടുത്തേക്കു നോക്കി, ശ്വാസം വിടാതെ, ചെവി വട്ടം പിടിച്ചു. തൃപ്തി വരാതെ, എഴുന്നേറ്റ് തെരുവിലേക്കിറങ്ങി, ചുറ്റും ആരുമില്ലെന്നുറപ്പു വരുത്തി. തിരിച്ചെത്തിയപ്പോൾ അയാളുടെ കണ്ണുകൾ ഉന്മാദത്തിന്റെ ആവേശത്താൽ തിളങ്ങുന്നുണ്ടായിരുന്നു. 'നാശം, എനിക്കു തന്നെ അറിയില്ല. ഞാനങ്ങു പോകും, അത്ര തന്നെ! എല്ലം ഞാൻ ഒരുക്കി വെച്ചിട്ടുണ്ട്. ബാഗ്, വടി, പണം എല്ലാം. എന്റെ വലത്തെ കാല് സുഖമായാലുടൻ ഞാനെന്റെ റേഷൻകാർഡും മറ്റെല്ലാ രേഖകളും തിരിച്ചേല്പിക്കും. എന്നിട്ട് സ്ഥലംവിടും. നന്ദിയോ, വിടപറച്ചിലോ ഒന്നുമില്ല. ഏതെങ്കിലും ഒരു റോഡ് പിടിച്ച് അതിന്റെ അങ്ങേയറ്റം, സമുദ്രം വരെ യാത്ര തുടരും. കടൽത്തീരത്തെത്തിയാൽ പിന്നെ വെള്ളത്തിലേക്ക് എടുത്തുചാടും. ഞാൻ ഒരിക്കലും കാബൂളിലേക്കു തിരിച്ചുവരില്ല. ഇതൊരു ശപിക്കപ്പെട്ട നഗരമാണ്. ഇവിടെ ആരും രക്ഷപ്പെടില്ല. നിരവധി പേർ മരിച്ചുകൊണ്ടിരിക്കുന്നു. തെരുവു നിറയെ വിധവകളും അനാഥരുമാണ്.'

'താലിബാനും.'

ജയിലറുടെ മൊഴിയിൽ ഭയചകിതനായ നസീഷ് വാതിലിനു നേരെ തല വെട്ടിച്ചുനോക്കി; അയാളുടെ മെലിഞ്ഞ കൈ വെറുപ്പിന്റേതായ ഒരു ആംഗ്യം കാണിച്ചു. കഴുത്ത് ഒരിഞ്ച് നീട്ടിക്കൊണ്ട് അയാൾ പിറുപിറുത്തു, 'ആഹ്, അവർ! അവർക്കുവെച്ചത് അവർക്കു തന്നെ കിട്ടും.'

അതീഖ് ഒരു കഷണം ഉണക്കയിറച്ചി എടുത്ത് സംശയത്തോടെ നോക്കി. അപകടമൊന്നുമില്ലെന്നു കാണിക്കാനായി നസീഷ് രണ്ടു കഷണമെടുത്ത് വിഴുങ്ങി. അതീഖ് ഒരു കഷണമെടുത്ത് മണത്തുനോക്കി, വേണ്ടെന്ന് വെച്ചു. എന്നിട്ട്, ഒരു ആപ്പിളെടുത്ത് ആർത്തിയോടെ കടിച്ചു.

'അപ്പോൾ, നിങ്ങളുടെ കാല് എപ്പോൾ സുഖപ്പെടും?'

'ഒന്നോ രണ്ടോ ആഴ്ചകൾക്കുള്ളിൽ. അതിനുശേഷം, ആരോടും പറയാതെ ഞാനെന്റെ സാധനങ്ങളെല്ലാം എടുത്ത്, ഫീഷ്! മിന്നൽ പോലെ മറയും, പിന്നെ ഒരിക്കലും എന്നെ കാണുകയില്ല. ഞാൻ നേരെ നടക്കും, ആരോടും മിണ്ടാതെ, വഴിയിൽ ആരേയും കാണാതെ, നടന്നു നടന്ന് പാദരക്ഷയുടെ അടി കാലിന്റെ അടിയുമായി ചേരുന്നതുവരെ നടന്നു കൊണ്ടിരിക്കും.'

അതീഖ് ചുണ്ടുകൾ നക്കി, മറ്റൊരു ആപ്പിളെടുത്ത് വസ്ത്രത്തിൽ തുടച്ച് ആർത്തിയോടെ വിഴുങ്ങി. 'നിങ്ങൾ എപ്പോഴും പോവുക യാണെന്നു പറഞ്ഞുകൊണ്ടിരിക്കുന്നു. നിങ്ങൾ എപ്പോഴും ഇവിടെത്തന്നെ യുണ്ട്.'

'എന്റെ കാലിനു സുഖമില്ല.'

'ഇതിനു മുമ്പ് അരക്കെട്ടിന്റെ അസുഖമായിരുന്നു. അതിനുംമുമ്പ് പുറമായിരുന്നു. അതിനുംമുമ്പ് കണ്ണുകളായിരുന്നു. മാസങ്ങളായി നിങ്ങൾ പോകുന്ന കാര്യം പറയുന്നു, എന്നാൽ നിങ്ങളെപ്പോഴും ഇവിടെ ത്തന്നെയുണ്ട്. ഇന്നലെ നിങ്ങളിവിടെയുണ്ടായിരുന്നു, നാളെയും ഇവിടെ യുണ്ടായിരിക്കും. നിങ്ങളെവിടേയും പോവില്ല, നസീഷ്.'

'അല്ലല്ല. ഞാൻ പോവുകതന്നെയാണ്. പോകുന്ന റോഡുകളിലെ കാൽപ്പാടുകളെല്ലാം ഞാൻ മായ്ച്ചുകളയും. ഞാൻ എവിടെപ്പോയെന്ന് ആർക്കും അറിയാൻ കഴിയില്ല. തിരിച്ചുവരണമെന്ന് എനിക്കു തോന്നി യാൽത്തന്നെ വഴി കണ്ടുപിടിക്കാൻ കഴിയില്ല.'

'അസംബന്ധം!' അതീഖ് പറഞ്ഞു. അയാൾ മനഃപൂർവ്വം തർക്കി ക്കാൻ തന്നെ ഉദ്ദേശിച്ചായിരുന്നു. വെളിവില്ലാതെ ഒരാളോട് പറയാവുന്ന താണോ അതീഖ് പറഞ്ഞത്?

സ്വന്തം ഇച്ഛാഭംഗങ്ങൾക്ക് പകരംവീട്ടാനാണോ ആ പാവത്തിനെ കുരങ്ങ് കളിപ്പിക്കുന്നത്? ആ പാവത്തിന്റെ ആശ കെടുത്തുക എന്ന പോലെ. 'നിങ്ങൾ ഒരിക്കലും പോവുകയില്ല. നിങ്ങൾ ഈ പരിസരത്തു തന്നെ ഒരു മരം പോലെ ഉറച്ചുനിൽക്കും. അത് നിങ്ങളുടെ വേരുകൾ നിങ്ങളെ ഇവിടെ പിടിച്ചുനിർത്തുന്നതുകൊണ്ടല്ല, മറിച്ച്, നിങ്ങളെ പ്പോലുള്ളവർക്ക് കാഴ്ചയ്ക്കപ്പുറമുള്ള ദൂരത്തേക്ക് പോകാനുള്ള പ്രാപ്തി യില്ല എന്നതുകൊണ്ടാണ്. അവർ വിദൂരദേശങ്ങളെപ്പറ്റിയും അന്തമില്ലാത്ത രാജവീഥികളെപ്പറ്റിയും അവിശ്വസനീയമായ വീരസാഹസങ്ങളെപ്പറ്റിയു മൊക്കെ മനോരാജ്യം കാണും. കാരണം, ഒരിക്കലും അവർക്കത് യാഥാർത്ഥ്യമാക്കാൻ കഴിയില്ല.'

'നിങ്ങൾക്കെങ്ങനെ അറിയാം? ഞാൻ പോവും, തീർച്ച...'

'അത് അസംഭാവ്യമാണ്'

'നാളെ എന്താണ് വരാൻ പോകുന്നത് എന്ന് നിങ്ങൾക്കറിയാൻ കഴി യില്ല. ദൈവം മാത്രമാണ് എല്ലാം അറിയുന്നവൻ.'

'യാചകർ നാളെ എന്തുചെയ്യാൻ പോകുന്നു എന്നറിയാൻ മഷിയിട്ടു നോക്കേണ്ടതില്ല. നാളെ, സൂര്യനുദിക്കുമ്പോൾ, അവർ അതേ സ്ഥാനത്തു തന്നെ കൈനീട്ടി കരഞ്ഞുകൊണ്ട് നിൽക്കുന്നുണ്ടാവും, കൃത്യമായും ഇന്നലെയും മിനിയാന്നുമൊക്കെ ചെയ്തപോലെത്തന്നെ.'

'ഞാനൊരു യാചകനല്ല.'

'കാബൂളിൽ നമ്മളെല്ലാവരും യാചകരാണ്, നസീഷ്. നിങ്ങളെ സംബന്ധിച്ചാണെങ്കിൽ, നാളെ നിങ്ങൾ നിങ്ങളുടെ വീട്ടുവാതിൽക്കൽ ആ പഴഞ്ചൻ കുടയുടെ കീഴിൽ പെണ്മക്കൾ ഭക്ഷണം കൊണ്ടുവരുന്നതും കാത്ത് ഇരിക്കും. എന്നിട്ട് തെരുവിലിരുന്ന് അതു കഴിക്കും.'

നസീഷ് അസ്വസ്ഥനായി. താൻ ചെയ്യാനുദ്ദേശിക്കുന്ന നടപടി വാസ്തവത്തിൽ, പലരും മുമ്പുതന്നെ ചെയ്തിട്ടുള്ളതാണ്; പല തവണ സംഭവിച്ചിട്ടുള്ളതാണ്. എന്നിട്ടും തനിക്ക്, ഈ നസീഷിന്, അതിനുള്ള പ്രാപ്തിയുണ്ടെന്ന് വിശ്വസിക്കാൻ ഈ ജയിലർ കൂട്ടാക്കാത്തത് എന്തുകൊണ്ടാണ് എന്ന് അയാൾക്ക് മനസ്സിലായില്ല. എങ്ങനെ അയാളെ അതു ബോദ്ധ്യപ്പെടുത്തും എന്നു നസീഷിനറിയില്ല. അയാൾ അല്പനേരം നിശ്ശബ്ദത പാലിച്ചു. എന്നിട്ട്, തന്റെ നിഗമനത്തിൽ ജയിലർ ഔദാര്യത്തിനർഹനല്ല എന്നതിന്റെ സൂചനയെന്നോണം അയാൾ തന്റെ കൊച്ചു ഭാണ്ഡം കൈയിലെടുത്തു.

അതീഖ് അടക്കിച്ചിരിച്ച്, മനഃപൂർവ്വം മൂന്നാമതൊരു ആപ്പിൾ കൂടി എടുത്ത് മാറ്റിവെച്ചു.

'മുമ്പ്, ഞാൻ പറയുമ്പോൾ ആളുകൾ അതു വിശ്വസിച്ചിരുന്നു,' നസീഷ് പറഞ്ഞു.

'മുമ്പ് നിങ്ങൾ ശരിയായ മാനസികാവസ്ഥയിലായിരുന്നു,' ജയിലർ അയവില്ലാതെ പറഞ്ഞു.

'എനിക്കു വട്ടാണെന്നാണോ നിങ്ങൾ കരുതുന്നത്?'

'നിർഭാഗ്യവശാൽ, ഞാനൊരാൾ മാത്രമല്ല അങ്ങനെ ചിന്തിക്കുന്നത്.'

നസീഷ് അമ്പരപ്പോടെ തല കുലുക്കി. അല്പം ശങ്കയോടെ അയാൾ ഭാണ്ഡം എടുത്തു, ഉറച്ച മട്ടിൽ എഴുന്നേറ്റു. 'ഞാൻ വീട്ടിൽ പോകുന്നു,' അയാൾ പറഞ്ഞു.

'വളരെ നല്ല കാര്യം.'

കനത്ത ഹൃദയത്തോടെ അയാൾ വാതിൽക്കലേക്കു കുനിഞ്ഞു നടന്നു. പോകുന്നതിനുമുമ്പ് അയാൾ നിർവ്വികാരനായി ഏറ്റുപറഞ്ഞു: 'ശരിയാണ്. എല്ലാ രാത്രിയും ഞാൻ സ്ഥലംവിടുകയണെന്നു പറയും. എന്നാൽ പകൽ ഞാൻ ഇവിടെത്തന്നെ ഉണ്ടാവുകയും ചെയ്യും. എന്താണ് എന്നെ തടഞ്ഞുനിർത്തുന്നത് എന്ന് എനിക്കറിയില്ല.'

നസീഷ് പോയപ്പോൾ അതീഖ് വീണ്ടും കട്ടിലിൽ കൈകൾ തലയ്ക്കു പിന്നിൽ വെച്ച് കിടന്നു. ജയിലിന്റെ മച്ച് അയാളിൽ രക്ഷപ്പെടാനുള്ള ആശയങ്ങളൊന്നും ഉണർത്തിയില്ല. അയാൾ എഴുന്നേറ്റിരുന്ന് മുഖം കൈകൾകൊണ്ടു താങ്ങി.

രോഷത്തിന്റെ ഒരു തിര അയാളുടെ കണ്ണുകൾ വരെ ഉയർന്നു പൊങ്ങി.

മുഷ്ടി മുറുക്കെ ചുരുട്ടി, പല്ലിറുമ്മിക്കൊണ്ട് അയാൾ എഴുന്നേറ്റ് വീട്ടിലേക്കു പോകാനൊരുങ്ങി. ഭാര്യ ഇനിയും ഒരു ബലിയാടിന്റെ വേഷം അഭിനയിക്കുന്നത് തുടരുകയാണെങ്കിൽ അവളോട് സൗമ്യമായി പെരുമാറുന്നത് നിർത്താൻ പോവുകയാണ്, അയാൾ ഉറപ്പിച്ചു. ഇപ്രാവശ്യം ഞാനെന്തുചെയ്യുമെന്ന് അവൾക്ക് കാണിച്ചുകൊടുക്കും.

ആറ്

കടന്നുപോയ ഭീകരരാത്രികൾക്കുശേഷം സുനൈറയുടെ മനോഭാവം അല്പം മയപ്പെട്ടതുപോലെ തോന്നിച്ചു. പ്രഭാതത്തിൽ, അവൾ നേരത്തെ ത്തന്നെ എഴുന്നേറ്റു. തെറ്റിദ്ധാരണകൾ അവൾ മറന്നെങ്കിൽ എന്ന പ്രത്യാശയോടെ അന്നത്തെ പ്രഭാതത്തെ മൊഹ്സിൻ രണ്ട് കൈയും നീട്ടി സ്വീകരിച്ചു.

അവൾ അതു വീണ്ടും ഓർമ്മിക്കുകയും വിഷണ്ണയാവുകയും ചെയ്യും. സുനൈറ ഒന്നും മറന്നിട്ടുണ്ടായിരുന്നില്ല. ഭർത്താവ് അസ്വസ്ഥ നാണ്, അയാൾക്ക് തന്റെ സാന്നിദ്ധ്യം ആവശ്യമുണ്ട് എന്നവൾ മനസ്സി ലാക്കിയിരിക്കുന്നു എന്നു മാത്രം. ഒരേ സമയം പ്രാകൃതവും ഭ്രാന്തവും ഞെട്ടിപ്പിക്കുന്നതുമായ പ്രവൃത്തിയാണ് അയാൾ ചെയ്തത്. അവൾക്ക് ക്ഷമിക്കാൻ കഴിയുന്നതായിരുന്നില്ല. തീർത്തും യുക്തിശൂന്യമായിരിക്കു മ്പോൾ തന്നെ അഫ്ഗാനിസ്ഥാന്റെ വർത്തമാനകാല അവസ്ഥയുടെ സവിശേഷതയായ ഒരു നിഷ്ഠുരകർമ്മം അയാൾ ചെയ്തു. അതിൽ പശ്ചാത്തപിക്കുകയും മനസ്സാക്ഷിക്കേറ്റ മുറിവുകൊണ്ട് ആത്മപീഡ അനുഭവിക്കുകയും ചെയ്യുന്നു. അയാളോട് വിദ്വേഷം പുലർത്തു ന്നതുകൊണ്ട് അയാളെ കൂടുതൽ ദുർബ്ബലചിത്തനാക്കി മാറ്റാനേ ഉത കുകയുള്ളൂ. കാബൂളിലെ കാര്യങ്ങൾ കൂടുതൽ കൂടുതൽ വഷളാവുക യാണ്. മനുഷ്യനേയും ആചാരമര്യാദകളേയും തകർത്തുകൊണ്ട് സർവ്വത്ര നാശത്തിലേക്കു കൂപ്പുകുത്തുന്നു. അലങ്കോലാവസ്ഥയ്ക്കു ള്ളിൽ അലങ്കോലാവസ്ഥ, ദുരന്തത്തിനുള്ളിൽ ദുരന്തം എന്ന ദുഃസ്ഥിതി യിൽ...

ഏകനായ ഒരു മനുഷ്യനും രക്ഷയില്ല. കഴിഞ്ഞ ദിവസം അയല്പ ക്കത്ത് ഒരു ഭ്രാന്തൻ, ദൈവം തോറ്റിരിക്കുന്നു എന്ന് തൊണ്ട കീറുംവിധം ഉച്ചത്തിൽ വിളിച്ചുകൂവി. എല്ലാ ലക്ഷണങ്ങളും വച്ച്, ആ പാവത്തിന് താനെവിടെയാണെന്നോ എങ്ങനെ തന്റെ സുബോധം നഷ്ടപ്പെട്ടുവെന്നോ അറിയില്ലായിരുന്നു. വിട്ടുവീഴ്ചയില്ലാത്ത താലിബാൻ, അയാളുടെ ഭ്രാന്തിൽ ദാക്ഷിണ്യമർഹിക്കുന്ന സാഹചര്യമൊന്നും കണ്ടില്ല. അവർ അയാളുടെ കണ്ണും വായും മൂടിക്കെട്ടി കവലയിൽ വെച്ച് പരസ്യമായി അടിച്ചുകൊന്നു.

സുനൈറ താലിബാനല്ല, അവളുടെ ഭർത്താവിന് ഭ്രാന്തുമില്ല. കൂട്ടാവേശത്തിന്റെ ഒരു നിമിഷത്തിൽ അയാൾക്ക് വഴിതെറ്റിയെങ്കിൽ, അതിനു കാരണം, നിത്യജീവിതത്തിലെ ഭീകരതകൾ, നമ്മുടെ പ്രതിരോധങ്ങളെയെല്ലാം തകർക്കാൻ കെല്പുള്ള വിധത്തിൽ ശക്തമായിരിക്കുന്നു എന്നതാണ്. മനുഷ്യൻ അധഃപതിക്കാനൊരുങ്ങിയാൽ അവന്റെ അധഃപതനം അഗാധഗർത്തത്തേക്കാൾ ആഴമേറിയതാവും. മൊഹ്സിൻ മറ്റുള്ളവരെപ്പോലെ പെരുമാറുന്നു, സ്വന്തം ദുരിതങ്ങൾ മറ്റുള്ളവരിൽ തിരിച്ചറിഞ്ഞുകൊണ്ട്, അവരുടെ ജീർണ്ണതയുമായി ഐക്യം പുലർത്തിക്കൊണ്ട്. യാതൊരു മുന്നറിയിപ്പുമില്ലാതെ, തിരിച്ചറിയാനാവാത്തവിധം എല്ലാം മാറിപ്പോകാം എന്നതിന് അയാളുടെ പ്രവൃത്തി സാക്ഷ്യം വഹിക്കുന്നു. ബുദ്ധിജീവികൾക്കും ജീർണ്ണോന്മുഖമായ ഈ പിന്മടക്കം സാദ്ധ്യമായിരിക്കും. സുനൈറയെ സംബന്ധിച്ചിടത്തോളം അത് ഒരു ഭീകരമായ അറിവാണ്.

മനോവ്യഥകൊണ്ടു മരവിച്ചുപോയ മൊഹ്സിൻ, മുക്രി വാങ്കു വിളിക്കുന്നതുവരെ പുറത്ത് ഒതുക്കുകല്ലിൽത്തന്നെയിരുന്നു. സുനൈറയും ഒരു പോള കണ്ണടച്ചില്ല. പായയിൽ ചുരുണ്ടുകൂടിക്കിടന്ന് അവൾ, കൊലമരങ്ങളും അഴുക്കുംകൊണ്ട് വിരൂപമായ ഇന്നിന്റെ കവലകളിൽ പണ്ട് കുട്ടികൾ പാടുകയും കളിക്കുകയും ചെയ്തിരുന്ന സുദിനങ്ങളെപ്പറ്റിയുള്ള ഭൂതകാലസ്മരണകളിൽ അഭയം തേടി. പട്ടങ്ങൾ കാറ്റിലുലയുമ്പോൾ 'ദൈവനിന്ദ' എന്ന് അട്ടഹസിക്കുന്ന മതഭ്രാന്തന്മാർ അന്നുണ്ടായിരുന്നില്ല. ഇപ്പോൾ നിർദ്ദോഷകരമായ ഒരു പൊട്ടിച്ചിരിപോലും അത്യന്തം അപകടകരമായിരിക്കും. തന്റെ കരം പ്രേമഭാജനത്തിന്റെ കരവുമായി സ്പർശിക്കുന്നതിനു മുമ്പ് മൊഹ്സിൻ ചില മുൻകരുതലുകളെടുക്കാറുണ്ടായിരുന്നു. അത്തരം ഔചിത്യങ്ങൾ അവർ തമ്മിലുള്ള വികാരാവേശം കൂടുതൽ തീവ്രമാക്കുകയേ ചെയ്തുള്ളു.

പാരമ്പര്യങ്ങൾ പാരമ്പര്യങ്ങളാണ്. നമുക്ക് അവയോടൊത്ത് ജീവിക്കേണ്ടിയിരിക്കുന്നു. വിവേകപൂർവ്വമായ നിയന്ത്രണങ്ങൾ കമിതാക്കളെ ഇച്ഛാഭംഗപ്പെടുത്തുന്നതിനുപകരം അവരുടെ പ്രണയബന്ധത്തെ ദുഷിച്ച നോട്ടങ്ങളിൽനിന്നും രക്ഷിക്കുകയും അതേസമയം മറ്റുള്ളവരുടെ ശ്രദ്ധയിൽപ്പെടാതെ ലഭിക്കുന്ന അനുകൂല അവസരങ്ങളിൽ മാസ്മരികവും ആനന്ദദായകവുമായ സ്പർശനത്തിന്റെ ആവേശം പതിന്മടങ്ങ് തീവ്രമാക്കുകയും ചെയ്യും.

സർവ്വകലാശാലയിൽ വെച്ചാണ് അവർ കണ്ടുമുട്ടിയത്. അയാൾ ഒരു ഇടത്തരം കുടുംബത്തിലെ അംഗമായിരുന്നു; അവൾ ഒരു പ്രമുഖ വ്യക്തിയുടെ മകളും. മൊഹ്സിൻ രാഷ്ട്രമീമാംസയാണ് പഠിച്ചിരുന്നത്. നയതന്ത്ര ഉദ്യോഗമായിരുന്നു അയാൾ കാംക്ഷിച്ചിരുന്നത്; സുനൈറയുടെ ലക്ഷ്യം ഒരു മജിസ്ട്രേറ്റ് ആവുക എന്നതായിരുന്നു. അയാൾ മാന്യനും സത്യസന്ധനും മിതമായ രീതിയിൽ മതവിശ്വാസിയുമായിരുന്നു.

പ്രബുദ്ധയായ മുസ്ലീം എന്ന നിലയിൽ, അവൾ തലയിൽ തട്ടവും ഒതുങ്ങിയ വസ്ത്രങ്ങളും ചിലപ്പോൾ അയഞ്ഞ കാലുറകളും ധരിച്ചു. അവൾ സ്ത്രീവിമോചനത്തിനുവേണ്ടി സജീവമായി പ്രവർത്തിച്ചു. അവളുടെ ആവേശം, അവളുടെമേൽ ചൊരിയപ്പെട്ട പ്രശംസകളുടെ തീവ്രതയൊഴിച്ചുനിർത്തിയാൽ അതുല്യമായിരുന്നു. ഉജ്ജ്വലമായ വ്യക്തിത്വത്തിനുടമയായിരുന്നു അവൾ. അവളുടെ സൗന്ദര്യം എല്ലാവരുടേയും മനസ്സിളക്കി. ഒരിക്കലും മതിവരാതെ യുവാക്കൾ അവളെ കണ്ണുകൾകൊണ്ടു നുകർന്നു. അവരെല്ലാവരും അവളെ വിവാഹം കഴിക്കാൻ ആഗ്രഹിച്ചു. എന്നാൽ, അവൾ ഇഷ്ടപ്പെട്ടത് മൊഹ്സിനെ മാത്രമായിരുന്നു. ആദ്യദർശനത്തിൽത്തന്നെ അവൾ അയാളിൽ അനുരക്തയായി. അയാൾ സൗമ്യസ്വഭാവക്കാരനായിരുന്നു. അവൾ അയാളെ നോക്കിച്ചിരിക്കുമ്പോൾ ഒരു പെൺകിടാവിനെപ്പോലെ അയാളുടെ മുഖം തുടുത്തു. കാബൂളിൽ വരാനിരിക്കുന്ന മഹാവിപത്തിനെപ്പറ്റിയുള്ള ഉൾബോധം കൊണ്ടെന്നപോലെ അവർ, വലിയ കാത്തിരിപ്പുകൾക്കൊന്നും മെനക്കെടാതെ ചെറുപ്രായത്തിൽ തന്നെ, വിവാഹിതരായി.

ഒരു സാക്ഷാത്കാരത്തിന്റെ പ്രശാന്തിയിൽ അവർ ഒന്നിച്ചുചേർന്നു. ഇപ്പോൾ മൊഹ്സിൻ മറവുകളില്ലാതെ തന്റെയുള്ളിലെ വിചാരങ്ങളത്രയും അവളോട് തുറന്നു പറയുകയാണ്; അവൾ പുറം തിരിഞ്ഞുനിൽക്കുമ്പോൾ അയാൾ എത്രമാത്രം വേദനിക്കുന്നു എന്ന് അവൾ മനസ്സിലാക്കാൻവേണ്ടി അയാൾ പൂർണ്ണമായും സ്വയം പ്രകടിപ്പിക്കാൻ ശ്രമിച്ചു. അവൾ മിണ്ടാതിരിക്കുന്നത് അയാൾക്ക് ഒരിക്കലും സഹിക്കാനാവില്ല. ഈ ലോകവുമായി അയാളെ ബന്ധപ്പെടുത്തുന്ന അവസാനത്തെ കണ്ണി ഇപ്പോൾ അവൾ മാത്രമാണ്.

സുനൈറ ഒന്നും മിണ്ടിയില്ല, അവളുടെ മന്ദസ്മിതം വാചാലമായിരുന്നു. അവളുടെ മുഖത്ത് മുമ്പ് കാണാറുള്ള അതേ പുഞ്ചിരിയായിരുന്നില്ല. എന്നിരുന്നാലും അയാളെ സന്തോഷഭരിതനാക്കാൻ അതു ധാരാളം മതിയായിരുന്നു.

അയാൾക്കു പ്രാതൽ വിളമ്പി അവൾ കൈകൾ കാൽമുട്ടിൽ വെച്ച് സെറ്റിയിലിരുന്നു. അവളുടെ കണ്ണുകൾ തീൻമേശയിലെ ആവിയിൽനിന്ന് അയാളുടെ കണ്ണിൽ ഉറച്ചു.

'നിങ്ങൾ വളരെ നേരത്തെ ഉണർന്നിരിക്കുന്നു.' അവൾ പറഞ്ഞു.

ഒന്നും സംഭവിക്കാത്തതുപോലെയുള്ള അവളുടെ സംസാരം കേട്ട് ആശ്ചര്യപ്പെട്ട് അയാളല്പം ചൂളിപ്പോയി.

അവളുടെ സ്വരം സൗമ്യവും മാതൃസഹജവുമായിരുന്നു. കഴിഞ്ഞതെല്ലാം കഴിഞ്ഞുപോയി എന്ന് അതിൽ നിന്നും അയാൾക്ക് അനുമാനിക്കാൻ കഴിഞ്ഞു.

അയാൾ റൊട്ടിയെടുത്ത് അതിവേഗം വിഴുങ്ങി. അത് അയാളുടെ തൊണ്ടയിൽ കുരുങ്ങി ശ്വാസംമുട്ടിയപോലെയായി.

കൈലേസുകൊണ്ട് ചുണ്ടുകൾ തുടച്ച് അയാൾ പ്രയാസപ്പെട്ട് പറഞ്ഞു, 'ഞാൻ പള്ളിയിൽ പോയി.'

അവൾ പുരികം ചുളിച്ചു. 'വെളുപ്പിന് മൂന്നരയ്ക്കോ?'

അയാൾ തൊണ്ട ശരിയാക്കി, വിശ്വസനീയമായ ഒരു വിശദീകരണത്തിനായി പരതി, എന്നിട്ട് ഇതു പരീക്ഷിച്ചു: 'എനിക്ക് ഉറക്കം വന്നില്ല, അതുകൊണ്ട് അല്പം ശുദ്ധവായു ശ്വസിക്കാൻ പുറത്തേക്കിറങ്ങി.'

'രാത്രി, ശരിക്കും ഭയങ്കര ചൂടായിരുന്നു.'

കഴിഞ്ഞ ഏതാനും ദിവസങ്ങളിൽ കൊതുകുകളും ഈർപ്പവും ദുസ്സഹമായിരുന്നുവെന്ന് അവർ പരസ്പരം അംഗീകരിച്ചു. അയൽക്കാരിൽ മിക്കവരും കഴിഞ്ഞ രാത്രി കുടിലുകളിലെ ചൂളപോലെയുള്ള ചൂടിൽ നിന്നു രക്ഷപ്പെടാൻ തെരുവിൽ അഭയം തേടി എന്നും ചിലർ പുലർച്ച വരെ വീട്ടിലേക്കു മടങ്ങിയില്ലെന്നും മൊഹ്സിൻ കൂട്ടിച്ചേർത്തു. അലിവില്ലാത്ത വേനലിലും, വർഷങ്ങളായി നാശം വിതയ്ക്കുന്ന വരൾച്ചയിലും പേപിടിച്ച കഴുകന്മാരെപ്പോലെ കുടുംബങ്ങളെ ഒന്നടങ്കം ആക്രമിക്കുന്ന പകർച്ചവ്യാധികളിലും; അവരുടെ സംഭാഷണം കേന്ദ്രീകരിച്ചു. തലേ രാത്രിയിലെ പിണക്കത്തെപ്പറ്റിയും കൂടുതൽ കൂടുതൽ സാധാരണമായിരിക്കുന്ന പരസ്യ വധശിക്ഷകളെപ്പറ്റിയും ഒരിക്കലും സൂചിപ്പിക്കാതെ അവർ ലോകവിശേഷങ്ങൾ സംസാരിച്ചു, എന്നാൽ ഒന്നിനെപ്പറ്റിയും സംസാരിച്ചില്ല. എല്ലാറ്റിനുമപ്പുറത്ത് ഒരു വിമൂകത തളം കെട്ടി നിന്നു.

അപ്പോൾ മൊഹ്സിൻ 'നമുക്ക് ചന്ത വരെ ഒന്നു നടന്നു വന്നാലോ?' എന്ന് അഭിപ്രായപ്പെട്ടു.

'നമ്മുടെ പക്കൽ പണമൊന്നുമില്ല.' സുനൈറ പറഞ്ഞു.

'ഒന്നും വാങ്ങണമെന്നില്ല. കടക്കാർ പഴയ ചവറുകൾ പുരാവസ്തു എന്ന പേരിൽ വിൽക്കുന്നതു കണ്ട് രസിക്കാം.'

'അതാണോ ചന്തവരെ നടക്കുന്നതിനുള്ള കാരണം?'

'നടക്കാനിറങ്ങുന്നതിന് ഒരു കാരണം വേണ്ടേ? വേറെ ഞാനെന്ത് പറയാനാണ്!'

ഭർത്താവിന്റെ പരിതാപകരമായ നർമ്മബോധത്തിൽ രസിച്ച് സുനൈറ മൃദുവായി ചിരിച്ചു. 'നിങ്ങൾക്ക് ഇവിടെയിരിക്കാൻ ഇഷ്ടമില്ലേ?'

മൊഹ്സിൻ ഇതിലൊരു കെണിയുണ്ടെന്ന് സംശയിച്ചു. ജാള്യഭാവത്തിൽ അയാൾ മുഖത്തെ കുറ്റിരോമത്തിൽ തടവി, ചുണ്ടു കൂർപ്പിച്ചു. 'അതല്ല കാര്യം. നിന്നോടൊപ്പം പുറത്തുപോകാനാഗ്രഹം തോന്നി, പഴയ ആ നല്ല കാലത്ത് നമ്മൾ ചെയ്യാറുള്ളതുപോലെ.'

'ഈ താലിബാൻ കാലത്തിലോ?'

'കാലം മാറിയെങ്കിലും നമ്മൾ മാറിയിട്ടില്ല.'

'എന്നാൽ, ഈ നമ്മളാരാണ്?'

മൊഹ്സിൻ ചുമരിൽ ചാരി, കൈ കെട്ടി ഇരുന്നു. അയാൾ ഭാര്യയുടെ ചോദ്യത്തെപ്പറ്റി ആഴത്തിൽ ചിന്തിച്ചു. നമ്മളാരാണ്? പിന്നെ അയാൾക്കതിൽ കാര്യമില്ലെന്ന് തോന്നി. 'നീ എന്താണ് അസംബന്ധം പറയുന്നത്?'

'അതാണ് സത്യം എന്നതുകൊണ്ടുതന്നെ. നമ്മളിപ്പോൾ ഒന്നുമല്ല. നമുക്ക് ചില അവകാശങ്ങളുണ്ടായിരുന്നു. അതെങ്ങനെ സംരക്ഷിക്കണമെന്നറിയാതെ നമ്മൾ അത് സഹായികളായ മൊല്ലകൾക്ക് അടിയറവെച്ചു. എനിക്ക് എല്ലാ ദിവസവും വൈകുന്നേരം നിങ്ങളോടൊത്തു പുറത്തുപോകാൻ വളരെ ഇഷ്ടമാണ്. നിങ്ങളോടൊപ്പം കൈകോർത്തുപിടിച്ച്, മുട്ടിയുരുമ്മി നടക്കാൻ എനിക്ക് കൊതിയാണ്. കടയുടെ മുന്നിൽ നിങ്ങളെ ചാരിനിൽക്കാൻ, നമ്മൾ മാത്രമായി ഒരു മേശയുടെ മുന്നിലിരുന്ന് കിന്നാരം പറയാൻ, അല്ലെങ്കിൽ, സ്വപ്നപദ്ധതികൾ ആസൂത്രണം ചെയ്യാൻ. എല്ലാം എത്ര രസകരമായിരിക്കും! എന്നാൽ, ഇതൊന്നും ഇനി സാദ്ധ്യമല്ലാതായിരിക്കുന്നു. നമ്മെ ശാസിക്കാൻ, വീടിനു പുറത്തുവച്ച് സംസാരിക്കുന്നതു വിലക്കാൻ എപ്പോഴും അടിമുടി ആയുധധാരിയായ ഏതെങ്കിലും ദുഷിച്ച ചെകുത്താനുണ്ടാവും. അത്തരം അപമാനത്തിനു വിധേയമാവുന്നതിനേക്കാൾ ഞാനിഷ്ടപ്പെടുന്നത് എന്റെ നാലു ചുമരുകൾക്കുള്ളിൽ ഇരിക്കുന്നതാണ്. ചുരുങ്ങിയത്, ഇവിടെ വീട്ടിനകത്തെങ്കിലും എന്റെ മുഖം മറയ്ക്കേണ്ടതില്ല; എനിക്ക് കണ്ണാടിയിൽ എന്റെ പ്രതിബിംബം കാണാൻ കഴിയും.'

മൊഹ്സിൻ യോജിച്ചില്ല. അയാൾ കൂടുതൽ ശക്തിയോടെ മുഖം കൂർപ്പിച്ച് അവരിരിക്കുന്ന മുറിയുടെ പ്രാകൃതാവസ്ഥയിലേക്ക് അവളുടെ ശ്രദ്ധ ക്ഷണിച്ചുകൊണ്ട് ദ്രവിച്ച കർട്ടനുകളും തുരുമ്പിച്ച വാതിലുകളും തലയ്ക്കു മുകളിൽ വളഞ്ഞുതൂങ്ങുന്ന വിട്ടവും ചൂണ്ടിക്കാട്ടി.

'ഇതു നമ്മുടെ വീടല്ല, സുനൈറാ. നാം നമ്മുടേതായ ലോകം പണിത വീട് നമുക്ക് നഷ്ടപ്പെട്ടിരിക്കുന്നു. ഒരു ബോംബ് അതു തകർത്തുകളഞ്ഞു. ഇപ്പോൾ നമുക്കുള്ളത് വെറും അഭയം മാത്രമാണ്. അതൊരു ശവക്കല്ലറയാകാൻ ഞാൻ ആഗ്രഹിക്കുന്നില്ല. നമ്മുടെ സമ്പാദ്യമെല്ലാം നഷ്ടപ്പെട്ടു; പരിതാപകരമായ ഈയവസ്ഥയിലും നമ്മുടെ ജീവിതശൈലി മുഴുവനായും നമ്മൾ ഉപേക്ഷിച്ചിട്ടില്ല. പ്രതിരോധത്തിനു അവശേഷിക്കുന്ന ഏകമാർഗ്ഗം, കിരാതഭരണത്തേയും കാടത്തത്തേയും തള്ളിക്കളയാനുള്ള ഏക അവസരം നമുക്കു ലഭിക്കുന്നത് നമ്മുടെ പാരമ്പര്യത്തിൽ നിന്നും വിദ്യാഭ്യാസത്തിൽനിന്നുമാണ്. ഒരു കണ്ണ് സർവ്വേശ്വരനിലും മറ്റേ കണ്ണ് സ്വന്തം ധാർമ്മികതയിലും അർപ്പിച്ച പൂർണ്ണമനുഷ്യരാവാൻ പരിശീലിക്കപ്പെട്ടവരാണ് നമ്മൾ. നമ്മളെപ്പോഴും വൻ പ്രകാശങ്ങൾക്കു

സമീപത്തായിരുന്നതിനാൽ മെഴുകുതിരിയുടെ വെട്ടം മതി എന്നു വിശ്വസിക്കാൻ നമുക്കാവില്ല. ജീവിതത്തിനു നൽകാവുന്ന സന്തോഷങ്ങളെല്ലാം നമ്മൾ അനുഭവിച്ചറിഞ്ഞിട്ടുണ്ട്; നമ്മളതെല്ലാം നിത്യമായ പരമാനന്ദമായി കണക്കാക്കിയിരുന്നു. മനുഷ്യരോട് കന്നുകാലികളോടെന്ന പോലെയുള്ള പെരുമാറ്റം നമുക്ക് അംഗീകരിക്കാനാവില്ല.'

'നമ്മളിപ്പോൾ കന്നുകാലികളായി മാറിയില്ലേ?'

'എനിക്കുറപ്പില്ല. അനിശ്ചിതത്വം നിറഞ്ഞ ഒരു കാലഘട്ടം അവർ പ്രയോജനപ്പെടുത്തുകയായിരുന്നു. മുമ്പുതന്നെ കീഴടങ്ങിക്കഴിഞ്ഞവർക്ക് അവർ കനത്ത പ്രഹരമേൽപ്പിച്ചു. പക്ഷേ, അവർക്ക് ഇപ്പോഴും നമ്മെ അപ്പാടെ നശിപ്പിക്കാൻ കഴിഞ്ഞിട്ടില്ല. ആ യാഥാർത്ഥ്യം സ്വയം ബോദ്ധ്യപ്പെടുത്തുക എന്നതാണ് നമ്മുടെ ചുമതല.'

'എങ്ങനെ?'

'അവരുടെ ഉത്തരവുകളെ തൃണവൽഗണിച്ചുകൊണ്ട്. നമ്മൾ പുറത്തു പോകുന്നു. നീയും ഞാനും. തീർച്ചയായും, നമ്മൾ കൈകോർത്തുപിടിക്കുന്നില്ല, എന്നാൽ, ഒപ്പം നടക്കുന്നതു തടയാൻ ആർക്കും കഴിയില്ല.'

സുനൈറ തലയാട്ടി. 'ഒരു കാര്യം ഞാൻ നേരത്തെതന്നെ പറഞ്ഞേക്കാം. മനംനൊന്തുകൊണ്ട് വീട്ടിലേക്കു വരാൻ എനിക്കു താത്പര്യമില്ല. തെരുവിൽ നടക്കുന്ന കാര്യങ്ങൾ എന്റെ സ്വാസ്ഥ്യം നശിപ്പിക്കാൻ മാത്രമേ ഉതകുകയുള്ളൂ. എനിക്ക് ഭീകരതകളെ മുഖാമുഖം കാണാനും ഒന്നും സംഭവിക്കാത്ത മട്ടിൽ നടന്നുപോകാനും ആവില്ല. പർദ്ദയണിയാനും ഞാൻ ഒരുക്കമല്ല. അവർ നമ്മുടെ മേൽ വെച്ചിട്ടുള്ള ഭാരങ്ങളിൽ ഏറ്റവും അപമാനകരമായത് അതാണ്. നെസ്സസിന്റെ കുപ്പായം* പോലും എന്റെ അന്തസ്സിന് ഈ നശിച്ച വേഷത്തിന്റെ അത്രയും നാശമുണ്ടാക്കുകയില്ല. എനിക്ക് ഒരു മുഖമില്ലാതാക്കുന്നു. എന്റെ സ്വത്വം എടുത്തുകളഞ്ഞ് എന്നെ ഒരു വസ്തുവാക്കുകയും ചെയ്യുന്നു. ചുരുങ്ങിയത് ഈ വീടിനകത്ത് എങ്കിലും എന്റെ മഹാസാമ്രാജ്യത്തിന്റെ രാജ്ഞിയാണ് ഞാൻ. ഞാൻ, സുനൈറ, മൊഹ്സിൻ റാമത്തിന്റെ ഭാര്യ, മുപ്പത്തിരണ്ടു വയസ്സ്, അക്ഷരവിരോധികളാൽ വിചാരണയോ നഷ്ടപരിഹാരമോ കൂടാതെ പിരിച്ചുവിടപ്പെട്ട മുൻ മജിസ്ട്രേറ്റ്. എനിക്കിവിടെ ദിവസവും മുടി ചീകാം. ഇഷ്ടവേഷങ്ങൾ ധരിക്കാം. ആത്മാഭിമാനത്തോടെ ജീവിക്കാനുള്ള സ്വാതന്ത്ര്യം ഈ വീടിനകത്ത് ശേഷിക്കുന്നുണ്ട്. വീടിനു പുറത്ത് ഞാൻ ഒരു മനുഷ്യജീവിയോ മൃഗമോ അല്ല, ഒരു ഹീനവസ്തുവിനെപോലെ എന്തോ ആണ്. ഒളിപ്പിച്ചുവെക്കേണ്ട ധിക്കാരവും അപമാനവും കളങ്കവുമാണ്. ആത്മാഭിമാനിയായ ഒരു സ്ത്രീക്ക് ഈ വക അനുഭവങ്ങൾ സഹിക്കാൻ അസാദ്ധ്യം. പ്രത്യേകിച്ചും സ്ത്രീകളുടെ അവകാശങ്ങൾക്കുവേണ്ടി പ്രവർത്തിച്ചിരുന്ന ഒരു അഭിഭാഷകയ്ക്ക്.'

---

* Shirt of Nessus : ഹെർക്കുലീസിനെ കൊന്ന വിഷം പുരട്ടിയ കുപ്പായം.

'ദയവായി, ഞാൻ ഏതെങ്കിലും വിധത്തിലുള്ള ഒരു വേഷമഭിനയിക്കുകയാണെന്ന് ഒരു നിമിഷംപോലും കരുതാതിരിക്കുക. നിങ്ങളുടെ കൂടെ എനിക്കു വരണമെന്നുണ്ട്, പക്ഷേ, എനിക്കെന്തോ തോന്നുന്നു. എവിടെയോ അപകടം കാത്തു കിടക്കുന്നതുപോലെ തോന്നുന്നു. വിജനതയിൽ മാലിന്യത്തിലൂടെ നടക്കാൻവേണ്ടി മാത്രം എന്റെ പേരും ദേഹപ്രകൃതിയും കണ്ണുകളുടെ നിറവും ചുണ്ടുകളുടെ ആകൃതിയും എല്ലാം ഉപേക്ഷിക്കണം എന്നു പറയരുത്. പ്രതികൂലാവസ്ഥയിൽ ചുറ്റിനടക്കുന്ന ഒരു കറുത്ത കരിമ്പൂതത്തിന്റെ, നിഴലിനേക്കാൾ താഴ്ന്ന ഒരു അജ്ഞാത വസ്തുവാകാൻ എന്നോട് പറയരുത്. എനിക്ക് തൊലിക്കട്ടി എത്ര കുറവാണെന്ന് നിങ്ങൾക്കറിയാമല്ലോ, മൊഹ്സിൻ. നിങ്ങൾ എന്നെ സന്തോഷിപ്പിക്കാൻ മാത്രം ശ്രമിക്കുമ്പോൾ, നിങ്ങളോട് ദേഷ്യം തോന്നുന്നതിന് എനിക്ക് എന്നോടുതന്നെ അരിശം തോന്നുന്നു.'

മൊഹ്സിൻ എന്തോ പറയാനായി കൈകളുയർത്തി.

കീഴ്മേൽ മറിഞ്ഞ ഒരു സമൂഹത്തിൽ തന്റെ സ്ഥാനം കണ്ടെത്താൻ കഴിയാത്ത മൊഹ്സിനെയോർത്ത് സുനൈറയ്ക്ക് പെട്ടെന്ന് മനസ്താപം തോന്നി. പണ്ട്, താലിബാൻ വരുന്നതിനുമുമ്പു തന്നെ, അയാൾക്ക് വളരെയൊന്നും പ്രേരണാശക്തി ഉണ്ടായിരുന്നില്ല. വെല്ലുവിളിയുയർത്തുന്ന ദീർഘകാലപദ്ധതികൾ ഏറ്റെടുക്കുന്നതിനേക്കാൾ അയാൾ എപ്പോഴും ധൂർത്തുകൾ ഒഴിവാക്കി, സ്വന്തം സമ്പാദ്യത്തിൽ സംതൃപ്തി കണ്ടെത്തിയിരുന്നെങ്കിലും. അയാൾ മടിയനായിരുന്നില്ല. ബുദ്ധിമുട്ടുകളെ അയാൾ വെറുത്തു. ജീവിതം സങ്കീർണ്ണമാക്കുന്ന തരത്തിലുള്ളയാതൊന്നും അയാൾ ചെയ്യാറില്ല. അതയാൾക്ക് തരണം ചെയ്യാനാവില്ല. അയാൾ സ്നേഹസമ്പന്നനായ, സന്മനസ്സുള്ള ഒരു ഉത്തമഭർത്താവായിരുന്നു.

അയാൾ അവൾക്ക് ഒന്നും നിഷേധിച്ചില്ല, ഒന്നും നിരാകരിച്ചില്ല. അവളുടെ അപേക്ഷകൾക്കുമുമ്പിൽ അയാൾ വളരെ എളുപ്പത്തിൽ വഴങ്ങുമെന്നതിനാൽ, പലപ്പോഴും താൻ അയാളുടെ ദാക്ഷിണ്യത്തെ മുതലെടുക്കുകയാണോ എന്നുപോലും അവൾക്കു തോന്നിതുടങ്ങി. അയാൾ എല്ലാവരിലും നല്ല വശങ്ങൾ കണ്ടെത്തുന്ന, ഉല്ലാസവാനായ ഒരു മനുഷ്യൻ. എന്നാൽ എല്ലാം അടിമുടി മാറ്റിമറിച്ച താലിബാന്റെ മുന്നേറ്റത്തിൽ അയാൾക്ക് ആകെ അടിപതറി. മൊഹ്സിന്റെ അടിവേരുകൾ ഈ ഭൂമിയിൽനിന്നുതന്നെ അപ്രത്യക്ഷ്യമായി; പുതിയത് സൃഷ്ടിക്കാനുള്ള കെല്പ് അയാൾക്കില്ലാതെപോയി. അയാളുടെ സ്വത്തും അധികാരങ്ങളും ബന്ധുക്കളും സുഹൃത്തുക്കളും എല്ലാം തിരിച്ചുവരവില്ലാത്ത വിധം അയാൾക്കു നഷ്ടപ്പെട്ടു. അയാളെ തൊട്ടുകൂടാത്തവരുടെ നിലയിലേക്കു തരംതാഴ്ത്തിയ താലിബാന്റെ നിഷ്ക്രിയത്വത്തിൽ സ്വയം ഉയിർത്തെണീക്കാനുള്ള വാഗ്ദാനം എപ്പോഴും അയാൾ പിന്നേക്കു നീട്ടിവെച്ചു.

'എന്നാൽ ശരി,' സുനൈറ വഴങ്ങി. 'നമുക്ക് പോകാം. വീര്യം നശിച്ച നിലയിൽ നിങ്ങളെ കാണുന്നതിനേക്കാൾ ഒരായിരം വിപത്തുകളെ അഭിമുഖീകരിക്കാൻ ഞാനൊരുക്കമാണ്.'

'എന്റെ വീര്യം നശിച്ചിട്ടില്ല, സുനൈറാ. നീ വീട്ടിലിരിക്കാൻ ഇഷ്ടപ്പെടുന്നുവെങ്കിൽ എനിക്ക് അത് തീർത്തും സമ്മതമാണ്. അത് ഒരിക്കലും നിന്നോട് ഒരു അനിഷ്ടത്തിനു കാരണമാവില്ലെന്നു ഞാൻ ഉറപ്പു നൽകുന്നു. നീ പറഞ്ഞതു ശരിയാണ്. കാബൂളിലെ തെരുവുകൾ നികൃഷ്ടമാണ്. എന്താണ് അവിടെ നമ്മളെ കാത്തിരിക്കുന്നത് എന്ന് ഒരിക്കലും പറയാൻ കഴിയില്ല.'

ഭർത്താവിന്റെ പ്രഖ്യാപനങ്ങൾ കേട്ട് സുനൈറ പുഞ്ചിരിച്ചു. അയാളുടെ മുഖത്തെ വല്ലായ്മ പരിസരയാഥാർത്ഥ്യങ്ങളുടെ സത്യാവസ്ഥ വെളിപ്പെടുത്തുന്നുണ്ടായിരുന്നു. 'ഞാൻ പോയി പർദ്ദയണിഞ്ഞു വരാം,' അവൾ പറഞ്ഞു. അയാൾക്കുവേണ്ടി മാത്രം, അയാൾക്കുവേണ്ടി മാത്രം അവൾ പർദ്ദയണിഞ്ഞു.

ഏഴ്

അതീഖ് ഷൗക്കത് കൈ കണ്ണുകൾക്കു മുകളിൽ വെച്ച് വെയിൽചൂടിൽ ഉരുകിയൊലിച്ച് തെരുവിലേക്ക് നടന്നു. രൂക്ഷമായ വേനൽച്ചൂടിന് ഇനിയും കത്തിക്കാളുന്ന കുറെ ദിവസങ്ങളുടെ ആയുസ്സുണ്ട്. രാവിലെ ഒമ്പതു മണിയാവുന്നതേയുള്ളുവെങ്കിലും അയവില്ലാത്ത സൂര്യൻ, ഒരു കൊല്ലനെപ്പോലെ, ചലിക്കുന്ന എല്ലാറ്റിനേയും പ്രഹരിച്ചുകൊണ്ടിരുന്നു. പട്ടണത്തിന്റെ മദ്ധ്യത്തിലുള്ള വലിയങ്ങാടിയിൽ ഉന്തുവണ്ടികളും വാനുകളും വന്നുചേർന്നുകൊണ്ടിരുന്നു. ആദ്യത്തേതിൽ പാതി ഒഴിഞ്ഞ വട്ടികളും സമീപപ്രദേശത്തുള്ള കൃഷിസ്ഥലങ്ങളിൽനിന്നുള്ള വാടിയ ഉല്പന്നങ്ങളും നിറച്ചിരുന്നു. രണ്ടാമത്തേതിൽ, മത്തി നിറയ്ക്കുംപോലെ ഒന്നിനുമീതെ ഒന്നായി യാത്രക്കാരെ കുത്തിനിറച്ചിരുന്നു. ജനം ഇടുങ്ങിയ തെരുവുകളിലൂടെ നടന്നുനീങ്ങി; അവരുടെ ചെരിപ്പുകൾ നിലത്തെ പൊടിയിൽ ഉരച്ചുകൊണ്ടിരുന്നു. വെളിച്ചം കടക്കാത്ത പർദ്ദയ്ക്കു പിന്നിൽ സ്വപ്നാടകരെപ്പോലെ ശുഷ്കമായ സ്ത്രീകളുടെ കൂട്ടങ്ങൾ, ജാള്യഭാവത്തിൽ നടക്കുന്ന പുരുഷന്മാരുടെ സംരക്ഷണത്തിൽ, മതിൽ ചേർന്നു നടന്നു. എല്ലായിടത്തും കവലകളിലും തെരുവുകളിലും വണ്ടികൾക്കിടയിലും കാപ്പിക്കടയിലും എല്ലാം മൂക്കട്ടയൊലിപ്പിച്ചുകൊണ്ട് തുളച്ചുകയറുന്ന കണ്ണുകളുള്ള നടക്കാൻ തക്ക പ്രായം മാത്രമുള്ള, പരവശരും അനാഥരുമായ നൂറു കണക്കിനു പിഞ്ചുകുഞ്ഞുങ്ങൾ,

ഈ കുട്ടികളെ കാണുമ്പോഴെല്ലാം അതീഖിന് വല്ലാത്തൊരു അസ്വസ്ഥത തോന്നും. എവിടെനിന്നോ പ്രത്യക്ഷപ്പെടുകയും മാലിന്യക്കൂമ്പാരത്തിൽ നിന്നും ചവറ്റുകൊട്ടയിൽ നിന്നും ഭക്ഷിക്കുകയും ഒടുവിൽ സമീപപ്രദേശം മുഴുവനും കീഴടക്കുകയും പൗരസമൂഹത്തെ ഭീതിയിൽ നിർത്തുകയും ചെയ്യുന്ന നായ്ക്കൂട്ടങ്ങളെപ്പോലെ ഇവർ നഗരത്തെ ആക്രമിക്കുന്നു. എല്ലാ തെരുവുമൂലകളിലും കൂണുകൾപോലെ മുളച്ചുപൊന്തുന്ന കണക്കില്ലാത്ത്ര മദ്രസ്സകൾ പോലും ഈ കുട്ടികളെ മുഴുവൻ ഉൾക്കൊള്ളാൻ പര്യാപ്തമായിരുന്നില്ല. ദിവസംതോറും അവരുടെ എണ്ണവും ഭീഷണിയും വർദ്ധിക്കുന്നു. എന്നിട്ടും കാബൂളിൽ ആരും അതു ശ്രദ്ധിക്കുന്നില്ല. ദൈവം തനിക്കൊരു കുഞ്ഞിനെ തന്നില്ല എന്ന് യൗവ്വനകാലം മുഴുവനും അതീഖ് പരിതപിച്ചിരുന്നു.

ഇപ്പോൾ തെരുവു മുഴുവൻ ഇവരെക്കൊണ്ടു നിറഞ്ഞിരിക്കുന്നതു കാണുമ്പോൾ താൻ ഭാഗ്യവാനാണെന്ന് അയാൾക്കു തോന്നി. നാടു മുഴുവൻ പടർന്നുപിടിച്ച, അന്ത്യമില്ലാത്ത യുദ്ധം ദേശീയസ്വത്വമായിരിക്കുന്ന സാഹചര്യത്തിൽ, സാവധാനം ചത്തൊടുങ്ങുന്നതോ അല്ലെങ്കിൽ, പീരങ്കികൾക്കു തീറ്റയാവുന്നതോ കാണാൻ മാത്രം, കുറേ പിള്ളേരേക്കൊണ്ട് ജീവിതം ഭാരമാക്കുന്നതുകൊണ്ട് എന്തു ഗുണമാണുള്ളത്?

തന്റെ വന്ധ്യത ഒരു അനുഗ്രഹമാണെന്നു സ്വയം ഉറപ്പിച്ച്, തുടയിൽ ചാട്ടകൊണ്ടടിച്ച് അതീഖ് നഗരമദ്ധ്യത്തിലേക്കു നടന്നു.

നസീഷ് തന്റെ കുടയുടെ തണലിൽ, കഴുത്ത് ഒരു വശത്തേക്ക് വിചിത്രമായി തിരിച്ചുപിടിച്ച് ഉറക്കംതൂങ്ങുന്നുണ്ടായിരുന്നു. ഒരുപക്ഷേ, അയാൾ രാത്രി മുഴുവനും തന്റെ വീടിന്റെ വാതിലിനുമുന്നിൽ ഒരു നെരിപ്പോട് എരിയുന്നതുപോലെ നിലത്ത് ഇരുന്നിട്ടുണ്ടാവും. അതീഖ് വരുന്നതു കണ്ടപ്പോൾ അയാൾ ഉറക്കം നടിക്കുകയായിരുന്നു. ഒന്നും മിണ്ടാതെ അതീഖ് അയാളെ കടന്നുപോയി. ഏതാണ്ട് പത്തുമുപ്പതടി നടന്നതിനുശേഷം, അതിന്റെ ഗുണദോഷങ്ങൾ വിലയിരുത്തി, അതീഖ് കാല്പാദങ്ങൾ പിന്നോക്കം വച്ചു.

കൺകോണിലൂടെ അയാളെ നിരീക്ഷിച്ചിരുന്ന നസീഷ് മുഷ്ടി ചുരുട്ടി, ഇരുന്നിരുന്ന മൂലയുടെ ഉള്ളിലേക്കു അല്പം കൂടി വലിഞ്ഞു. അതീഖ് അയാളുടെ മുന്നിൽ നിലയുറപ്പിച്ച് കൈ മുന്നിൽ കെട്ടി നിന്നു. എന്നിട്ട് നിലത്ത് കാൽ വിരലുകൊണ്ട് മണ്ണിൽ വരയ്ക്കാൻ തുടങ്ങി. 'ഇന്നലെ രാത്രി ഞാൻ നിങ്ങളോട് പരുഷമായി പെരുമാറി.' അയാൾ എറ്റുപറഞ്ഞു.

അടികൊണ്ട നായയുടെ ഭാവം പെരുപ്പിക്കാനായി നസീഷ് ചുണ്ടുകൾ അമർത്തിപ്പിടിച്ചുകൊണ്ടു മൊഴിഞ്ഞു, 'ഞാൻ നിങ്ങളോട് ഒരു തെറ്റും ചെയ്തിരുന്നില്ല.'

'ദയവായി എന്നോടു പൊറുക്കുക.'

'ഹാ!'

'അതെ. ഞാൻ ഉറപ്പിച്ചു പറയുന്നു, ഞാൻ നിങ്ങളോട് വളരെ മോശമായി പെരുമാറി. അന്യായവും നീചവും ബുദ്ധിശൂന്യവുമായ പ്രവൃത്തിയായിരുന്നു അത്.'

'അല്ല, നിങ്ങളല്പം രസക്കേടിലായിരുന്നു, അത്രയേയുള്ളൂ.'

'ഞാൻ സ്വയം പഴിക്കുന്നു.'

'അതിന്റെ ആവശ്യമില്ല.'

'നിങ്ങളെന്നോടു പൊറുക്കില്ലേ?'

'തീർച്ചയായും ഞാൻ പൊറുത്തിരിക്കുന്നു. സത്യം പറഞ്ഞാൽ, അല്പം എന്റെ തെറ്റുമുണ്ട്. നിങ്ങളെ ശല്യപ്പെടുത്തുന്നതിനു മുമ്പ്

ഞാനൊരു നിമിഷം ആലോചിക്കേണ്ടതായിരുന്നു. നിങ്ങൾ അവിടെ, ഒഴിഞ്ഞ ജയിലിൽ, സ്വന്തം പ്രശ്നങ്ങൾക്ക് പരിഹാരം കാണാൻ അല്പം സ്വൈരവും സമാധാനവും ഏകാന്തതയും തേടി വന്നിരിക്കുന്നു. അപ്പോഴതാ, ഞാൻ ഒരു മുന്നറിയിപ്പുമില്ലാതെ ചാടിവീഴുകയും നിങ്ങളെ ബാധിക്കാത്ത കാര്യങ്ങളെപ്പറ്റി സംസാരിക്കുകയും ചെയ്യുന്നു. ഞാൻ തന്നെയാണ് തെറ്റുകാരൻ. ഞാൻ നിങ്ങളെ ശല്യപ്പെടുത്താൻ പാടില്ലായിരുന്നു.'

'എനിക്കല്പം ഒറ്റയ്ക്കിരിക്കണമായിരുന്നു. അത് സത്യമാണ്.'

'അപ്പോൾ നിങ്ങൾ എന്നോടാണ് പൊറുക്കേണ്ടത്.'

അതീഖ് കൈ നീട്ടി. നസീഷ് ആവേശത്തോടെ കൈ പിടിക്കുകയും കുറേ നേരം വിടാതെ പിടിച്ചുനിൽക്കുകയും ചെയ്തു. കൈ വിടാതെ, അയാൾ ചുറ്റും നോക്കി, സംസാരിക്കുന്നത് സുരക്ഷിതമാണെന്ന് ഉറപ്പുവരുത്തി. എന്നിട്ട്, തൊണ്ട ശരിയാക്കി, വികാരപാരവശ്യത്താൽ കേൾക്കാൻ പ്രയാസമായ, ഇടറിയ പതിഞ്ഞ ശബ്ദത്തിൽ പറയാൻ തുടങ്ങി: 'എന്നെങ്കിലുമൊരിക്കൽ കാബൂളിൽ നമുക്ക് സംഗീതം ശ്രവിക്കാൻ സാധിക്കുമെന്നു നിങ്ങൾ കരുതുന്നുണ്ടോ?'

'ആർക്കറിയാം?'

വൃദ്ധൻ പിടുത്തം മുറുക്കി, മെലിഞ്ഞ കഴുത്തു നീട്ടി, പരിവേദനങ്ങൾ തുടർന്നു. 'എനിക്കൊരു പാട്ടുകേൾക്കണമെന്നുണ്ട്. ഒരു പാട്ടു കേൾക്കാൻ ഞാൻ എത്ര കൊതിക്കുന്നു എന്ന് നിങ്ങൾക്കൂഹിക്കാൻ കഴിയില്ല. വാദ്യങ്ങളുടെ അകമ്പടിയോടുകൂടി, നിങ്ങളെ അടിമുടി ഇളക്കിമറിക്കുന്ന ശബ്ദത്തിൽ ഒരു പാട്ട്. ഒരു ദിനം, അഥവാ ഒരു രാത്രി, നമുക്ക് റേഡിയോ ഓൺ ചെയ്ത്, അതല്ലെങ്കിൽ ഗായകസംഘങ്ങൾ ഒത്തുചേർന്ന് തളർന്നുവീഴുന്നതുവരെ പാടുന്നത് കേൾക്കാൻ കഴിയുമെന്ന് നിങ്ങൾ കരുതുന്നുണ്ടോ? ഈശ്വരൻ മാത്രമാണ് സർവ്വജ്ഞാനി'

ഒരു നിമിഷത്തെ ആശയക്കുഴപ്പത്തിൽ വൃദ്ധന്റെ കണ്ണുകൾ മങ്ങി. എന്നാൽ, അടുത്ത നിമിഷം തന്റെ സ്വത്വത്തിന്റെ കേന്ദ്രബിന്ദുവിൽ നിന്നും ഉയരുന്ന ഉജ്ജ്വലപ്രകാശത്താൽ അവ വെട്ടിത്തിളങ്ങി.

'സംഗീതമാണ് ശരിക്കും ജീവിതത്തിന്റെ പ്രാണൻ. നാം ഭക്ഷണം കഴിക്കുന്നത് പട്ടിണികിടന്നു ചാവാതിരിക്കാനാണ്. നാം പാടുന്നത് നമ്മളെ ജീവനോടെ കേൾക്കാനാണ്. നിങ്ങൾക്കു മനസ്സിലാവുന്നുണ്ടോ, അതീഖ്?'

'എന്റെ മനസ്സിപ്പോൾ ഒരു നൊമ്പരക്കൂടാണ് നസീഷ്'

'ഞാൻ കുട്ടിയായിരിക്കുമ്പോൾ ആവശ്യത്തിനു ഭക്ഷണം കിട്ടാതിരുന്നിട്ടുണ്ട്. എനിക്കതൊരു പ്രശ്നമായിരുന്നില്ല. ഒരു മരത്തിൽ കയറി, അതിന്റെ കൊമ്പിലിരുന്ന് എന്റെ ഓടക്കുഴൽ വായിക്കുകയേ വേണ്ടൂ. അതെന്റെ വയറിന്റെ മുരളൽ മുക്കിക്കളയും. പാടുമ്പോൾ, നിങ്ങളെന്നെ

വിശ്വസിക്കണമെന്നില്ല, എങ്കിലും പാടുമ്പോൾ എനിക്കു വിശപ്പു തോന്നാതാവും.'

രണ്ടു പേരും പരസ്പരം നോക്കി. അവരുടെ മുഖം മരവിച്ചപോലെ വലിഞ്ഞുമുറുകിയിരുന്നു. ഒടുവിൽ, അതീഖ് കൈ പിൻവലിച്ച് എഴുന്നേറ്റു.

'പിന്നെ കാണാം, നസീഷ്.'

വൃദ്ധൻ സമ്മതത്തോടെ തലയാട്ടി.

ജയിലർ പോകാനായി തിരിഞ്ഞപ്പോൾ നസീഷ് അയാളുടെ ഷർട്ടിന്റെ അറ്റം പിടിച്ചു നിർത്തി. 'നിങ്ങൾ ഇന്നലെ പറഞ്ഞത് ശരിക്കും ഉദ്ദേശിച്ചു തന്നെയാണോ, അതീഖ്? ഞാൻ ഒരിക്കലും പോകില്ലെന്നു തന്നെയാണോ നിങ്ങൾ കരുതുന്നത്? ഞാനൊരു മരം പോലെ ഇവിടെ നിൽക്കും, ഒരിക്കലും ഞാൻ സമുദ്രമോ, വിദൂരദേശങ്ങളോ, ചക്രവാളത്തിന്റെ അറ്റമോ കാണുകയില്ല എന്നുതന്നെയാണോ നിങ്ങൾ കരുതുന്നത്?'

'നിങ്ങൾ വളരെ കൂടുതൽ ചോദ്യങ്ങൾ ചോദിക്കുന്നു.'

'നിങ്ങളെന്റെ മുഖത്തുനോക്കി പറയണം എന്നു ഞാൻ ആവശ്യപ്പെടുന്നു. നിങ്ങൾക്കു കാപട്യമില്ല. ആളുകളോട് നിങ്ങൾ അവരെക്കുറിച്ചുള്ള സത്യം തുറന്നുപറയുമ്പോൾ അവർക്കെന്തുതോന്നും എന്ന് ഞാൻ ഭയപ്പെടാറില്ല. നിങ്ങളോടെനിക്കു വിരോധം തോന്നുകയുമില്ല, അന്തിമമായി എനിക്കതറിയുകതന്നെ വേണം. ഞാൻ ഒരിക്കലും ഈ നഗരം വിട്ടുപോവില്ലെന്നാണോ നിങ്ങൾ കരുതുന്നത്?'

'തീർച്ചയായും, നിങ്ങൾ പോകും, യാതൊരു സംശയവുമില്ല.' അതീഖ് പറഞ്ഞു. എന്നിട്ട്, ചാട്ട വശത്ത് അടിച്ചുകൊണ്ട് അയാൾ നടന്നുനീങ്ങി.

അല്പം കൂടി സൗമ്യമായി വൃദ്ധനോട് പെരുമാറേണ്ടതായിരുന്നു അവൻ വിചാരിച്ചു. അസാദ്ധ്യമായിരിക്കുമ്പോഴും പ്രത്യാശ തികച്ചും യുക്തിസഹമാണെന്ന് പറഞ്ഞ് അയാളെ സമാശ്വസിപ്പിക്കേണ്ടതായിരുന്നു. പെട്ടെന്ന് തനിക്ക് എന്തു സംഭവിച്ചുവെന്ന് അതീഖിന് മനസ്സിലായില്ല. ആ പാവം മനുഷ്യന്റെ മനോവിഷമം ആളിക്കത്തിക്കുന്നതിലുള്ള കുത്സിതമായ ആനന്ദം, പെട്ടെന്ന്, മറ്റെന്തിനേക്കാളും രസം പകരുന്നതായി തോന്നിയതെങ്ങനെയെന്ന് അയാൾക്കു പിടികിട്ടിയില്ല. നൂറു വാക്കുകൾ കൊണ്ടു യാചിച്ചു കിട്ടിയത് രണ്ടു വാക്കുകൊണ്ട് നശിപ്പിക്കാനുള്ള തന്റെ ചെറുക്കാനാവാത്ത പ്രവണതയെക്കുറിച്ച് അയാൾ ആകുലപ്പെട്ടു. പക്ഷേ, അതൊരു ചൊറി പോലെയാണ്, എത്ര ചൊറിഞ്ഞ് ചോരയൊഴുകിയാലും അതു തീർത്തും ഒഴിവാക്കാൻ അയാൾക്കു കഴിയുന്നില്ല.

മുസറാത് മയങ്ങുന്നതാണ് ഇന്നലെ വീട്ടിൽ ചെന്നപ്പോൾ അയാൾ കണ്ടത്. എന്താണ് കാരണം എന്നു മനസ്സിലാക്കാതെയാണ് അയാൾ മനപ്പൂർവ്വം സ്റ്റൂൾ മറിച്ചിടുകയും വാതിലുകൾ ആഞ്ഞടയ്ക്കുകയും

നിരവധി നീണ്ട സൂക്തങ്ങൾ ഉറക്കെ ചൊല്ലുകയും ചെയ്തതിനുശേഷ മാണ് അയാൾ ഉറങ്ങാൻ കിടന്നതും. താനെന്തൊരു കാടനായിരുന്നു എന്ന് രാവിലെ എഴുന്നേറ്റപ്പോൾ അയാൾ വിചാരിച്ചു. മാത്രമല്ല, ഈ രാത്രി വീട്ടിൽ ചെല്ലുമ്പോൾ ഭാര്യ ഉറങ്ങുന്നതു കാണുകയാണെങ്കിൽ ഇതുപോലെത്തന്നെയായിരിക്കും അയാൾ പ്രവർത്തിക്കുക എന്ന് ഉറപ്പാ യിരുന്നു.

അതീഖ് മുമ്പ് അയാൾ, ഇതുപോലെയായിരുന്നില്ല. നല്ലവനിൽ നല്ല വനായി കണക്കാക്കാനോ ഒരു മുൻകോപക്കാരനോ ആയിരുന്നില്ല അയാൾ. ദരിദ്രനായിരുന്നതുകൊണ്ട് അയാൾക്ക് ഉദാരമനസ്കനാകാനും കഴിയുമായിരുന്നില്ല. അതുകൊണ്ടുമാത്രമാണ് അയാൾ ധർമ്മം കൊടു ക്കുന്നതിൽ നിന്ന് വിവേകപൂർവ്വം വിട്ടുനിന്നത്, അങ്ങനെ പ്രത്യുപകാ രം ചെയ്യുക എന്ന കടമയിൽനിന്നും മറ്റുള്ളവരെ ഒഴിവാക്കി. മറ്റുള്ളവ രിൽനിന്നും ഒന്നും അയാൾക്ക് ആവശ്യമില്ലാത്തതിനാൽ ആരോടെങ്കിലും കടപ്പെട്ടവനെന്നോ മറ്റുള്ളവരുടെ കടപ്പാടിനർഹനെന്നോ ഉള്ള ചിന്ത അയാളെ അലട്ടിയില്ല.

ശവപ്പറമ്പുകളും തരിശുനിലങ്ങളും ഭൂമിക്കുവേണ്ടി പരസ്പരം മത്സ രിക്കുകയും ശവഘോഷയാത്രകൾ പട്ടാള അകമ്പടിയുടെ നീളം കൂട്ടു കയും ചെയ്യുന്ന ഒരു രാജ്യത്ത്, ആരുമായും കൂടുതൽ അടുക്കരുതെന്ന് യുദ്ധം അയാളെ പഠിപ്പിച്ചിരുന്നു. ചെറിയൊരു കുസൃതിയോ, ഭാവമാറ്റ മോ മതി, അവരെല്ലാം അയാളിൽനിന്ന് അകലാൻ. അതീഖ് ബോധപൂർ വ്വം ഒരു ശലഭകോശത്തിൽ സ്വയം കൊട്ടിയടച്ചു. വിഫലമായ പ്രയത്ന ങ്ങളിൽനിന്നും അയാൾ മോചിതനായിരുന്നു. ഒരുപാടുപേരെ പലമട്ടിൽ കണ്ടിട്ടുള്ളതുകൊണ്ട് സഹജീവികളുടെ ദുരവസ്ഥയിൽ അത്രയൊന്നും മനസ്സലിയുന്നില്ല എന്നു സ്വയം തിരിച്ചറിയുന്ന അയാൾ ഒരു തരം വരട്ടു ച്ചൊറിയായി വൈകാരികതയെ കാണുകയും ലോകത്തെക്കുറിച്ചുള്ള ദുഃഖം തന്റെ കഷ്ടപ്പാടുകളിലേക്കൊതുക്കുകയും ചെയ്തു.

പ്രതിബന്ധങ്ങൾക്കു മുന്നിൽ ഇനിയും ഏകനായിരിക്കാൻ അയാൾ ഇഷ്ടപ്പെട്ടില്ല. മറിച്ച്, മറ്റുള്ളവരെ ഭാരമേല്പിക്കുമ്പോൾ, തന്റെ നിർഭാഗ്യ ങ്ങളുടെ ഭാരം താങ്ങാൻ കൂടുതൽ പ്രാപ്തനാകുന്നു എന്നു സ്വയം തെളി യിക്കാൻ ശ്രമിക്കുകയാണ് അയാൾ. നസീഷിനോടു താൻ ദ്രോഹമാണ് ചെയ്യുന്നത് എന്ന പരിപൂർണ്ണ ബോദ്ധ്യമുണ്ടായിട്ടും അയാൾക്ക് അതേ പ്പറ്റി ഒട്ടും മനസ്താപവുമുണ്ടായില്ല. ആ ദ്രോഹങ്ങൾ തന്റെ ശൗര്യം തെളിയിക്കുകയാണെന്ന മട്ടിൽ അത് ആസ്വദിക്കുകയാണ് അയാൾ. ഇതല്ലേ 'കുത്സിതമായ ആനന്ദം' എന്നു പറയുന്നത്?

അയാൾക്കു പിടികൊടുക്കാതെ രക്ഷപ്പെടുന്ന എന്തിനോടോ പ്രതി കാരം ചെയ്യുന്നതുപോലെയാണത്. മുസറാത് രോഗബാധിതയായതു മുതൽ, താൻ വഞ്ചിക്കപ്പെട്ടുവെന്നും തന്റെ ത്യാഗങ്ങൾ, ആനുകൂല്യ ങ്ങൾ, പ്രാർത്ഥനകൾ എല്ലാം നിഷ്ഫലമായി എന്നും തന്റെ വിധിക്ക്

ഒരിക്കലും, ഒരിക്കലും ഒരിക്കലും മാറ്റമുണ്ടാവുകയില്ല എന്നുമുള്ള ഗാഢമായ ബോദ്ധ്യം അയാൾക്കുണ്ടായിരുന്നു.

'നിങ്ങൾ ഒരു മന്ത്രവാദിയെ കാണണം.' ഒരു കനത്ത ശബ്ദം അയാളോടു വിളിച്ചു പറഞ്ഞു.

അതീഖ് തിരിഞ്ഞുനോക്കി. കാപ്പിക്കടയ്ക്കുമുന്നിൽ, തലേദിവസം സായാഹ്നത്തിലെ അതേ മേശയ്ക്കു മുമ്പിൽ, ജപമാലയിൽ വിരലുകളോടിച്ചുകൊണ്ട് മിർസ ഷാ ഇരിക്കുന്നു. തലപ്പാവ് തലയിലേക്കു തള്ളിവെച്ച് നെറ്റിചുളിച്ചുകൊണ്ട് അയാൾ പറഞ്ഞു. 'നിങ്ങൾ ശരിയായ മാനസികാവസ്ഥയിലല്ല, അതീഖ്. നിങ്ങൾ തെരുവിലൂടെ നിങ്ങളോടുതന്നെ സംസാരിച്ചുകൊണ്ടു നടക്കുന്നത് എനിക്കു കാണണ്ട എന്നു ഞാൻ മുമ്പ് പറഞ്ഞിരുന്നു. ജനം കണ്ണുപൊട്ടരല്ല. നിങ്ങൾക്കു കിറുക്കാണെന്ന് അവർ തീരുമാനിക്കും. എന്നിട്ട് നിങ്ങളെ ആക്രമിക്കാൻ അവർ കുട്ടികളെ വിടും.'

'ഞാനെന്റെ വസ്ത്രങ്ങൾ വലിച്ചുകീറാൻ തുടങ്ങിയിട്ടില്ല.' അതീഖ് പിറുപിറുത്തു.

'നിങ്ങളുടെ പോക്കു കണ്ടാൽ അതിന് അധികം താമസമില്ല.'

അതീഖ് തോൾ കുലുക്കി നടത്തം തുടർന്നു.

മിർസ ഷാ താടിക്കു കൈകൊടുത്ത് തലയാട്ടി. തെരുവിന്റെ അറ്റത്തെത്തുന്നതിനു മുമ്പുതന്നെ ജയിലർ വീണ്ടും വിചിത്രചേഷ്ടകൾ കാണിക്കാൻ തുടങ്ങും എന്ന ഉറപ്പോടെ മിർസ, അതീഖ് കണ്ണിൽനിന്നും മറയുന്നതുവരെ അയാളെ നോക്കിനിന്നു.

അതീഖിന് അരിശം വന്നു. നഗരം മുഴുവൻ തന്നെ ഒളിഞ്ഞുനോക്കുകയാണെന്ന ഒരു തോന്നൽ അയാളിലുണ്ടായി. മിർസ ഷായാണ് മുഖ്യ പീഡകൻ. മിർസയുടെ മേശയ്ക്കരികിൽ നിന്നും എത്രയും വേഗം രക്ഷപ്പെടാനുറച്ച് അയാൾ നടത്തത്തിന്റെ വേഗത കൂട്ടി. തനിക്കു നേരെ സുഹൃത്ത് വീണ്ടും എന്തെങ്കിലും പരുഷമായ വാക്ക് വിളിച്ചുപറയാൻ തയ്യാറായിക്കൊണ്ട് തന്നെ നോക്കിനിൽക്കുകയാണെന്ന് അയാൾക്ക് ഉറപ്പായിരുന്നു. അരിശംകൊണ്ട് കണ്ണുകാണാതെ അയാൾ തെരുവിന്റെ മൂലയിൽ നിന്നിരുന്ന ദമ്പതികളുമായി കൂട്ടിമുട്ടി, ആദ്യം സ്ത്രീയുടെ മേലും അതിനുശേഷം കൂടെയുള്ള ആളുടെ മേലും ചെന്നിടിച്ചു. കൂടെയുണ്ടായിരുന്ന ആൾക്ക് മലർന്നടിച്ചുവീഴാതിരിക്കാൻ മതിലിൽ അള്ളിപ്പിടിക്കേണ്ടിവന്നു.

അതീഖ് ചാട്ട കൈയിലെടുത്ത്, നിവർന്നുനിൽക്കാൻ ശ്രമിക്കുന്ന ആളെ തള്ളിമാറ്റി അതിവേഗം സ്ഥലംവിട്ടു.

'ശരിക്കും ഒരു കാടൻ തന്നെ,' പൊടിതട്ടിക്കൊണ്ട് മൊഹ്സിൻ മുരണ്ടു.

സുനൈറ പർദ്ദയുടെ അടിവശത്ത് പല തവണ തട്ടിക്കുടഞ്ഞു.

'അയാൾ ക്ഷമാപണം പോലും പറഞ്ഞില്ല.' ഭർത്താവിന്റെ മുഖത്തെ ഭാവം കണ്ട് രസത്തോടെ സുനൈറ പറഞ്ഞു.

'ഒന്നും പറ്റിയില്ലല്ലോ?'

'അയാൾ അല്പം ഭയപ്പെടുത്തി, അത്രയേ ഉള്ളൂ.'

'കൂടുതൽ വഷളാവാതെ രക്ഷപ്പെട്ടു...'

സുനൈറ പർദ്ദയ്ക്കുള്ളിൽ അടക്കിച്ചിരിച്ചു. ഭാര്യയുടെ ചിരി മൊഹ്സിന്റെ ശ്രദ്ധയിൽപ്പെട്ടു. ഭാര്യയുടെ നർമ്മബോധത്തിൽ മയപ്പെട്ട അയാൾ പെട്ടെന്ന് പൊട്ടിച്ചിരിച്ചു.

ഉടൻ അയാളുടെ ചുമലിൽ ഒരു വടി വന്നുവീണു.

'സർക്കസ് കാണുകയാണെന്നാണോ നിങ്ങളുടെ വിചാരം?' ചൂടുകൊണ്ടു കലങ്ങിയ കണ്ണുകളോടെ ഒരു താലിബാൻ പൊലീസ് ഏജന്റ് മൊഹ്സിന്റെ നേരെ ആക്രോശിച്ചു.

മൊഹ്സിൻ പ്രതിഷേധിക്കാൻ ശ്രമിച്ചു. വടി വായുവിൽ ചുഴന്ന് അയാളുടെ മുഖത്തു വീണു.

'തെരുവിൽ ചിരിക്കാൻ പാടില്ല.'

പൊലീസ് ഏജന്റ് ഉറച്ചു നിന്നു.

'അല്പമെങ്കിലും ലജ്ജ നിങ്ങൾക്കുണ്ടെങ്കിൽ വീട്ടിനകത്തുപോയി അടച്ചിരിക്കുക.'

ഒരു കൈകൊണ്ട് കവിളിൽ അമർത്തിപ്പിടിച്ച് മൊഹ്സിൻ കോപംകൊണ്ടു വിറച്ചു. അയാളുടെ കണ്ണുകളെ തുരന്നെടുക്കുന്നതുപോലെ നോക്കി.

താലിബാൻ ഏജന്റ് അയാളെ അധിക്ഷേപിച്ചുകൊണ്ടു പറഞ്ഞു. 'നിങ്ങൾക്കെന്റെ കണ്ണുകൾ ചൂഴ്ന്നെടുക്കണോ? വാ നിങ്ങൾക്ക് എത്ര കണ്ട് തന്റേടമുണ്ടെന്നു നോക്കാം, പെൺകോന്തൻ!'

'നമുക്കു പോകാം,'

സുനൈറ മൊഹ്സിന്റെ കൈപിടിച്ചുകൊണ്ട് പറഞ്ഞു.

'അവനെ തൊടരുത്. നീ നിന്റെ സ്ഥാനത്തു നിന്നാൽ മതി.' ആ താലിബാൻ തെമ്മാടി അവളുടെ അരക്കെട്ടിൽ അടിച്ചുകൊണ്ട് അലറി. 'അപരിചിതരുടെ മുന്നിൽ വച്ച് സംസാരിക്കരുത്. ഒരുമ്പെട്ടവളേ!'

ബഹളം കേട്ട് മറ്റു ഏജന്റുമാർ ചാട്ടയോടുകൂടി അവരെ സമീപിച്ചു. അവരിൽ ഏറ്റവും പൊക്കം കൂടിയ ആൾ തന്റെ സഹപ്രവർത്തകനെ നോക്കി താടി തടവിക്കൊണ്ട് പരിഹാസഭാവത്തിൽ ചോദിച്ചു. 'എന്തെങ്കിലും പ്രശ്നമുണ്ടോ?'

'ഇവർ വിചാരിക്കുന്നത് ഇവർ ഒരു സർക്കസ്സിലാണെന്നാണ്.'

പൊക്കം കൂടിയ ആൾ മൊഹ്സിനെ രൂക്ഷമായി നോക്കി.

'ആരാണ് ആ സ്ത്രീ?'

'എന്റെ ഭാര്യ.'

'എങ്കിൽ പുരുഷനെപ്പോലെ അവളെ നയിക്കുക. നിങ്ങൾ മൂന്നാമതൊരാളോടു സംസാരിക്കുമ്പോൾ മാറിനിൽക്കാൻ നിങ്ങൾ അവളെ പഠിപ്പിക്കുക. നിങ്ങൾ ഇങ്ങനെ എവിടേക്കാണ് പോകുന്നത്?'

'ഞാൻ ഭാര്യയെ അവളുടെ രക്ഷിതാക്കളുടെ വീട്ടിലേക്കു കൊണ്ടുപോവുകയാണ്.' മൊഹ്സിൻ നുണ പറഞ്ഞു.

താലിബാൻ ഏജന്റ് തീക്ഷ്ണമായി അയാളെ നോക്കി. സുനൈറയ്ക്ക് കാലുകൾ കുഴഞ്ഞുപോകുന്നതുപോലെ തോന്നി. ഉൽക്കടമായ ഒരു ഭീതി അവളെ പിടികൂടി. ഭർത്താവിനോടു സമചിത്തത കൈവിടാതിരിക്കാൻ അവൾ വേദനയോടെ യാചിച്ചു. അവൾ കഠിനസങ്കടത്തോടെ ദൈവത്തെ വിളിച്ചു.

'രക്ഷിതാക്കളുടെ വീട്ടിലേക്ക് നിങ്ങൾ അവളെ പിന്നീട് കൊണ്ടുപോകും.' പൊക്കം കൂടിയ ആൾ തീരുമാനിച്ചു. 'ഇപ്പോൾ നിങ്ങൾ അവിടെയുള്ള പള്ളിയിലെ യോഗത്തിൽ പങ്കെടുക്കാൻ പോകുന്നു. പതിനഞ്ചു മിനുട്ടിനുള്ളിൽ മൊല്ല ബഷീർ ഒരു മതപ്രസംഗം നടത്താൻ പോവുകയാണ്.'

'ഞാൻ പറയുന്നു, എനിക്ക് എന്റെ...'

രണ്ടു ചാട്ടകൾ അയാളെ തടസ്സപ്പെടുത്തി. അവ ഒരേ സമയം അയാളുടെ രണ്ടു ചുമലുകളിലും വന്നുവീണു.

'ഞാൻ പറയുന്നു, മൊല്ല ബഷീർ പത്തു മിനുട്ടിനുള്ളിൽ ഒരു മതപ്രസംഗം നടത്താൻ പോകുകയാണെന്ന്, അപ്പോൾ നിങ്ങൾ പറയുന്നു, ഭാര്യയെ അവളുടെ രക്ഷിതാക്കളുടെ വീട്ടിൽ കൊണ്ടുപോകണമെന്ന്. ശരിക്കും നിങ്ങളുടെ തലയ്ക്കകത്ത് എന്താണ്? നമ്മുടെ ഏറ്റവും പ്രമുഖനായ പണ്ഡിതന്മാരിൽ ഒരാളുടെ പ്രസംഗമാണോ അതോ ഒരു കുടുംബസന്ദർശനമാണോ നിങ്ങൾക്കു പ്രധാനം?

ചാട്ടയുടെ അറ്റംകൊണ്ട് അയാൾ മൊഹ്സിന്റെ താടിയുയർത്തിപ്പിടിച്ച് കണ്ണുകളിലേക്കു തുളച്ചു കയറുന്ന മട്ടിൽ നോക്കി. എന്നിട്ട്, വെറുപ്പോടെ പിന്നിലേക്കു തള്ളി. 'നിങ്ങളുടെ ഭാര്യ ഈ മതിലിനടുത്ത് വഴിതടസ്സമില്ലാതെ നിങ്ങളെ കാത്തുനിൽക്കും. അവളെ നിങ്ങൾ പിന്നീട് വീട്ടിൽ കൊണ്ടുപോകും.'

മൊഹ്സിൻ കീഴടങ്ങുന്ന മട്ടിൽ കൈകളുയർത്തി.

ഭാര്യയുടെ നേരെ ഒളിഞ്ഞുനോക്കിയതിനുശേഷം അയാൾ പച്ചയും വെള്ളയും നിറത്തിലുള്ള കെട്ടിടത്തിനു നേരെ നടന്നു. പൊലീസ് ഏജന്റുകളും സന്നദ്ധസേനാംഗങ്ങളും കാൽനടക്കാരെ തടഞ്ഞുവെക്കുകയും മൊല്ല ബഷീറിന്റെ വാക്കുകൾ കേൾക്കാൻ തടിച്ചുകൂടിയിരുന്ന വിശ്വാസികളുടെ കൂട്ടത്തിൽച്ചേരാൻ നിർബ്ബന്ധിക്കുകയും ചെയ്യുന്നുണ്ടായിരുന്നു.

എട്ട്

'ഒരു സംശയവുമില്ല' മൊല്ല ബഷീറിന്റെ തൊണ്ടമുഴ ഭൂകമ്പംപോലെ വിറച്ചു. ഭൂതത്തിന്റേതുപോലെയുള്ള അയാളുടെ വിരൽ വായുവിൽ വാൾ പയറ്റുകൾ നടത്തി.

ആജാനബാഹുവും ഉദ്ധതനുമായ അയാളുടെ കൂറ്റൻമുഖം പഞ്ഞി നൂലുകൾ പോലുള്ള താടിയിൽനിന്നും പൊട്ടിവിടരുന്നതുപോലെ തോന്നിച്ചു. ഭീതിപ്പെടുത്തുന്നതും ധിഷണ സ്ഫുരിക്കുന്നതും ജാഗരൂക വുമായ, അയാളുടെ കണ്ണുകൾ സദസ്സിനെ ആകമാനം ഉഴിഞ്ഞു.

'ഒരു സംശയവുമില്ല, സഹോദരന്മാരേ, കിഴക്കുദിക്കുന്ന സൂര്യനെ പ്പോലെ ഇത് സത്യമാണ്. ഞാൻ പർവ്വതങ്ങളോടു ചോദിച്ചിട്ടുണ്ട്, ആകാശ ത്തിലും നദികളിലും സമുദ്രങ്ങളിലും മരങ്ങളിലെ കൊമ്പുകളിലും നിര ത്തിലെ ചാലുകളിലും തെളിയുന്ന ചിഹ്നങ്ങൾ പരിശോധിച്ചിട്ടുണ്ട്. ചിര പ്രതീക്ഷിതമായ മുഹൂർത്തം സമാഗതമായിരിക്കുന്നു എന്ന് അവയെല്ലാം ശരിവയ്ക്കുന്നു. നിങ്ങൾ കാതോർത്താൽ മാത്രം മതി. ഭൂമിയിലെ സർ വ്വവും എല്ലാ ജീവികളും എല്ലാ സ്പന്ദനങ്ങളും നിങ്ങളോടു പറയും, മഹത്വത്തിന്റെ നിമിഷം കയ്യെത്തും ദൂരത്തെത്തിയിരിക്കുന്നു, ഇമാം അൽ മെഹ്ദി* നമ്മുടെ ഇടയിൽത്തന്നെയുണ്ട് എന്ന്. നമ്മുടെ പാത പ്രകാശ മാനമായിരിക്കുന്നു എന്ന് ഒരു നിമിഷത്തേക്കെങ്കിലും സംശയിക്കുന്ന വർ നമ്മുടെ ആളുകളല്ല. അവർ നമ്മുടെ കൂടെയല്ല. അവരിൽ ചെകു ത്താൻ വസിക്കുന്നു. അവരുടെ മാംസം നരകത്തിന് ഒരിക്കലും ഒടു ങ്ങാത്ത ഇന്ധനം നല്കുന്നു. നാം വെള്ളിത്തളികയിൽ വെച്ചുനീട്ടുന്ന അവസരം, നമ്മുടെ കൂട്ടത്തിൽ ചേരാനുള്ള അവസരം, സർവ്വേശ്വരന്റെ സംരക്ഷണയിൽ സ്വയം സമർപ്പിക്കാനുള്ള അവസരം സ്വീകരിക്കാൻ കൂട്ടാക്കാത്തവരുടെ വിലാപം നിങ്ങൾക്ക് അനന്തകാലം വരെ കേൾക്കാം.'

കൈകൊണ്ട് അയാൾ നിലത്ത് ശക്തമായി അടിച്ചു. സദസ്സിനുമുക ളിൽ അയാളുടെ തീപ്പൊരി പാറുന്ന കണ്ണുകൾ ജ്വലിച്ചുനിന്നു. അഭൗമ മായ നിശ്ശബ്ദത അവരെ നിശ്ചലമാക്കി.

'ലക്ഷക്കണക്കിനു വർഷങ്ങൾ അവർ നമ്മോട് കേണപേക്ഷിച്ചാലും അവരുടെ അപേക്ഷയ്ക്ക് നാം ചെവി കൊടുക്കുകയില്ല, ഇന്ന് അവരുടെ

---

* ഇസ്ലാമിന്റെ രക്ഷകനായി വരുമെന്നു പ്രവചിക്കപ്പെട്ട ദിവ്യപുരുഷൻ

മോചനത്തിനുവേണ്ടിയുള്ള നമ്മുടെ ആഹ്വാനം അവർ കേൾക്കാത്തതു പോലെത്തന്നെ.'

മുൻനിരയിലുള്ള ചെറിയ ഇളക്കങ്ങൾ മുതലെടുത്ത് മൊഹ്സിൻ റാമത് തിരിഞ്ഞുനോക്കി. പള്ളിയുടെ മുന്നിൽ, മറുവശത്ത് തകർന്ന കെട്ടിടത്തിന്റെ ഒതുക്കിൽ, തന്നെ കാത്ത് സുനൈറ ഇരിക്കുന്നത് അയാൾ കണ്ടു. തോക്കു പിറകിൽ തൂക്കിയ ഒരു താലിബാൻ ഗുണ്ട അവളെ സമീപിച്ചു. അവൾ എഴുന്നേറ്റ് ഭീതിയോടെ പള്ളിയുടെ നേരെ വിരൽ ചൂണ്ടി. ആ ദിശയിൽ നോക്കി അവളോട് എന്തൊക്കെയോ ചോദിക്കുന്നു.

മൊല്ല ബഷീർ പ്രത്യേകശ്രദ്ധ ആകർഷിക്കാനായി നിലത്ത് അടിച്ചു.

'ഇനി മുതൽ ഒരു സംശയവുമില്ല. സത്യത്തിന്റെ വാക്ക് ഭൂമിയുടെ നാലുമൂലയിലും പ്രതിധ്വനിക്കും. മുസ്ലീം ജനത അവരുടെ ശക്തി സംഭരിക്കുകയാണ്, അവരുടെ രൂഢമായ വിശ്വാസങ്ങൾ സ്വരുക്കൂട്ടുകയാണ്. താമസിയാതെ, ഭൂമിയിൽ ഒരു ഭാഷയേ ഉണ്ടാവുകയുള്ളൂ, ഒരു നിയമമേ ഉണ്ടാവുകയുള്ളൂ, ഒരൊറ്റ കല്പനയേ ഉണ്ടാവുകയുള്ളൂ.'

ഖുറാൻ ഉയർത്തിക്കാട്ടി അദ്ദേഹം ഗർജ്ജിച്ചു, 'ഇത്!'

അനർഗളമായ ആ ഗർജ്ജനത്തിൽ ഉള്ളടക്കിയ ആശയങ്ങൾ: "പാശ്ചാത്യസംസ്കാരം നശിച്ചിരിക്കുന്നു. അതു നിലനിൽക്കുന്നില്ല. അവർ വിഡ്ഢികൾക്ക് ഒരു മാതൃക നിർദ്ദേശിച്ചു. ആ മാതൃക പരാജയപ്പെട്ടിരിക്കുന്നു. എന്താണ് ആ മാതൃക? കൃത്യമായി എന്തുതരം മോചനമാണ് അതു മുന്നോട്ടു വെക്കുന്നത്? എന്താണ് അത് ആധുനികമായി കണക്കാക്കുന്നത്? അവർ രൂപം നല്കിയ, മറ്റെല്ലാറ്റിനുമുപരി ലാഭത്തിനു പ്രാമുഖ്യം നല്കുന്ന അസന്മാർഗ്ഗിക സമൂഹങ്ങളോ? അവിടെ മനസ്സാക്ഷിക്കോ ഭക്തിക്കോ ജീവകാരുണ്യത്തിനോ യാതൊരു സ്ഥാനവുമില്ല. അവരുടെ മാതൃകയിൽ മൂല്യങ്ങൾ സാമ്പത്തികം മാത്രമല്ലേ? ചൂഷകരായ യജമാനന്മാർ, സമ്പന്നന്മാർ... നിത്യവൃത്തിക്കുവേണ്ടി ജോലി ചെയ്യുന്നവർ അടിമകൾ... സമൂഹത്തിലെ അടിക്കാട്ടങ്ങൾ... അവർ കുടുംബത്തിന്റെ സ്ഥാനം അപഹരിക്കുകയും വ്യക്തികളെ ഒറ്റപ്പെടുത്തുകയും കീഴടക്കുകയും യാതൊരു മനോവിഷമവുമില്ലാതെ പുറംതള്ളുകയും ചെയ്യുന്നില്ലേ? സ്ത്രീകൾ ദുർമാർഗ്ഗത്തിനു സ്വയം വഴങ്ങിക്കൊടുക്കുന്നില്ലേ? പുരുഷന്മാർ പരസ്പരം വിവാഹം ചെയ്യുന്നില്ലേ? മനുഷ്യശരീരം പരസ്യമായി, എല്ലാവരുടേയും കണ്മുന്നിൽ വെച്ച്, യാതൊരു പ്രതികരണവും ഉളവാക്കാതെ, വിൽക്കുകയും വാങ്ങുകയും ചെയ്യുന്നില്ലേ? പ്രാകൃതമായ അവസ്ഥയിൽ തലമുറകൾ കൊട്ടിയടയ്ക്കപ്പെടുകയും ദാരിദ്ര്യത്തിലേക്കും സമൂഹത്തിന്റെ പുറമ്പോക്കിലേക്കും തള്ളപ്പെടുന്നില്ലേ? ഇതല്ലേ, അവരുടെ വിജയത്തിന്റെ അടിസ്ഥാനം എന്ന് അവർ ഊറ്റംകൊള്ളുന്ന മാതൃക? ഇല്ല, യഥാർത്ഥ വിശ്വാസികളേ, തെന്നിനീങ്ങുന്ന മണലിൽ സ്മാരകങ്ങളുണ്ടാക്കാൻ കഴിയില്ല. പാശ്ചാത്യ

സംസ്കാരം അവസാനിച്ചിരിക്കുന്നു. അതിന്റെ ഉയർന്നുപൊങ്ങുന്ന ദുർഗന്ധം ഓസോൺ പാളികളെ നശിപ്പിക്കുന്നു. അതു നുണകളുടെ ലോകമാണ്. നിങ്ങൾ അതിൽ ദർശിക്കുന്നതെല്ലാം വെറും മായക്കാഴ്ച യാണ്, തകർന്നു കഴിഞ്ഞ അതിലോലമായ അതിന്റെ അവശിഷ്ടങ്ങൾ ക്കിടയിൽ നിങ്ങൾ കാണുന്നത് അസംബന്ധവും കഴമ്പില്ലാത്തതുമായ മായാരൂപങ്ങൾ മാത്രമാണ്. പാശ്ചാത്യസംസ്കാരം തീർത്തും വ്യാജമാണ്, ഭീമാകാരമായ ഒരു പ്രഹസനം, മാഞ്ഞുപോകുന്ന സ്വപ്നം. അതിന്റെ വ്യാജപുരോഗതി ഒരു മിന്നായം മാത്രമാണ്, അതിന്റെ കൂറ്റൻ മുഖപ്പ് ഒരു പൊയ്മുഖം മാത്രമാണ്. അതിന്റെ അത്യുത്സാഹം ഭീതിയെ തുറന്നു കാട്ടുന്നു. സത്യത്തിൽ അതു കെണിയിൽ കുടുങ്ങിയ എലിയെപ്പോലെ പകച്ചുനിൽക്കുകയാണ്. ആ നികൃഷ്ടജീവിയുടെ വിശ്വാസവും ആത്മാവും എപ്പോഴേ നഷ്ടപ്പെട്ടു. അവ വീണ്ടെടുക്കാൻ നാം അവരെ സഹായിക്കുകയില്ല. എക്കാലത്തും തങ്ങളുടെ സാമ്പത്തികഭദ്രത സു രക്ഷിതമായി നിലനില്ക്കും എന്ന് അതു വിശ്വസിക്കുന്നു. അത്യാധുനിക സാങ്കേതികവിദ്യകൊണ്ട് നമ്മെ മയക്കാം എന്ന് അതു വിശ്വസിക്കുന്നു. നമ്മുടെ പ്രാർത്ഥനകളെ അവർ ഉപഗ്രഹങ്ങളുപയോഗിച്ച് തടസ്സപ്പെടു ത്തുന്നു. വിമാനവാഹിനികൾകൊണ്ടും കിറുക്കുപിടിച്ച പട്ടാളക്കാരെ ക്കൊണ്ടും നമ്മെ പിന്തിരിപ്പിക്കാമെന്ന് അവർ കരുതുന്നു. സർവ്വേശ്വരന്റെ മഹത്വത്തിനുവേണ്ടി മരിക്കാൻ തയ്യാറായവരെ വ്യാമോഹിപ്പിക്കാൻ കഴി യില്ലെന്ന് അവർ മറന്നുപോകുന്നു. നമ്മുടെ റഡാറുകൾക്ക് അവരുടെ ഒളിബോംബറുകളെ കണ്ടുപിടിക്കാൻ കഴിയില്ലെങ്കിലും സർവ്വേശ്വരന്റെ കണ്ണുകൾ എല്ലാം കാണുന്നുണ്ട്.'

അയാൾ മുഷ്ടികൊണ്ട് നിലത്ത് ശക്തമായി ഇടിച്ചു. 'സർവ്വേശ്വരന്റെ കോപത്തെ നേരിടാൻ ധൈര്യമുള്ള ആരുണ്ട്?'

അത്യാവേശത്തിന്റെ ഒരു ചിരിയിൽ അയാളുടെ ചുണ്ടുകൾ കൊളുത്തിപ്പിടിച്ചു. ചുണ്ടുകളുടെ കോണിൽ അടിഞ്ഞ പത അയാൾ തുടച്ചുകളഞ്ഞു. അയാൾ ഒരു താളക്രമത്തിൽ തലയാട്ടി. എന്നിട്ട്, നിലത്ത് ഒരു ദ്വാരമുണ്ടാക്കാനുറപ്പിച്ചപോലെ ചൂണ്ടുവിരൽ കൊണ്ട് തുരു തുരെ കുത്താൻ തുടങ്ങി.

'നാം ദൈവത്തിന്റെ പടയാളികളാണ്, സഹോദരന്മാരേ. വിജയം നമ്മുടെ തൊഴിലാണ്. പറുദീസ നമ്മുടെ ഇടത്താവളമാണ്. നമ്മളി ലൊരാൾ മുറിവേറ്റു മരിച്ചാൽ ഹൂറികളുടെ ഒരു സംഘം അയാളെ സ്വാഗതം ചെയ്യാനെത്തും. സർവ്വേശ്വരനുവേണ്ടി ജീവൻ വെടിഞ്ഞവർ മരിച്ചു എന്ന് ഒരിക്കലും വിശ്വസിക്കാതിരിക്കുക. കാരണം, ഉറപ്പായും അവർ മരിച്ചിട്ടില്ല. അവർ അവരുടെ നാഥനോടൊപ്പം ജീവിക്കുന്നു, അദ്ദേഹം അവരിൽ അനുഗ്രഹങ്ങൾ ചൊരിയുന്നു. അതേ സമയം, ചെകുത്താനുവേണ്ടി രക്തസാക്ഷിയാവുന്നവരുടെ കാര്യമാണെങ്കിൽ, അവർ ഭൂമിയിലെ കാൽവരി* വിടുന്നത് നരകത്തിൽ എന്നന്നേക്കും

* കാൽവരി : കൃസ്തുവിനെ ക്രൂശിച്ച സ്ഥലം

ജീവിക്കാൻവേണ്ടി മാത്രമായിരിക്കും. വെറും ചീഞ്ഞ മാംസപിണ്ഡം മാത്രമായ അവരുടെ ശവശരീരം യുദ്ധഭൂമിയിലും അതിജീവിച്ചവരുടെ സ്മരണകളിലും ചീഞ്ഞുനാറും. സർവ്വേശ്വരന്റെ കാരുണ്യത്തിനോ നമ്മുടെ സഹതാപത്തിനോ അവർക്ക് ഒരു അർഹതയുമുണ്ടായിരിക്കുകയില്ല. നമ്മുടേത് സത്യവിശ്വാസികളുടെ നാടാണ്. സത്യവിശ്വാസികളുടെ നാട് ശുദ്ധീകരിക്കാൻ നമുക്ക് യാതൊന്നും തടസ്സമാവുകയില്ല. അങ്ങനെ, ജക്കാർത്ത മുതൽ ജെറിക്കോ വരെ, ദക്കർ മുതൽ മെക്സിക്കോസിറ്റി വരെ, ഖാർതൂം മുതൽ സാവോ പോളോ വരെ, തുണിസ് മുതൽ ചിക്കാഗോ വരെ, മുഴുവൻ മിനാരങ്ങളിൽ നിന്നും വിജയഘോഷം മുഴങ്ങിക്കേൾക്കാം. നമ്മൾ ജയിക്കും. ലോകാധിപത്യം നമ്മുടേതായിരിക്കും...'

'അള്ളാഹു അക്ബർ' മൊല്ലയുടെ അനുയായികളിലൊരാൾ ഉച്ചത്തിൽ വിളിച്ചുപറഞ്ഞു.

'അള്ളാഹു അക്ബർ' സദസ്സ് ഒന്നടങ്കം ഇരമ്പി.

ഇടിവെട്ടും പോലെയുള്ള ശബ്ദഘോഷം കേട്ട് സുനൈറ ചാടിയെഴുന്നേറ്റു. മതപ്രസംഗം കഴിഞ്ഞുവെന്നു കരുതി അവൾ പർദ്ദ ഒതുക്കി, സദസ്യർ പുറത്തുവരാൻ കാത്തു. ദേവാലയത്തിൽനിന്നും ഒരൊറ്റ നിഴലുപോലും പുറത്തുവന്നില്ല. നേരേ മറിച്ച്, താലിബാൻ പൊലീസ് വഴിപോക്കരെ തടഞ്ഞുവച്ച് പച്ചയും മഞ്ഞയും നിറമുള്ള കെട്ടിടത്തിലേക്ക് ചാട്ട പ്രയോഗിച്ച് കൊണ്ടുപോകുന്നത് തുടർന്നുകൊണ്ടിരുന്നു.

അവിടെ പുരോഹിതൻ സ്വന്തം വാക്കുകളിൽത്തന്നെ ഉത്തേജിതനായി കൂടുതൽ ആവേശത്തോടെ പ്രസംഗം തുടർന്നു. ഇടയ്ക്കിടയ്ക്ക് അയാളുടെ ശബ്ദം ആവേശത്താൽ ഉച്ചസ്ഥായിയിലാവുകയും അതിന്റെ മാസ്മരശക്തിയിൽ ലയിച്ച് പുറത്തുനിന്നിരുന്ന പൊലീസ്, മതിഭ്രമം പിടിച്ചവരെപോലെ നോക്കിനിന്നിരുന്ന ആളുകളെ നിയന്ത്രിക്കാൻ മറന്നുപോവുകയും ചെയ്തു. കീറിപ്പറിഞ്ഞ വേഷം ധരിച്ച തെരുവുപിള്ളേർ പോലും പള്ളിക്കുചുറ്റുമുള്ള തിരക്കേറിയ ഇടുങ്ങിയ ഇടവഴികളിലേക്ക് കൂക്കിവിളിച്ച് പായുന്നതിനുമുമ്പ് ഏതാനും നിമിഷങ്ങൾ ഉപദേശിയുടെ ശബ്ദത്തിനു കാതോർത്തുനിന്നു.

പത്തുമണിയായിക്കാണണം. സൂര്യന്റെ ചൂട് കൂടിക്കൊണ്ടിരുന്നു. അന്തരീക്ഷം പൊടികൊണ്ടു കനത്തിരുന്നു. പർദ്ദയ്ക്കകത്ത് മമ്മിപോലെ നിശ്ചലമായിരുന്ന സുനൈറയ്ക്ക് ശ്വാസം മുട്ടുന്നുണ്ടായിരുന്നു. കോപം കൊണ്ട് വയറിൽ പിരിമുറുക്കവും തൊണ്ടയിൽ തടസ്സവും തോന്നി. അല്പം ശുദ്ധവായുവിനുള്ള സാദ്ധ്യതയ്ക്കുവേണ്ടിയെങ്കിലും ശരീരം മൂടിയിരിക്കുന്ന തുണി മാറ്റാനുള്ള ഭ്രാന്തമായ അഭിനിവേശം അവളെ കൂടുതൽ അസ്വസ്ഥയാക്കി. വിയർത്തൊലിക്കുന്ന മുഖം പർദ്ദയിൽ തുടയ്ക്കാൻ പോലും അവൾക്കു ധൈര്യം വന്നില്ല. കടുങ്കുപ്പായമിട്ട ഒരു ഭ്രാന്തിയെപ്പോലെ കാലുകൾ തളർന്ന് വിയർത്തുകുളിച്ച് അനങ്ങാതെ

അവൾ നിന്നു. ശ്വാസോച്ഛ്വാസം ദ്രുതഗതിയിലാകുന്നതും ഹൃദയമിടിപ്പു കൂടുന്നതും അവൾ അറിഞ്ഞു. തകർന്ന കെട്ടിടത്തിന്റെ വാതിൽക്കൽ, ആ വഴി പോകുന്ന സ്ത്രീകളുടെ സംശയകരമായ തലതിരിക്കൽ കണ്ടു കൊണ്ടും താലിബാൻ ഏജന്റുകളുടെ വെറുപ്പോടെയുള്ള നോട്ടം സഹിച്ചു കൊണ്ടും ആരോ മറന്നുവെച്ചുപോയ ഒരു ചാക്കുപോലെ, അവിടെയ ങ്ങനെ നിൽക്കുന്നതിൽ അവൾക്ക് തന്നോടുതന്നെ അരിശം തോന്നി. പലവിധത്തിലുള്ള ചോദ്യങ്ങൾക്കും വിധേയമായ ഒരു വസ്തുവായി, സംശയകരമായ ഒരു കയറ്റുമതിവസ്തുവായും അവൾക്കു തന്നെക്കുറിച്ച് തോന്നി. ആ വിചാരം അവളെ വല്ലാതെ പീഡിപ്പിച്ചു. അപമാനഭാരം അവളെ തളർത്തി. ഓടിരക്ഷപ്പെടാനും വീട്ടിനകത്തുകയറി വാതിൽ കൊട്ടിയടച്ച്, ഒരിക്കലും പുറത്തുകടക്കാതെ ഒതുങ്ങിക്കൂടാനുമുള്ള ത്വര അവളെ പിടിച്ചുകുലുക്കി. എന്ത് നാശത്തിനാണ് താൻ ഭർത്താവി നോടൊപ്പം പുറത്തുപോകാൻ സമ്മതിച്ചത്? കാബൂളിലെ തെരുവു കളിൽനിന്ന് അപമാനവും ജീർണ്ണതയുമല്ലാതെ എന്താണ് പ്രതീ ക്ഷിക്കാനുള്ളത്? ഒരു കറുത്ത കൂടാരത്തിനുള്ളിൽ, തന്നെത്തന്നെ സ്വയം കൊന്നുകുഴിച്ചു മൂടിയതുപോലെ. പർദ്ദയാണത്രെ, പർദ്ദ! കണ്ണുകളിരി ക്കുന്ന സ്ഥാനത്ത് ജനലിന്റെ അഴികൾ പോലെ കള്ളികളുള്ള ഒരു വികൃതവേഷം. സ്പർശനശേഷി നശിപ്പിക്കുന്ന കയ്യുറ. തന്റെ തടവറയും അധഃപതനവുമായ ഈ വികൃതവേഷം ധരിക്കാൻ താൻ എങ്ങനെയാണ് സമ്മതിച്ചത്?

താൻ ഭയപ്പെട്ടതുപോലെത്തന്നെ എല്ലാം കൃത്യമായി സംഭവിച്ചു. തന്റെ അസ്തിത്വത്തിന്റെ ഏറ്റവും നിന്ദ്യമായ യാഥാർത്ഥ്യത്തിനും സ്വന്തം അവകാശനിരാസത്തിനും ഈ എടുത്തുചാട്ടം വഴി വെക്കുമെന്ന് പുറ പ്പെടുന്നതിനു മുമ്പുതന്നെ അവൾക്കറിയാമായിരുന്നു. അതൊരു ശമനമില്ലാത്ത മുറിവാണ്, നഷ്ടപരിഹാരമില്ലാത്ത അപമാനമാണ്, പുനരധിവാസത്തിനും ചികിൽസയ്ക്കും അതീതമായ ഒരു ആഘാത മാണ്. അവൾക്ക് ഈ വക ഭ്രാന്തുകൾ ആത്മനിന്ദയിലേക്ക് ആണ്ടു പോകാതെ സ്വയം വഴങ്ങിക്കൊടുക്കാനാവില്ല. സുനൈറയ്ക്ക് വ്യക്ത മായി ആ നിന്ദ മനസ്സിലാക്കാൻ കഴിയുന്നുണ്ട്. അതൊരു ആന്തരിക മായ പ്രക്ഷുബ്ധതയാണ്; അവളുടെ കുടലുകളെ പൊള്ളിക്കുന്നു, അത് അവളെ ഒരു ചിത പോലെ ദഹിപ്പിച്ചേക്കുമെന്ന ഭീഷണിയുയർത്തുന്നു. അതിന്റെ ഭീകര താപം അവളെ അസ്തിത്വത്തിന്റെ ഉൾക്കാമ്പിൽ തീയിലി ട്ടതുപോലെ ഉരുക്കുന്നു. അതുകൊണ്ടായിരിക്കണം പർദ്ദയ്ക്കുള്ളിൽ അവൾ വിയർക്കുന്നതും ശ്വാസംമുട്ടൽ അനുഭവിക്കുന്നതും. അവളുടെ വരണ്ട തൊണ്ടയിൽനിന്നും ശവദാഹത്തിന്റേതുപോലുള്ള ഒരു ഗന്ധം വമിക്കുന്നത് അതുകൊണ്ടായിരിക്കണം. അടക്കാനാവാത്ത രോഷം അവ ളുടെ നെഞ്ചിനെ ഞെരുക്കി; ഹൃദയത്തെ മുറിവേൽപ്പിച്ചു; തൊണ്ടയിലെ ഞരമ്പുകളെ വിജൃംഭിപ്പിച്ചു. കാഴ്ച മങ്ങി; അവൾ പൊട്ടിക്കരച്ചിലിന്റെ വക്കിലെത്തി.

ഭീമമായ ഒരു ശ്രമത്തിലൂടെ അവൾ മുഷ്ടി മുറുക്കെച്ചുരുട്ടി, കൈകളുടെ വിറയൽ നിയന്ത്രിച്ചു; നിവർന്നിരുന്ന് ശ്വാസോച്ഛ്വാസം നിയന്ത്രണാധീനമാക്കുന്നതിന് ശ്രമിച്ചു. സാവധാനം തന്റെ രോഷം അവൾ കുറച്ചുകൊണ്ടുവരുകയും മനസ്സിനെ ചിന്താശൂന്യമാക്കുകയും ചെയ്തു.

താൻ ക്ഷമയോടെ സഹിക്കണം; മൊഹ്സിൻ തിരിച്ചുവരുന്നതുവരെ പിടിച്ചുനിൽക്കണം. ഒരു അബദ്ധം, ഒരു പ്രതിഷേധം അതുപിന്നെ അവളെതന്നെ എന്നന്നേക്കുമായി കുഴിച്ചു മൂടും. യാതൊരു പ്രയോജനവുമില്ലാതെ, അവൾ താലിബാന്റെ ആവേശത്തിന് ഇരയാവും. വേണ്ട...

മൊല്ല ബഷീറിന്റെ ഉൽക്കടമായ ആവേശം മൊഹ്സിൻ റാമത് അംഗീകരിച്ചുകൊടുത്തു. അയാളുടെ അധിക്ഷേപവാഗ്ധോരണി, ഇടയ്ക്കിടയ്ക്ക് നിലത്ത് ഇടിക്കാനും മൊന്തയിലെ വെള്ളം തീപ്പൊരി പാറുന്ന ചുണ്ടുകളിലേക്കടുപ്പിക്കാനും മാത്രമേ തടസ്സപ്പെട്ടുള്ളൂ. ആവേശഭരിതനായി, ആംഗ്യവിക്ഷേപത്തോടെ അയാൾ രണ്ടു മണിക്കൂറോളം സംസാരിച്ചു കഴിഞ്ഞു. ഏതോ ലഹരിപദാർത്ഥം വിഴുങ്ങിയവനെപ്പോലെ അയാളുടെ ചുണ്ടുകളിൽ വെളുത്ത പത കാണാമായിരുന്നു. കാളയെപ്പോലുള്ള ശ്വാസോച്ഛ്വാസത്തിന്റെ മുരളൽ മുറിയിൽ ഭൂകമ്പംപോലെ പ്രതിധ്വനിച്ചു. തലപ്പാവുവെച്ച മുൻനിരയിലിരുന്ന വിശ്വാസികൾ പുരോഹിതന്റെ വാഗ്ധോരണിയിൽ അക്ഷരാർത്ഥത്തിൽ അടിപ്പെട്ടുപോയി. വാക്കുകളുടെ പ്രവാഹത്തിൽ മതിവരാതെ വായ്പൊളിച്ചിരിക്കുകയാണ്. വെയിൽ കനലുകൾ ചുട്ടു പഴുക്കുന്നത് അവരറിയുന്നില്ല.

സ്വന്തം ഇഷ്ടപ്രകാരമല്ലാതെ വന്നുപെട്ടവർ, സ്വന്തം കാര്യങ്ങൾ ഉപേക്ഷിക്കേണ്ടി വന്നതിൽ അസന്തുഷ്ടി പ്രകടിപ്പിക്കുകയും ഇടയ്ക്കിടയ്ക്ക് സ്ഥലം മാറിയിരിക്കുകയും ചെയ്തു. ഉറങ്ങിപ്പോയ ഒരു വൃദ്ധനെ താലിബാൻ ഏജന്റ് വടികൊണ്ട് കുത്തി. പാതി മയക്കത്തിൽ ആ പാവം പരിസരം മറന്നപോലെ കണ്ണ് മിഴിച്ചിരുന്നു. എന്നിട്ട്, കൈകൊണ്ട് മുഖം തുടച്ച്, കോട്ടുവായിടുകയും വീണ്ടും മയക്കം തുടരുകയും ചെയ്തു.

വിഷയത്തിന്റെ തുടർച്ച മൊഹ്സിന് നഷ്ടപ്പെട്ടിരുന്നു. മൊല്ലയുടെ വാക്കുകൾ അയാളുടെ തലയിൽ കയറാതായിരിക്കുന്നു. അയാൾ തെരുവിനപ്പുറം ഒതുക്കിന്മേൽ നിശ്ചലയായി ഇരിക്കുന്ന സുനൈറയ്ക്കു നേരെ ഉൽക്കണ്ഠയോടെ നോക്കി. തുണിമറയ്ക്കുള്ളിൽ അവൾ കഷ്ടപ്പെടുകയാണെന്ന് അയാൾക്കറിയാം. ചൂടുകൊണ്ടു മാത്രമല്ല, അങ്ങോട്ടുമിങ്ങോട്ടും പോകുന്ന ആളുകളുടെ ഇടയിൽ ഒരു വിചിത്ര വസ്തുവിനെപ്പോലെ അവിടെ നില്ക്കുന്നു എന്ന ഒറ്റക്കാരണം കൊണ്ടും.

ഒരു കാഴ്ചവസ്തുവാകുക എന്നത് അവൾ ഏറ്റവും വെറുക്കുന്ന കാര്യമാണ്. ആൾക്കൂട്ടത്തിനിടയിൽ അവൾ തന്നെ തിരിച്ചറിയും എന്നു പ്രത്യാശിച്ചുകൊണ്ട് അയാൾ അവളെ ഇടയ്ക്കിടെ എത്തിനോക്കി. നടക്കാനിറങ്ങാൻ അവളെ നിർബ്ബന്ധിച്ചതിൽ താൻ എത്ര ഖേദിക്കുന്നു

എന്ന് അവൾ മനസ്സിലാക്കുന്നുണ്ടാവുമോ? വരാനിരിക്കുന്ന ഏതോ മുന്നറിയിപ്പിന്റെ സ്വരംപോലെ അയാളുടെ തലച്ചോറിൽ ഒരു മുഴക്കം ഇരമ്പി.

ഭ്രാന്തമായ വേഗത്തിൽ കാര്യങ്ങൾ മാറിമറിയുന്ന, അല്പം പോലും മുന്നോട്ടു നീങ്ങാത്ത ഒരു നഗരത്തിൽ, അവരുടെ നടത്തം ഒരു ദുരന്തമായി മാറി. മുറിവേറ്റ്, ആക്രമിക്കാൻ നിർബ്ബന്ധിതയായി കുതിക്കാൻ തയ്യാറെടുക്കുന്ന ഒരു പെൺകടുവയെപ്പോലെ സുനൈറ നിശ്ചലയായി നില്ക്കുന്നു...

ഒരു ചാട്ട അയാളുടെ തലയ്ക്കു മുകളിലൂടെ ചീറിപ്പാഞ്ഞു.

'നിങ്ങൾ തെറ്റായ ദിശയിലാണ് നോക്കുന്നത്.' ഒരു താലിബാൻ ഏജന്റ് ഓർമ്മിപ്പിച്ചു. മൊഹ്സിൻ കനത്ത ഹൃദയത്തോടെ വഴങ്ങി, ഭാര്യക്കു പുറംതിരിഞ്ഞ് ഇരുന്നു.

പ്രസംഗം അവസാനിച്ചപ്പോൾ ആവേശത്തോടെ മുൻനിരകളിലുള്ള വിശ്വാസികൾ ചാടിയെഴുന്നേറ്റ് പുരോഹിതന്റെ വസ്ത്രത്തിലോ, തലപ്പാവിന്റെ അറ്റത്തോ ചുംബിക്കാൻ മുന്നോട്ടു കുതിച്ചു. താലിബാൻ ഏജന്റ് സദസ്സു പിരിയാൻ അനുവാദം നൽകുന്നതുവരെ മൊഹ്സിന് കാത്തുനിൽക്കേണ്ടിയിരിക്കുന്നു. ഒടുവിൽ തിക്കിത്തിരക്കി പുറത്തുകടക്കുന്ന ആൾക്കൂട്ടത്തിൽനിന്നും മോചിതനായപ്പോൾ എഴുന്നേൽക്കാൻ പ്രയാസപ്പെടുന്ന സുനൈറയുടെ പീഡിതശരീരത്തെ അയാൾ കണ്ടു.

'നിനക്ക് സുഖമില്ലേ?'

തീർത്തും ബുദ്ധിശൂന്യമായിരുന്നു മൊഹ്സിന്റെ ആ ഒരു ചോദ്യം!

'എനിക്കു വീട്ടിൽ പോകണം,' അവൾ ഒരു കുഞ്ഞിനെപ്പോലെ നിലവിട്ട് കരഞ്ഞു.

ചുട്ടുതിളയ്ക്കുന്ന തലയും മങ്ങിയ കണ്ണുകളുമായി അവൾ കാലുകളിടറിക്കൊണ്ട് നടക്കാൻ തുടങ്ങി. മൊഹ്സിൻ അവളെ താങ്ങാൻ ശ്രമിച്ചുകൊണ്ടിരുന്നു. അവൾ വെറുപ്പോടെ അയാളെ പരുക്കൻ മട്ടിൽ തള്ളിമാറ്റി.

'എന്നെ തൊടരുത്.'

അവൾ അടക്കിയ ശബ്ദത്തിൽ ക്ഷുഭിതയായി പറഞ്ഞു.

രണ്ടു മണിക്കൂറുകൾക്കുമുമ്പ് രണ്ടു ചാട്ടകൾ ഒരേ സമയം തന്റെ ഇരുചുമലുകളിലും വീണപ്പോഴനുഭവിച്ചപോലെ ഭാര്യയുടെ വാക്കുകൾ മൊഹ്സിനെ തീക്ഷ്ണമായി നോവിച്ചു.

ഒമ്പത്

ഡ്രൈവർ ഒരു കൂറ്റൻ ഉരുളൻകല്ല് ഒഴിവാക്കാനുള്ള തീവ്രശ്രമത്തിൽ സ്റ്റിയറിങ് പെട്ടെന്ന് അതിശീഘ്രം വെട്ടിക്കുകയും വണ്ടി ഭയങ്കരമായി തിരിഞ്ഞ്, നിരത്തിന്റെ അതിരിലൂടെ തെന്നിമാറിപ്പോവുകയും ചെയ്തു. കേടുവന്ന ബ്രേക്കിന് ആ കൂറ്റൻ 4X4 വണ്ടിയുടെ ഗതിവേഗം കുറയ്ക്കാൻ കഴിയാതെ, ഷോക്ക് അബ്സോർബറിന്റെ ചെവിടടയ്ക്കുന്ന ശബ്ദത്തോടെ ചാടി, വണ്ടി ഒരു ചരിവിലൂടെ, അഗാധമായ ഒരു ഗർത്തത്തിന്റെ വക്കത്ത് അദ്ഭുതകരമായി നിന്നു. കാസിം അബ്ദുൾ ജബ്ബാർ അപ്പോഴും അക്ഷോഭ്യനായിരുന്നു. വെറുതെ തലയാട്ടുക മാത്രം ചെയ്തു.

'നിങ്ങൾ എന്നെ കൊല്ലാൻ ശ്രമിക്കുകയായിരുന്നോ?'

മുന്നിലെ ചക്രങ്ങളിലൊന്ന് ഗർത്തത്തിന്റെ ഏതാണ്ട് നാലിഞ്ച് മാത്രം അകലത്താണെന്നു കണ്ട ഡ്രൈവർ അന്തംവിട്ടു. തലപ്പാവിന്റെ വാലു കൊണ്ട് നെറ്റി തുടച്ച് എന്തോ മന്ത്രിച്ച് അയാൾ വണ്ടി റിവേഴ്സിലിട്ട് പിന്നിലേക്കെടുത്തു.

'ഈ നശിച്ച പാറ എവിടെനിന്നാണ് വന്നുവീണത്?' ഡ്രൈവർ ചോദിച്ചു.

'ഒരുപക്ഷേ ഉൽക്കയായിരിക്കും.' കാസിം പരിഹാസത്തോടെ പറഞ്ഞു.

റോഡിനു നടുവിൽ പാറ എങ്ങനെ വന്നുവീണു എന്നതിന് എന്തെങ്കിലും ഒരു സൂചനയ്ക്കായി ഡ്രൈവർ ചുറ്റും നോക്കി. ഏറ്റവുമടുത്തുള്ള കുന്നിലേക്കു നോക്കിയപ്പോൾ കുന്നിൻ ചെരുവിലൂടെ ഒരു വൃദ്ധൻ കയറുന്നതു കണ്ടു. ഡ്രൈവർ നെറ്റി ചുളിച്ചു.

'അവിടെ, മുകളിൽ നിൽക്കുന്നത് നസീഷല്ലേ?'

അയാൾ ചൂണ്ടിക്കാട്ടിയ ദിശയിൽ കാസിം നോക്കി. 'ങേ? അത് നസീഷ് തന്നെയാണോ?'

അപകടകരമായ ചെരിവിലൂടെ കയറുന്ന കീറിപ്പറിഞ്ഞ വേഷമുള്ള പ്രാകൃതജീവിയെ ഡ്രൈവർ കണ്ണുകളിറുക്കി സൂക്ഷിച്ചുനോക്കി. 'അത് നസീഷല്ലെങ്കിൽ അയാളുടെ ഇരട്ടസഹോദരനായിരിക്കും.'

'അയാളെപ്പറ്റി വേവലാതിപ്പെടാതെ, എന്നെ കേടുകൂടാതെ വീട്ടിലെത്തിക്ക്.'

നിരപ്പില്ലാത്ത നിരത്തിൽ വണ്ടി അതിവേഗം മുന്നോട്ടെടുത്തു. കുന്നിനെ ചുറ്റി വളയുന്നതിനുമുമ്പ് ഒരിക്കൽക്കൂടി അയാൾ കണ്ണാടിയിലൂടെ നോക്കി, അതീഖ് അധികസമയവും ചെലവഴിക്കുന്ന ജയിലിൽ വല്ലപ്പോഴും വരാറുള്ള, നരച്ച താടിക്കാരൻ ശുദ്ധനായ നസീഷല്ലെങ്കിൽ പിന്നെയാരാണ്?

നസീഷ് ആകെ തളർന്നു. തൊണ്ട വരണ്ടു. കണങ്കാലുകൾ വേദന കൊണ്ടു പുളഞ്ഞു. കുന്നിന്റെ നിറുകയിൽ തലകറങ്ങി കുഴഞ്ഞുവീണു. പിന്നീട് മുട്ടുകുത്തിനിന്ന് ശ്വാസം വീണ്ടെടുക്കാൻ ശ്രമിച്ചു. എന്നിട്ട് മലർന്നു കിടന്നു.

ആകാശം കൈയെത്തുന്ന ദൂരത്താണെന്നു തോന്നിയ അയാളിൽ ഭാരമില്ലായ്മയുടെ സവിശേഷമായ, ഒരു അനുഭവം ഉണ്ടായി. പുഴുവിൽനിന്നും ശലഭമായി ഉയരുന്ന ഒരു പ്രതീതി. ഒരു പക്ഷിത്തൂവൽ പോലെയോ ഒരു പുകച്ചുരുൾ പോലെയോ ആണ് തന്റെ ശരീരമെന്ന് അയാൾക്കു തോന്നി. അയാൾ നിലത്ത്, കൈകൾ രണ്ടും കുരിശു പോലെ ഇരുവശത്തേക്കും നീട്ടി ദീർഘമായി ശ്വസിച്ചുകൊണ്ട് അയാൾ അല്പനേരം കിടന്നു. ശ്വാസോച്ഛ്വാസത്തിന്റെ താളം സാധാരണമട്ടിലായപ്പോൾ എഴുന്നേറ്റിരുന്ന് വെള്ളപ്പാത്രം ചുണ്ടോടടുപ്പിച്ചു. പർവ്വതത്തെ കീഴടക്കിയ സ്ഥിതിക്ക് ഇനി ചക്രവാളത്തെ വെല്ലാൻ തടസ്സമായി ഒന്നുമില്ലെന്നും ഭൂമിയുടെ അറ്റം വരെ നടക്കാൻ തനിക്കു കഴിയുമെന്നും അയാൾക്കു തോന്നി. തന്റെ പ്രായത്തിൽ ചിന്തിക്കാൻപോലുമാവാത്ത വീരകൃത്യത്തിൽ അഭിമാനം പൂണ്ട അയാൾ വായുവിൽ മുഷ്ടിയുയർത്തി. കാബൂളെന്ന കീറിപ്പറിഞ്ഞ വസ്ത്രങ്ങളണിഞ്ഞ വൃദ്ധ മന്ത്രവാദിനി തന്റെ തീവ്രയാതനകളുടെ പിടിയിലമർന്ന്, ഞെളിഞ്ഞുപിരിഞ്ഞ്, അഴുക്കു ഭക്ഷിച്ചു തകർന്ന താടിയെല്ലുമായി താഴെ തന്റെ കാൽച്ചുവട്ടിൽ കമിഴ്ന്നുകിടക്കുന്നത് അയാൾ പകയോടെ നോക്കി, ശൂന്യതയിലേക്ക് നീട്ടിത്തുപ്പി.

പണ്ടൊരു കാലത്ത് സമർക്കണ്ടിനേയും ബാഗ്ദാദിനേയും വെല്ലുന്നതായിരുന്നു കാബൂളിന്റെ ഇതിഹാസം. രാജാക്കന്മാർ സിംഹാസനത്തിലേറിയപ്പോൾ നഭോമണ്ഡലത്തേക്കാൾ വിസ്തൃതമായ സാമ്രാജ്യങ്ങൾ സ്വപ്നം കണ്ടു... ആ കാലമെല്ലാം പൊയ്പ്പോയി.

നസീഷ് ദുഃഖത്തോടെ ഓർത്തു.

ഓർമ്മയ്ക്കു ചുറ്റും കറങ്ങിയതുകൊണ്ട് ആ കാലം തിരിച്ചുകൊണ്ടുവരാൻ സാദ്ധ്യമല്ല. സ്മരണയെ കാബൂളിന് കൊടുംഭയമാണ്. ചരിത്രത്തെ കവലയിലിട്ടു പരസ്യമായി അവൾകൊല ചെയ്തിരിക്കുന്നു;

തെരുവുകളുടെ പേരുകൾ വിജയാഹ്ലാദത്തിന്റെ തീക്കുണ്ഡത്തിലിട്ട് ബലി കൊടുത്തിരിക്കുന്നു; വെടിമരുന്നു വെച്ച് അവളുടെ സ്മാരകങ്ങൾ ഛിന്നഭിന്നമാക്കിയിരിക്കുന്നു; ശത്രുക്കളുടെ രക്തത്തിൽ മുക്കി ഒപ്പു വെച്ച പ്രതിജ്ഞകൾ റദ്ദു ചെയ്തിരിക്കുന്നു അവളുടെ സ്ഥാപകർ. ഇന്നു കാബൂളിന്റെ ശത്രുക്കൾ അവളുടെ തന്നെ മക്കളാണ്. അവരുടെ പൂർവ്വികരെ ഇവർ കയ്യൊഴിഞ്ഞിരിക്കുന്നു. താലിബാന്റെ വെറുപ്പിന്റേയും പുരോഹിതരുടെ വിലക്കിന്റേയും മുന്നിൽ കുമ്പിട്ട്, അവർ വഴക്കമുള്ള ഭൂതങ്ങളെപ്പോലെയും അലഞ്ഞു തിരിയുന്ന ജീവികളെപ്പോലെയും ആയിരിക്കുന്നു. സ്വയം അവർ അമ്പേ വിരൂപരാക്കുകയും ചെയ്തിരിക്കുന്നു.

വളരെ ദൂരെയല്ലാതെ, പാറമേലിരുന്ന് ഒരു ഉടുമ്പ് തന്റെ നീണ്ട വാൽ വാളുപോലെ വളച്ചുകൊണ്ട് രാജ്യം വീക്ഷിക്കുന്നു. കൊള്ളയടിച്ചു ജീവിക്കുന്നവർക്കിടയിൽ യുദ്ധവിരാമം എന്നത് തെറ്റായ കണക്കുകൂട്ടലാണ്. നിങ്ങൾ ഒരു ഗോത്രത്തിലെ അംഗമായാലും ഏതെങ്കിലും പ്രത്യേക ദേശക്കാരനായാലും നാടോടിയായാലും പള്ളിയുടെ രക്ഷാധികാരിയായാലും എന്തെങ്കിലും ഒരു ആയുധം ഇല്ലെങ്കിൽ അഫ്ഗാനിസ്താനിൽ നിങ്ങൾക്ക് ശരിക്കും ജീവനുള്ളതുപോലെ തോന്നുകയില്ല. ആ കൂറ്റൻ ഉടുമ്പ് കാവൽ നിൽക്കുകയാണ്. കെണികളുണ്ടോ എന്ന് നിരീക്ഷിച്ചുകൊണ്ട് അത് വായുവിൽ മണം പിടിക്കുന്നു.

നസീഷിന് ഇപ്പോൾ യുദ്ധങ്ങൾ, ആക്രമണങ്ങൾ, വാളുകൾ, തോക്കുകൾ എന്നിവയെപ്പറ്റിയുള്ള സംസാരം കേൾക്കാൻ താത്പര്യമില്ല; തെരുവുപിള്ളരുടെ കല്ലെറിയുന്ന ഭീഷണികൾക്കു നിന്നുകൊടുക്കാനും ആഗ്രഹമില്ല. വെടിയൊച്ചകളുടെ ബഹളങ്ങൾക്കു പുറം തിരിഞ്ഞു നിൽക്കാനും ഏതെങ്കിലും മലിനമാവാത്ത കടൽത്തീരത്തു പോയി കടലിനെ അടുത്തു കാണാനും തന്നോടുതന്നെ സംവദിക്കാനും അയാൾ തീരുമാനിച്ചിരിക്കുന്നു. അയാൾക്ക് തന്റെ അതിവിചിത്രമായ പകൽക്കിനാവുകളിൽ കണ്ടിട്ടുള്ള രാജ്യത്തേക്കു പോകണം. ഏറെവർഷങ്ങളായി അയാൾ നെടുവീർപ്പുകൊണ്ടും പ്രാർത്ഥനകൾകൊണ്ടും പ്രിയപ്പെട്ട ആഗ്രഹങ്ങൾകൊണ്ടും നിർമ്മിച്ച രാജ്യം; മടുപ്പുകൊണ്ടു മരങ്ങൾ മരിക്കാത്ത, പക്ഷികളെപ്പോലെ അലയുകയും പാറുകയും ചെയ്യുന്ന പാതകളുള്ള രാജ്യം; ദുരൂഹമായ നാടുകളിലേക്ക് മടക്കമില്ലാത്തവിധം യാത്രയാവാനുള്ള തന്റെ ദൃഢനിശ്ചയത്തെ ആരും സംശയദൃഷ്ടിയോടെ വീക്ഷിക്കാത്ത ഒരു രാജ്യം.

അയാൾ ഏഴു കല്ലുകൾ പെറുക്കിയെടുത്തു. വിദൂരമായ പ്രാദേശിക അടയാളങ്ങളൊന്നും കാണാത്തതുകൊണ്ട് നഗരത്തെ ആക്ഷേപഭാവത്തിൽ വളരെ നേരം തുറിച്ചുനോക്കി. പെട്ടെന്ന്, ദൗർഭാഗ്യങ്ങളെ അകറ്റാനും ചെകുത്താനെ കല്ലെറിയാനും നിശ്ചയിച്ചുകൊണ്ട് കല്ലുകൾ ആവുന്നത്ര ദൂരത്തേക്ക് എറിഞ്ഞു.

പ്രവചിക്കാനാവാത്ത നിരത്തിലൂടെ വണ്ടി പേപിടിച്ചപോലെ പാഞ്ഞു. അപകടമുനമ്പുകളുടെ സാദ്ധ്യതകൾ നേർക്കുനേരെ കണ്ടിട്ടും ഡ്രൈവർക്ക് ഒരു കൂസലുമുണ്ടായിരുന്നില്ല. കാസിം അബ്ദുൾ ജബ്ബാർ അയാളുടെ ഭാഗത്ത് മുറുകെപ്പിടിച്ച് മൗനം പാലിച്ചു. കാസിമിന്റെ ഗ്രാമത്തിൽനിന്നും പോന്നതിൽപ്പിന്നെ യുവഡ്രൈവറുടെ മട്ടും രീതിയുമൊക്കെ ഒരു തന്നിഷ്ടക്കാരന്റേതാണ്. മിക്ക മുന്നണിപ്പടയാളികളേയും പോലെ ജോലിക്കിടയിലാണ് അയാൾ വണ്ടി ഓടിക്കാൻ പഠിച്ചത്. വണ്ടിക്ക് താൻ ചെയ്യുന്ന നാശം അയാൾ ശ്രദ്ധിക്കുന്നതേയില്ല. അയാളെ സംബന്ധിച്ചിടത്തോളം വണ്ടിയുടെ മേന്മ അതിൽനിന്നും ഊറ്റിയെടുക്കാവുന്ന വേഗത മാത്രമാണ്. പിടിവാശിക്കാരനായ ആ ചെറുപ്പക്കാരനോട് എന്തു പറഞ്ഞിട്ടും ഒരു ഫലവുമില്ല എന്ന ഉറച്ച ബോദ്ധ്യമുള്ള കാസിം ഇരിപ്പിടത്തോടു ചേർന്നിരുന്ന് ധൈര്യം സംഭരിച്ചിരുന്നു. മരണഭീതിയെ മറി കടക്കാൻ അയാൾ പലതും ചിന്തിച്ചു. യുദ്ധം ഗുരുതരമായി ശോഷിപ്പിച്ച തന്റെ ഗോത്രം, ക്രമാതീതമായി വർദ്ധിച്ച വിധവകൾ, അനാഥർ, ചുട്ടെരിക്കുന്ന കാലാവസ്ഥ ഇല്ലാതാക്കിയ കന്നുകാലികൾ, നരകയാതനയിലേക്ക് ചവിട്ടിത്താഴ്ത്തിയ തന്റെ ഗ്രാമത്തിന്റെ നിസ്സഹായവസ്ഥത എന്നിവയെപ്പറ്റിയെല്ലാം ചിന്തിച്ചു. ഇനിയൊരിക്കലും അയാൾ തന്റെ ഗ്രാമത്തിൽ കാലുകുത്തില്ലായിരുന്നു. തന്റെ അമ്മ ഏതാനും ദിവസം മുമ്പ് മരിച്ചിരുന്നു. തലേദിവസമായിരുന്നു ശരീരം മറവു ചെയ്തത്. അയാൾക്ക് സംസ്കാരച്ചടങ്ങുകൾക്കെത്താൻ സാധിച്ചില്ല. അമ്മയുടെ ശവക്കല്ലറയ്ക്കു സമീപം അല്പനേരത്തെ മൗന പ്രാർത്ഥനയും ഖുർ-ആനിൽനിന്നുള്ള ഒരു സൂക്തവും അതുമതി. അയാൾ തൃപ്തിപ്പെട്ടു. എന്നിട്ട് പിതാവിന്റെ കുപ്പായക്കീശയിൽ ഒരു നോട്ടുകെട്ട് തിരുകി, ഡ്രൈവറോട് തന്നെ തിരിച്ച് കാബൂളിലെത്തിക്കാൻ ആജ്ഞാപിച്ചു.

'രാത്രി അവിടെ ചെലവഴിക്കാമായിരുന്നു,' കാസിമിന്റെ ചിന്ത വായിച്ചെടുക്കുന്നതുപോലെ ഡ്രൈവർ പറഞ്ഞു.

'എന്തിന്?'

'അല്പം വിശ്രമിക്കാം, നമ്മൾ ഭക്ഷണം കഴിച്ചിരുന്നില്ല....?'

'അവിടെ ഒന്നും ചെയ്യാനില്ല.'

'താങ്കളുടെ കുടുംബമല്ലേ അത്?'

'അതുകൊണ്ട്?'

'അയ്യോ, എനിക്കറിയില്ല. താങ്കളുടെ സ്ഥാനത്ത് ഞാനായിരുന്നെങ്കിൽ അല്പനേരം നിന്നേനെ. താങ്കൾ ഗ്രാമത്തിൽ പോയിവന്നിട്ട് എത്ര ആഴ്ചകളായിട്ടുണ്ടാവും? മാസങ്ങളായിട്ടുണ്ടാവും, ഒരുപക്ഷേ, കൊല്ലങ്ങൾ തന്നെ.'

'ഗ്രാമത്തിൽ നിൽക്കുന്നത് എനിക്കത്ര സുഖകരമായി തോന്നുന്നില്ല.'

ഈ വിശദീകരണം അംഗീകരിച്ചുകൊണ്ട് ഡ്രൈവർ തലകുലുക്കി. പക്ഷേ, വലിയ വിശ്വാസ്യതയൊന്നും കൊടുത്തില്ല. അപ്പോൾത്തന്നെ അമ്മ മരിച്ച ഒരാളെന്ന നിലയ്ക്ക് കാസിം വളരെ വിചിത്രമായാണ് പെരുമാറുന്നത് എന്ന് അയാൾക്കു തോന്നി. വണ്ടി ഒരു വളവ് തിരിയുന്നതിനിടയിൽ ഡ്രൈവർ വീണ്ടും സംഭാഷണം തുടർന്നു. 'താങ്കളുടെ ബന്ധുക്കളിലൊരാൾ എന്നോടു പറഞ്ഞു, താങ്കളുടെ അമ്മ ഒരു വിശുദ്ധവ്യക്തിയായിരുന്നു എന്ന്.'

'അവർ ഒരു നല്ല സ്ത്രീയായിരുന്നു.'

'അവരുടെ വിയോഗത്തിൽ താങ്കൾക്ക് നഷ്ടബോധം തോന്നുമോ?'

'എങ്ങനെയെന്ന് എനിക്കറിയില്ല. അവർ മൂകയും ബധിരയുമായിരുന്നു. ഞാൻ അവരെപ്പറ്റി വളരെക്കുറച്ചേ ഓർമ്മിക്കുന്നുള്ളൂ. കാരണം, വളരെ ചെറുപ്പത്തിലേ ഞാൻ വീടുവിട്ടു. പന്ത്രണ്ടാമത്തെ വയസ്സിൽ ഞാൻ നിത്യവൃത്തിക്കായി ഒരു അതിർത്തി മുതൽ മറ്റേ അതിർത്തി വരെ ഓടാൻ തുടങ്ങിയിരുന്നു. വളരെ വിരളമായേ ഞാൻ വീട്ടിലേക്കു പോകാറുള്ളൂ. മൂന്നു റംസാൻ കൂടുമ്പോൾ ഒരിക്കൽ. അതു കാരണം, മരിച്ചുപോയ അവരെപ്പറ്റി ഞാൻ അറിഞ്ഞിരിക്കേണ്ടതുപോലെ അറിഞ്ഞിട്ടില്ല. എന്നെ പ്രസവിച്ച സ്ത്രീയാണ് അവർ. ലോകത്തിലേക്കു എന്നെ കൊണ്ടുവന്ന സ്ത്രീ, അത്രമാത്രം. അവർക്ക് പതിനാലു കുട്ടികളുണ്ടായിരുന്നു. ഏറ്റവും അരസികനും ആറാമത്തേയും ആയിരുന്നു ഞാൻ. മൗനിയും ഒറ്റയാനുമായിരുന്നു. കരയുന്നതിനേക്കാൾ മല്ലടിക്കുന്നതായിരുന്നു എന്റെ ശീലം. മരിച്ചുപോയ എന്റെ അമ്മ അദ്ഭുതകരമാം വിധം മിതഭാഷിയായിരുന്നു. ഒരിക്കലും തന്റെ കല്പനകളെ ചോദ്യം ചെയ്യാത്തതുകൊണ്ടാണ് താനവരെ വിവാഹം ചെയ്തത് എന്ന് എന്റെ അച്ഛൻ പറയുമായിരുന്നു. അദ്ദേഹം വലിയ തമാശക്കാരനായിരുന്നു. നിർബ്ബന്ധബുദ്ധിക്കാരനായിരുന്നില്ല. മര്യാദ വിട്ടു പെരുമാറുമായിരുന്നില്ല; അപൂർവ്വമായി ഒരു വീട്ടുവഴക്കുണ്ടാവുകയാണെങ്കിൽ അതു പൂർണ്ണ നിശ്ശബ്ദതയിലായിരിക്കും. ക്ഷോഭിക്കാനാവാത്തവിധം സരസനായിരുന്നു അദ്ദേഹം...'

കാസിമിന്റെ കണ്ണുകൾക്ക് സ്മരണകൾ വിദൂരമായ ഒരു തിളക്കം നൽകി. അയാൾ ദുഃഖിതനായിരുന്നില്ല, അപ്രതീക്ഷിതമായി ഓർമ്മകൾ തന്നെ അസ്വസ്ഥനാക്കിയതിൽ അയാൾക്ക് നിരാശ തോന്നി. നീണ്ട മൗനത്തിനുശേഷം, തൊണ്ട ശരിയാക്കി, ഇരിപ്പിടത്തിൽ ഇളകിയിരുന്ന് അയാൾ തുടർന്നു, 'ഒരുപക്ഷേ, അവർ ഒരു വിശുദ്ധയായിരിക്കാം, എന്തുകൊണ്ട് ആയിക്കൂടാ? അവർ ചീത്തയായൊന്നും പറഞ്ഞില്ല. ചീത്തയായൊന്നും കേട്ടില്ല...'

'അപ്പോൾ, അവർ അനുഗ്രഹിക്കപ്പെട്ടവളായിരുന്നു.'

'ഞാൻ അത്രയും പോകുന്നില്ല. അവർ ഒരു ശാന്തപ്രകൃതിയായിരുന്നു. അവർക്ക് ശത്രുക്കളുണ്ടായിരുന്നില്ല. സംഭവരഹിതമായിരുന്ന

ജീവിതമായിരുന്നു അവരുടേത്. എന്റെ മനസ്സിലുള്ള അവരുടെ സംക്ഷിപ്തരൂപം അവരുടെ ചിരിയായിരുന്നു. സന്തുഷ്ടയാവുമ്പോൾ വലുതാവുകയും അസ്വസ്ഥയാകുമ്പോൾ ചെറുതാവുകയും ചെയ്യുമെന്നതൊഴിച്ചാൽ അതെപ്പോഴും ഒരുപോലെയായിരുന്നു. വളരെ ചെറുപ്പത്തിൽ ഞാൻ വീടുവിട്ടുവെങ്കിൽ അതിന്റെ കാരണം തീർച്ചയായും ഇതാണ്. അവരോടു സംസാരിക്കുന്നത് ഒരു മതിലിനോടു സംസാരിക്കുന്നതുപോലെയാണ്.'

ഡ്രൈവർ, ജനലിലൂടെ തല പുറത്തേക്കിട്ടുകൊണ്ട് നീട്ടി തുപ്പി. തുപ്പൽ പാറുന്ന പൊടിയിൽ തിരിഞ്ഞുവന്ന് അയാളുടെ താടിയിൽ തന്നെ വന്നു പതിച്ചു. അതു പുറംകൈകൊണ്ട് തുടച്ചു. എന്നിട്ട്, വിചിത്രമായ പ്രസന്നഭാവത്തിൽ പറഞ്ഞു, 'ഞാൻ എന്റെ അമ്മയെ ഒരിക്കലും കണ്ടിട്ടില്ല. എന്നെ പ്രസവിച്ചതോടെ അമ്മ മരിച്ചു. അവർക്ക് പതിനാലു വയസ്സായിരുന്നു. കൗമാരം പിന്നിട്ടിട്ടില്ലാത്ത എന്റെ അച്ഛൻ, അമ്മ പ്രസവവേദനയിൽ കരയുമ്പോൾ ബാല്യത്തിന്റേതായ പകൽക്കിനാവുകളിൽ മുഴുകി, അല്പമകലെ കാലി മേക്കുകയായിരുന്നു. അച്ഛൻ ഒട്ടും പരിഭ്രാന്തനായില്ല. അയൽക്കാരെ വിളിച്ചുവരുത്തുന്നതിനു പകരം അച്ഛൻ ഒരു മുതിർന്ന ആളെപ്പോലെ തന്നെ അമ്മയെ ശുശ്രൂഷിക്കാൻ ശ്രമിച്ചു. സ്ഥിതി അതിവേഗം വഷളായി. അദ്ദേഹം ശ്രമം തുടർന്നു, അങ്ങനെ അമ്മ സുന്ദരമായി ചത്തു. ഞാൻ ജീവനോടെ ഈ ഭൂമിയിലെത്തിചേർന്നു. എങ്ങനെ ജീവിച്ചു എന്നും അമ്മ എങ്ങനെ മരിച്ചുവെന്നും അദ്ദേഹത്തിനൊരിക്കലും മനസ്സിലായില്ല. അനേകം വർഷങ്ങൾക്കും നാലു വിവാഹങ്ങൾക്കും ശേഷം ഇപ്പോഴും അക്കാര്യം അദ്ദേഹത്തിന്റെ മനസ്സിനെ വേട്ടയാടുന്നു... നരകവേദനയോടെ എന്റെ അമ്മ മരിച്ചു. ഞാനവരെ ഒരിക്കലും കണ്ടിട്ടില്ല. അമ്മ ഇപ്പോഴും എന്റെ അരികിലുണ്ട്. ഞാൻ ആണയിടുന്നു, ചിലപ്പോൾ അവരുടെ ശ്വാസം പോലും എന്റെ മുഖത്ത് വന്നടിക്കുന്നതുപോലെ തോന്നാറുണ്ട്. ഈയൊരു വർഷത്തിനുള്ളിൽ, ഞാനിപ്പോൾ മൂന്നാമത്തെ വിവാഹത്തിലാണ്.'

'അവർ കാരണം?'

'അല്ല, ആദ്യത്തെ രണ്ടു ഭാര്യമാരും അനുസരണയില്ലാത്തവരായിരുന്നു. അവർ ഊർജ്ജസ്വലരല്ലായിരുന്നു. മാത്രമല്ല, അവർ ഒരുപാട് ചോദ്യങ്ങൾ ചോദിച്ചുകൊണ്ടിരുന്നു.'

അയാൾ തല സീറ്റിന്റെ പിന്നിലേക്കുവെച്ച് വണ്ടിയുടെ അകത്തെ ലൈറ്റുകളിലേക്ക് ഉറ്റുനോക്കി. വീണ്ടും ഒരു വളവു കൂടി, പിന്നെ, അതാ കാബൂൾ!

തകർന്ന തെരുവുകൾക്കിടയിൽ ചുരുണ്ടുകൂടിയിരിക്കുന്ന കാബൂൾ ഒരു ദുരന്തഫലിതം പോലെ തോന്നിച്ചു. കഴുകൻ ഇരയ്ക്കുവേണ്ടി കാത്തിരിക്കുന്നതുപോലെ ഭീഷണമായ പുൽ ഇഷർകി തടവറ പശ്ചാത്തലത്തിൽ പ്രത്യക്ഷപ്പെട്ടു. കാസിമിന്റെ കണ്ണുകൾ ഒരു പ്രത്യേക

പ്രകാശത്താൽ തിളങ്ങി. ശിക്ഷ വിധിക്കപ്പെട്ട കുറ്റവാളികളെ തൂക്കുമരത്തട്ടിന്റെ അടി വരെ അനുഗമിക്കാനുള്ള ഒരവസരവും അയാൾ പാഴാക്കിയിരുന്നില്ല. കൃത്യമായ കാരണം മൊല്ലകളുടെ ശ്രദ്ധ തന്നിലേക്കാകർഷിക്കുക എന്നതായിരുന്നു. അസാമാന്യനായ ഒരു മുന്നണിപ്പോരാളിയായിരുന്നു അയാൾ. സന്നദ്ധസേനാനി എന്ന നിലയ്ക്കും സ്തുത്യർഹമായ കീർത്തി സമ്പാദിച്ചിരുന്നു.

അയാളുടെ അർപ്പണമനോഭാവവും സ്ഥിരോത്സാഹവും ഒരു ദിവസം, രാജ്യത്തെ ഏറ്റവും വലുതും പ്രധാനപ്പെട്ടതുമായ ഒരു സ്ഥാനത്തേക്ക് തന്നെ ഉയർത്തുമെന്ന് അയാൾ വിചാരിച്ചിരുന്നു. ആ കോട്ടയിലെ ജയിൽകെട്ടിടങ്ങളുടെ കമാന്ററായി നിയമിക്കാൻ ഉത്തരവാദപ്പെട്ടവരെ പ്രേരിപ്പിക്കും. അത് അയാളുടെ പദവി ഉയർത്തുകയും വിശിഷ്ടവ്യക്തികളിലൊരാളാക്കുകയും ചെയ്യും. അത് ഉന്നതബന്ധങ്ങൾ സ്ഥാപിക്കാനും ബിസിനസ്സിലേക്കു പ്രവേശിക്കാനും സഹായിക്കും. അപ്പോൾ മാത്രമേ അയാൾക്ക് തന്റെ അദ്ധ്വാനത്തിൽനിന്നൊഴിഞ്ഞ് അല്പം സ്വൈരവും വിശ്രമവും സമാധാനവും ലഭിക്കുകയുള്ളൂ.

'ഇപ്പോൾ അവർ സ്വർഗ്ഗത്തിലായിരിക്കും, അല്ലേ?'

കാസിം ഞെട്ടിത്തിരിഞ്ഞു. 'ആര്?'

'താങ്കളുടെ അമ്മ.'

സമനില തെറ്റിയപോലെ തോന്നിച്ച ഡ്രൈവറെ കാസിം സൂക്ഷിച്ചു നോക്കി. ചാലുകൾ നിറഞ്ഞ നിരത്തിലൂടെ വണ്ടി നിയന്ത്രിക്കുന്നതിനിടയിൽ ഡ്രൈവർ അയാളെ നോക്കി ചിരിച്ചു. ആ നിമിഷം പാത വളയുകയും പുൽ ഇഷർകി കോട്ട ഒരു പാറമടയുടെ പിന്നിൽ മറയുകയും ചെയ്തു.

താഴെ, അഗാധതയിൽ, താഴ്വരയുടെ അടിഭാഗം മരീചികയുടെ മായികമായ ജലസമൃദ്ധിയിൽ മുങ്ങുന്നിടത്ത് മലഞ്ചെരിവിലൂടെ ഒരു ഒട്ടകക്കൂട്ടം മുകളിലേക്കു കയറുന്നുണ്ടായിരുന്നു. അതിനും താഴെ, ശവപ്പറമ്പിന്റെ നടുവിൽ നിന്നുകൊണ്ട് മൊഹ്സിൻ റാമത് മലയുടെ മുകളിലേക്കു നോക്കി. അവിടെ ഒരു കൂറ്റൻ 4X4 വണ്ടിയുടെ ലൈറ്റുകൾ പാതയിൽ പ്രകാശം പരത്തി.

എല്ലാ പ്രഭാതങ്ങളിലും മൊഹ്സിൻ, മൂകമായി നിൽക്കുന്ന പർവ്വതശിഖരങ്ങൾ കാണാനായി ഇവിടെ വരും. എന്നാൽ, മുകളിലേക്കു കയറാൻ അയാൾക്കു ധൈര്യമില്ല. സുനൈറ താങ്ങാനാവാത്ത മൗനത്തിലേക്കു പിൻവലിഞ്ഞിരിക്കുന്നു. അതിനുശേഷം മൊഹ്സിന് ആൾക്കൂട്ടത്തിനിടയിലേക്കു പോകുന്നത് അസഹ്യമായിരിക്കുന്നു. വീടുവിട്ടാൽ അയാൾ പഴയ സെമിത്തേരിയിലേക്കു കുതിക്കുന്നു. അവിടെ, അങ്ങാടികളിൽനിന്നും മുറവിളി കൂട്ടുന്ന വാണിഭക്കാരിൽനിന്നും

സായുധരായ മതഭ്രാന്തന്മാരിൽനിന്നും അകലെ, മണിക്കൂറുകളോളം അയാൾ ഒറ്റയ്ക്ക് ചെലവിടുന്നു. ഈ ഏകാന്തധ്യാനം കൊണ്ട് കാര്യമായ പ്രയോജനമൊന്നും ലഭിക്കുകയില്ല എന്ന് അയാൾക്കറിയാം. കനത്ത വിജനതയല്ലാതെ ഒന്നും കാണാനില്ല. പ്രത്യാശിക്കാൻ ഒന്നും തന്നെയില്ല. അത്യധികം വരണ്ട ഭൂപ്രകൃതിയാണ് അയാൾക്കുചുറ്റും. പാറകൾക്കും കൊടുംചൂടിനുമിടയിൽ കുടുങ്ങി അവിടെ ജീവിക്കുന്നവരുടെ ദുരിതം വർദ്ധിപ്പിക്കാൻവേണ്ടി മാത്രം ആ പ്രദേശം സ്വയം നശിപ്പിച്ച പോലെ തോന്നും. അങ്ങിങ്ങു കാണുന്ന അല്പമാത്രമായ പച്ചപ്പ് പുഷ്പിക്കാനുള്ള സാദ്ധ്യത തീരെ നൽകുന്നില്ല. ഏറ്റവും കുറഞ്ഞ അനക്കത്തിൽത്തന്നെ ഉണങ്ങിക്കരിഞ്ഞ പുൽനാമ്പുകൾ പൊടിഞ്ഞുപോകുന്നു. വറ്റിവരണ്ട അരുവികൾ, ഭീമാകാരമായ ഹൈഡ്രകളെപ്പോലെ അവയുടെ അലങ്കോലപ്പെട്ട തടത്തിൽ, സൂര്യാഘാതമേറ്റ ദൈവങ്ങൾക്ക് കല്ലുകൾ നിറഞ്ഞ അകം കാഴ്ചവെച്ചുകൊണ്ട് കിടക്കുന്നു. ഈ മൂകമായ പർവ്വതങ്ങളുടെ അടിവാരത്ത്, ബീഭത്സമായ കുഴിമാടങ്ങൾക്കിടയിൽ എന്തു തേടിയാണ് താൻ വന്നത്?

ഭീമമായ പൊടിപടലത്തെ നയിച്ചുകൊണ്ട് കൂറ്റൻ 4X4 വണ്ടി സെമിത്തേരിയിലൂടെ നീങ്ങി. മരിച്ചവർക്കിടയിലൂടെ അലഞ്ഞുതിരിയുന്ന വിഷണ്ണനായ ചെറുപ്പക്കാരനെ കാസിം നോക്കി. ഇന്നു രാവിലെ തന്റെ ഗ്രാമത്തിലേക്കു പോകുംവഴി കണ്ണിൽപ്പെട്ട അതേ മനുഷ്യൻ തന്നെയാണ് ഇത്. ആളൊഴിഞ്ഞ ഈ സെമിത്തേരിയിൽ ചുട്ടുപൊള്ളുന്ന വെയിലത്ത് പകൽ മുഴുവൻ ഇയാൾ എന്തുചെയ്യുകയാണെന്ന് ആശ്ചര്യപ്പെട്ടുകൊണ്ട് കാസിം അയാളെ ഒരു നിമിഷം സൂക്ഷിച്ചുനോക്കി.

നഗരത്തിന്റെ ഇടുങ്ങിയ ആദ്യതെരുവുകളിലേക്കു പ്രവേശിച്ചപ്പോൾ ഡ്രൈവർ ആക്സിലറേറ്ററിൽ കാൽ മയപ്പെടുത്തിക്കൊണ്ട് സ്വസ്ഥനായി ഇരുന്നു.

കളിച്ചുകൊണ്ടിരിക്കുന്ന കുട്ടികളുടെ സംഘങ്ങൾ, പൂന്തോട്ടങ്ങളുടെ തണലിൽ കൂടിയിരിക്കുന്ന വൃദ്ധന്മാർ, കാഴ്ചകൾ അയാളെ ഉന്മേഷവാനാക്കി. വീടടുത്തു വരുന്നതിൽ അയാൾക്ക് സന്തോഷം തോന്നി. 'ഇതൊരു ഭയങ്കര യാത്രതന്നെയായിരുന്നു.' ആൾക്കൂട്ടത്തിൽ കണ്ട ഒരു പരിചയക്കാരനുനേരെ കൈവീശിക്കൊണ്ട് അയാൾ മൊഴിഞ്ഞു. 'നട്ടെല്ലു തകരുംവിധം കുലുങ്ങിക്കൊണ്ട് മണിക്കൂറുകളോളം തല്ലിപ്പൊളി നിരത്തിൽ ചെലവഴിച്ചു; എല്ലാത്തരം, മോശമായ ഭക്ഷണങ്ങളും കഴിച്ചു.'

'മോങ്ങാതിരിക്ക്,' കാസിം മുരണ്ടു.

'എഞ്ചിൻ ഓഫ് ചെയ്തിട്ട്; അതിനു മുമ്പില്ല.' ഡ്രൈവർ മുഖംകൊണ്ട് ഒരു ഗോഷ്ടി കാണിച്ച് വാശിയോടെ പറഞ്ഞു. 'നമ്മളെന്താണ് ചെയ്യാൻ പോകുന്നത്? ഞാൻ വീട്ടിൽ കൊണ്ടുവിടട്ടെ?'

'അത്രയായില്ല. എനിക്ക് മനസ്സൊന്നു ശാന്തമാക്കണം. ഞാൻ നിന്നെ പട്ടിണിക്കിടുന്നു എന്ന് നീ നിർത്താതെ പരാതിപ്പെടുന്നതുകൊണ്ട് നമുക്ക് ഖൊർസാന്റെ കടയിൽ പോയി അല്പം കബാബ് അകത്താക്കിയാലോ? ചെലവ് എന്റെ വക.'

'ഞാൻ മുൻകൂട്ടി പറയുന്നു, എനിക്ക് നാലു പേരുടെ ഭക്ഷണം കഴിക്കാൻ കഴിയും.'

'എനിക്കു ഭയമില്ല.'

'താങ്കളൊരു രാജകുമാരനാണ്, ബോസ്. വളരെ നന്ദി. ഞാൻ മൂക്കറ്റം ഭക്ഷിക്കാൻ പോവുകയാണ്.'

ബസ് സ്റ്റോപ്പിനു എതിർവശത്ത്, തകർക്കപ്പെട്ട ഒരു പൊതു ഉദ്യാനത്തിന്റെ മൂലയിലാണ് ഖൊർസാന്റെ കട. ആ ചെറിയ കവലയിൽ ചുട്ട ഇറച്ചിയിൽനിന്നുള്ള ആവി, ഇടയ്ക്കും തലയ്ക്കും ചീറിപ്പോകുന്ന വണ്ടികളുടെ പുക നിറഞ്ഞ ഇളംകാറ്റിനോടു മത്സരിക്കുന്നു. മേലാപ്പിനു താഴെ അടുപ്പിച്ചിട്ടിരിക്കുന്ന പരുക്കൻ മേശകൾക്കുമുമ്പിൽ ഏതാനും ഉപഭോക്താക്കൾ. അവരിൽ ജയിലർ അതീഖും ഇരിക്കുന്നുണ്ട്. ഈച്ചകളേയോ വെയിലോ വകവെക്കാതെ ഭക്ഷിക്കുന്നവർ ആർത്തിപിടിച്ചുനിൽക്കുന്ന തെരുവുപിള്ളരെ ആട്ടിയോടിക്കാൻ മാത്രമേ ഇരിപ്പിടത്തിൽനിന്നും അനങ്ങുന്നുള്ളൂ. ഗ്രില്ലിൽ നിന്നും വരുന്ന കൊതിയൂറുന്ന മണം പരിസരമാകെ പരന്നിരിക്കുന്നു! തൂങ്ങിയ വയറും പൊക്കിൾ വരെ തൂങ്ങിയ താടിയുമുള്ള ഖൊർസാൻ ഗ്രില്ലിനടുത്ത് തന്നെ വിശറി വീശി കൽക്കരിക്ക് പുതുജീവൻ നൽകുന്നു. മറ്റേ കൈകൊണ്ട് അയാൾ ഇറച്ചിയുടെ പാളികൾ മറിച്ചിടുന്നു. പാകമായി എന്നു തോന്നിയാൽ ഇറച്ചിക്കഷണം സ്വാദുനോക്കും.

4X4 വണ്ടി പത്തടിയകലെ ചക്രങ്ങളുരയുന്ന ശബ്ദത്തോടെ വന്നു നിന്നത് അയാളെ ഒട്ടും തന്നെ അലോസരപ്പെടുത്തിയില്ല. പൊരിഞ്ഞുകൊണ്ടിരിക്കുന്ന കട്ലറ്റുകളിൽ നിന്നും കണ്ണെടുക്കാതെ, വന്നുമൂടിയ പൊടിപടലത്തിന്റെ നേരെ വിശറി തിരിച്ചുപിടിക്കുക മാത്രമാണ് അയാൾ ചെയ്തത്. അയാളുടെ നേരെ കാസിം നാലു വിരലുകൾ ഉയർത്തിക്കാട്ടി, ചിതലരിച്ച ഒരു മരബെഞ്ചിൽ ഇരുന്നു. ഖൊർസാൻ തലയാട്ടിക്കൊണ്ട് ഓർഡർ സ്വീകരിക്കുകയും പൂർവ്വാധികം ശ്രദ്ധയോടെ തന്റെ അനുഷ്ഠാനം തുടരുകയും ചെയ്തു.

അതീഖ് വാച്ചിൽ നോക്കി. അയാൾ തികച്ചും അക്ഷമനായിരുന്നു. കാസിമിന്റെ വരവ് അയാളുടെ പരിഭ്രമം ഒരു പടി കൂടി ഉയർത്തി. സ്വന്തം വീട്ടിൽനിന്ന് ഇരുപതടിപോലും അകലമില്ലാത്ത ഇവിടെയിരുന്ന് മെഴുക്കുപുരണ്ട സ്പൂണുകൊണ്ട് അത്താഴം കഴിക്കുന്ന തന്നെ കാണുമ്പോൾ കാസിം എന്തായിരിക്കും വിചാരിക്കുക? വെയ്റ്റർ കൂറ്റൻ സാൻഡ്‌വിച്ച് കടലാസ്സിൽ പൊതിഞ്ഞ് കൊണ്ടുവരുന്നതുവരെ കൈകൊണ്ട് മുഖം

മറച്ച് അയാൾ കുനിഞ്ഞിരുന്നു. അത് ഒരു പ്ലാസ്റ്റിക് ഉറയിലിട്ട്, മേശപ്പുറത്ത് ഏതാനും കറൻസി നോട്ടുകൾ വെച്ച്, ബാക്കിക്കു കാത്തുനിൽക്കാതെ അതീഖ് പെട്ടെന്ന് സ്ഥലംവിട്ടു. താൻ രക്ഷപ്പെട്ടു എന്ന് ചിന്തിക്കാൻ തുടങ്ങിയപ്പോഴേക്കും കാസിമിന്റെ കൈകൾ അയാളെ കയറിപ്പിടിച്ചു. 'നിങ്ങൾ എന്നിൽനിന്നാണോ ഓടി രക്ഷപ്പെടുന്നത്, അതീഖ്?'

അതീഖ്, സ്വന്തം കണ്ണുകളെ ഒട്ടും വിശ്വസിക്കാനാവാത്ത ഒരാളുടെ ഭാവം അഭിനയിച്ചു. 'നിങ്ങൾ ഇത്രവേഗം തിരിച്ചെത്തിയോ?'

'നിങ്ങളെന്തിനാണിങ്ങനെ ഒഴിഞ്ഞുമാറുന്നത്? ഞാൻ നിങ്ങൾക്ക് എന്തെങ്കിലും ഉപദ്രവം ചെയ്തോ?'

'എനിക്കു മനസ്സിലായില്ല.'

കാസിം നിരാശനായി, മെല്ലെ തലയാട്ടി. 'ഞാനിപ്പോൾ എന്താണ് ആലോചിക്കുന്നതെന്ന് നിങ്ങൾക്കറിയുമോ,അതീഖ്? നിങ്ങൾ ചെയ്യുന്നത് തെറ്റാണ്. വേണ്ട, ദയവുചെയ്ത് എന്റടുത്ത് അഭിനയം വേണ്ട. അതിന്റെ ആവശ്യമില്ല, ഞാൻ ഉറപ്പു പറയുന്നു. ഞാൻ ഒരു പ്രസംഗത്തിനു മുതിരുന്നില്ല. ഒരൊറ്റ കാര്യം മാത്രം. ഈയിടെയായി നിങ്ങൾ വളരെ മാറിയിരിക്കുന്നു; അത് അത്ര നല്ലതായി എനിക്ക് തോന്നുന്നില്ല. സാധാരണ ഗതിയിൽ ഇത്തരം കാര്യങ്ങൾക്ക് ഒരു പുല്ലുവിലയും ഞാൻ കൊടുക്കാറില്ല. പക്ഷേ, നിങ്ങളുടെ കാര്യത്തിൽ എനിക്കങ്ങനെ ചെയ്യാൻ കഴിയില്ല. ഒരുപക്ഷേ, അത് ഒരുമിച്ചു നാം ചെലവഴിച്ച നീണ്ട വർഷങ്ങൾ മൂലമാവാം. നല്ല സമയവും ചീത്ത സമയവും നമുക്ക് ഉണ്ടായിട്ടുണ്ട്. പ്രതിബന്ധങ്ങൾക്കെതിരായി പൊരുതേണ്ടിവന്നിട്ടുണ്ട്. ഞാൻ പറയട്ടെ, ഇവ എന്നെ സംബന്ധിക്കാത്ത കാര്യങ്ങളാണ്. പക്ഷേ, പറയാതെ വയ്യ. നിങ്ങളോട് ഒരു കാര്യം പറയുവാൻ എനിക്ക് മടിയില്ല: സ്വന്തം പ്രശ്നങ്ങളുടെ വേലിക്കെട്ടിൽ നിങ്ങൾ സ്വയം തളച്ചിടുകയാണെങ്കിൽ, പിന്നീട് പുറത്തു കടക്കാനാവാതെ അവിടത്തന്നെ ഒടുങ്ങേണ്ടിവരും.'

'ഇതത്ര വലിയ കാര്യമൊന്നുമല്ല. ചിലപ്പോൾ എനിക്കല്പം മ്ലാനത തോന്നും. അത്രയേ ഉള്ളൂ.'

കാസിമിന് അതു വിശ്വാസമായില്ല. അയാൾ അതു മറച്ചുവക്കാൻ ശ്രമിച്ചതുമില്ല. അയാൾ അതീഖിനുനേരെ ചാഞ്ഞു. 'നിങ്ങൾക്ക് പണത്തിന്റെ ആവശ്യമുണ്ടോ?'

'അതുകൊണ്ട് എന്തുചെയ്യണമെന്ന് എനിക്കറിയില്ല.'

ആ സന്നദ്ധസേനാനി നെറ്റിയിൽ ചൊറിഞ്ഞ് ഗാഢമായി ചിന്തിച്ചു, എന്നിട്ട് ഒരു നിർദ്ദേശം വച്ചു. 'നിങ്ങൾക്കെന്തുകൊണ്ട് ഇന്നു രാത്രി ഹാജി പൽവാന്റെ വീട്ടിൽ ഞങ്ങളോടൊപ്പം കൂടിക്കൂടാ? അവിടെ പഴയ സുഹൃത്തുക്കൾ മാത്രമേ ഉണ്ടാവുകയുള്ളൂ. നമ്മൾ ചായ കുടിക്കും, സംസാരിച്ചുകൊണ്ടിരിക്കും, പട്ടാളത്തെപ്പറ്റിയും ഏറ്റുമുട്ടലുകളെപ്പറ്റിയുമെല്ലാം ഓർമ്മ പുതുക്കും, പഴയ കഷ്ടകാലത്തെക്കുറിച്ചോർത്തു ചിരിക്കും. ഞാൻ

ഉറപ്പു തരുന്നു, അത് നിങ്ങൾക്ക് വളരെ യോജിക്കും. നിങ്ങൾക്ക് എന്തെങ്കിലും ആശയങ്ങളുണ്ടെങ്കിൽ നമുക്കതു ഒരുമിച്ച് ചർച്ച ചെയ്യാം. അങ്ങനെ നിങ്ങൾ പറ്റിയ കൂട്ടാളികളെ കണ്ടെത്തുകയും പെട്ടെന്ന് കാര്യങ്ങൾ മുന്നോട്ടു നീക്കുകയും ചെയ്യാം. ബിസിനസ്സിലേക്കു കടക്കാൻ നിങ്ങൾ ഒരു മാന്ത്രികനാവുകയൊന്നും വേണ്ട. അല്പം ഭാവന, ഒരു ശകലം പ്രേരണാശക്തി, അത്രയ്ക്കും മതിയാകും. പിന്നെ അതിന്റെ പാതയിൽ വണ്ടി സഞ്ചരിക്കാൻ തുടങ്ങും. നിങ്ങൾ തകർന്നുവെങ്കിൽ ഞങ്ങൾ പണയത്തിലെടുക്കാം, പിന്നീട് തിരിച്ചടച്ചാൽ മതി.'

'ഇത് പണത്തിന്റെ പ്രശ്നമല്ല,' അതീഖ് ക്ഷീണഭാവത്തിൽ പറഞ്ഞു. 'പണം എന്നെ ഭ്രമിപ്പിക്കുന്നില്ല.'

'ഇത്തരം വിശ്വാസംകൊണ്ട് നിങ്ങളുടെ പാത പ്രകാശമാനമാക്കുന്നുമില്ല, എനിക്കറിയാവുന്നിടത്തോളം.'

'ഇരുട്ട് എനിക്കു പ്രശ്നമല്ല.'

'അതു തെളിയിക്കപ്പെടേണ്ട പ്രസ്താവനയാണ്. എന്നെ സംബന്ധിച്ചിടത്തോളം, ഒന്നു മാത്രം നിങ്ങളോടു പറയാൻ ഞാൻ ആഗ്രഹിക്കുന്നു. സ്ഥിതിഗതികൾ നമ്മളെ തളർത്തുമ്പോൾ ഒരു സുഹൃത്തിനെ കാണാൻ പോകുന്നതിൽ ഒരു തെറ്റുമില്ല.'

'മിർസ ഷാ ആണോ നിങ്ങളെ അയച്ചത്?'

'കണ്ടില്ലേ? നിങ്ങൾ ആകെ തെറ്റിദ്ധരിച്ചിരിക്കുന്നു. എനിക്കിഷ്ടപ്പെട്ട ഒരു സഹപ്രവർത്തകനെ സമീപിക്കാൻ എനിക്ക് മിർസ ഷായുടെ ഉപദേശം ആവശ്യമില്ല.'

തന്റെ പ്ലാസ്റ്റിക് ഉറയിലേക്കു അതീഖ് നോക്കി. അയാളുടെ കഴുത്തിലെ അസ്ഥി മുഴച്ചുനിന്നു. അയാൾ കാൽവിരലുകൊണ്ട് ഒരു കല്ല് മണ്ണിൽ നിന്നും ഇളക്കി, മണ്ണിൽ ഒരു കുഴി കുഴിച്ചു. 'ഞാൻ പോകട്ടെ?' അയാൾ പിരിമുറുക്കത്തോടെ ചോദിച്ചു.

'ഇതെന്ത് ചോദ്യം! ശരി, പൊയ്ക്കോ.'

അതീഖ് തല കുലുക്കി നന്ദി പറഞ്ഞ് നടക്കാൻ തുടങ്ങി.

'പണ്ട് ജലാലാബാദിൽ ഒരു പണ്ഡിതനുണ്ടായിരുന്നു' കാസിം അതീഖിനു പിന്നാലെ ചെന്ന് മൊഴിഞ്ഞു. 'ഒരു മഹാപണ്ഡിതൻ, അസാമാന്യനായ ജ്ഞാനി. എല്ലാ ചോദ്യങ്ങൾക്കും അദ്ദേഹത്തിന് ഉത്തരമുണ്ടായിരുന്നു. സാഹിത്യപരമായോ വിജ്ഞാനപരമായോ ആയ ഒരു സംശയവും അയാൾക്കു മനസ്സിലാവാതിരുന്നില്ല. ആറു മഹദ്ഗ്രന്ഥ* ങ്ങളിലെ എല്ലാ ഹദീസുകളും കിഴക്കു മുതൽ പടിഞ്ഞാറുവരെയുള്ള ഇസ്ലാം മതത്തിന്റെ മുഴുവൻ പ്രധാനപ്പെട്ട ചരിത്രസംഭവങ്ങളും അദ്ദേഹത്തിനു മനപ്പാഠമായിരുന്നു. ഒരു അദ്ഭുതം തന്നെയായിരുന്നു അദ്ദേഹം.

* ഹദീസുകളുടെ ആറു പുസ്തകങ്ങൾ-കുതൂബ് അൽ സിത്താ

നമ്മുടെ കാലത്താണ് അദ്ദേഹം ജീവിച്ചിരുന്നതെങ്കിൽ, അദ്ദേഹത്തിന്റെ അന്ത്യം കൊലക്കയറിലോ ശിരച്ഛേദത്തിലോ ആവുമായിരുന്നു. കാരണം, അദ്ദേഹത്തിന്റെ ജ്ഞാനം ഒരുവിധത്തിലും മനസ്സിലാക്കാൻ പറ്റാത്ത വിധം ബൃഹത്തായിരുന്നു. ഒരു ദിവസം ക്ലാസ്സിൽ പഠിപ്പിച്ചുകൊണ്ടിരിക്കുമ്പോൾ ഒരാൾ വന്ന് അദ്ദേഹത്തിന്റെ ചെവിയിൽ എന്തോ മന്ത്രിച്ചു. അതോടു കൂടി, പെട്ടെന്ന്, ആ പ്രസിദ്ധ പണ്ഡിതൻ ആകെ വിളറി. കൈയിൽ നിന്നും ജപമാല വഴുതി താഴെ വീണു. എഴുന്നേറ്റ് ഒരക്ഷരം മിണ്ടാതെ അദ്ദേഹം മുറിയിൽ നിന്നും പുറത്തുപോയി. അതിനുശേഷം ഒരിക്കലും അദ്ദേഹത്തെ കണ്ടിട്ടില്ല.'

അതീഖ് പുരികമുയർത്തി. 'അപ്പോൾ, എന്താണ് അപരൻ അദ്ദേഹത്തിന്റെ കാതിൽ മന്ത്രിച്ചത്?'

'ആ വിശദാംശത്തെപ്പറ്റി കഥയിൽ ഒന്നും പറയുന്നില്ല.'

'കഥയുടെ ഗുണപാഠം?'

'മനുഷ്യനെപ്പറ്റിയും ജീവിതത്തെപ്പറ്റിയും അറിയാനുള്ളതെല്ലാം ഒരുവന് അറിയാമായിരിക്കും, എന്നാൽ, അവനെപ്പറ്റിത്തന്നെ അയാൾക്ക് എന്തറിയാം? മോനേ, അതീഖ്, നിന്റെ അസ്തിത്വം വല്ലാതെ സങ്കീർണ്ണമാക്കാൻ നീ ശ്രമിക്കാതിരിക്കുക. നിനക്കുവേണ്ടി കാലം എന്താണ് കാത്തുവച്ചിരിക്കുന്നത് എന്ന് നിനക്ക് ഒരിക്കലും ഊഹിക്കാൻ കഴിയില്ല. അതുകൊണ്ട്, തെറ്റായ ആശയങ്ങളും ഉത്തരമില്ലാത്ത ചോദ്യങ്ങളും വിഫലമായ വാദങ്ങളും തലയിൽ കുത്തിനിറയ്ക്കാതിരിക്കുക. ഇന്നിന്റെ എല്ലാ ചോദ്യങ്ങൾക്കും ഉത്തരം കണ്ടെത്താൻ കഴിഞ്ഞാലും നാളെ സംഭവിക്കാൻ പോകുന്ന അജ്ഞാതമായ സംഭവത്തിൽനിന്നും നാം സുരക്ഷിതരായിരിക്കുകയില്ല. പണ്ഡിതന് ഒരുപാട് കാര്യങ്ങൾ അറിയാമായിരുന്നെങ്കിലും കാതലായ കാര്യത്തെപ്പറ്റി അദ്ദേഹം അജ്ഞനായിരുന്നു. അടിസ്ഥാനപരമായി, ജീവിക്കുക എന്നതിനർത്ഥം എപ്പോൾ വേണമെങ്കിലും ആകാശം നമ്മുടെ മേൽ പതിച്ചേക്കാമെന്ന സാദ്ധ്യതയ്ക്കു തയ്യാറായിരിക്കുക എന്നതാണ്. അസ്തിത്വം എന്നത് ഒരു അഗ്നിപരീക്ഷ, ജയിച്ചുകയറേണ്ട ഒരു പരീക്ഷയാണെന്നുള്ള അനുമാനത്തിൽ തുടങ്ങുകയാണെങ്കിൽ, അതു നൽകുന്ന ദുഃഖങ്ങളും ആകസ്മികതകളും നേരിടാനും നാം പ്രാപ്തരായിരിക്കും. മറിച്ച്, കിട്ടാൻ അസാദ്ധ്യമായ ഒരു കാര്യം നിർബ്ബന്ധപൂർവ്വം പ്രതീക്ഷിച്ചുകൊണ്ടിരിക്കുകയാണെങ്കിൽ, നമുക്ക് ഒന്നും മനസ്സിലായിട്ടില്ല എന്നാണ് അതു തെളിയിക്കുന്നത്. കാര്യങ്ങൾ വരുന്നതുപോലെ എടുക്കുക, അവയെ ഒരു നാടകമാക്കാതിരിക്കുക. നമ്മളൊരു കപ്പൽ ഓടിക്കുകയല്ല, വിധിയുടെ മാർഗ്ഗം പിന്തുടരുക മാത്രമാണ് ചെയ്യുന്നത്. ഇന്നലെ എനിക്കെന്റെ അമ്മയെ നഷ്ടപ്പെട്ടു. ഇന്ന് അവരുടെ കുഴിമാടത്തിൽ ഞാൻ ഏതാനും നിമിഷങ്ങൾ മൗനം ഭജിച്ചുകൊണ്ട് ചെലവഴിച്ചു. ഇപ്പോൾ ഖൊർസാന്റെ കടയിൽ എന്തെങ്കിലും കഴിക്കാനായി ഇരിക്കുന്നു. ഇന്നു രാത്രി, നമ്മുടെ പഴയ സഖാക്കൾ എന്തു

പറയുന്നു എന്നറിയാൻ ഹാജി പൽവാന്റെ വീട്ടിൽ പോകാൻ ഉദ്ദേശി ക്കുന്നു. കഴിഞ്ഞ തവണ അവിടെ പോയതിനുശേഷം എന്തെങ്കിലും അനി ഷ്ടസംഭവങ്ങൾ നടന്നിട്ടുണ്ടെങ്കിൽ അതു ലോകാവസാനമൊന്നുമല്ല. നിങ്ങൾ ഒരു റയിൽവെ സ്റ്റേഷനിൽ എതിർദിശയിൽ പോകുന്ന വണ്ടി യിലിരിക്കുന്ന ആളുമായി സ്നേഹത്തോടെ നോട്ടം കൈമാറുമ്പോൾ തോന്നുന്ന സ്നേഹമാണ് ഏറ്റവും വേദനാജനകം.'

അതീഖ് നടത്തം നിർത്തി. എന്നാൽ ശിരസ്സ് കുനിഞ്ഞുതന്നെ നിന്നു. അയാൾ ഒരു നിമിഷം ചിന്തയിൽ മുഴുകി, എന്നിട്ട്, തലയുയർത്തി ചോദിച്ചു, 'ഞാൻ കഷ്ടകാലത്തിലൂടെയാണ് കടന്നുപോകുന്നത് എന്ന് അത്രയും പ്രകടമാണോ?'

'നിങ്ങളുടെ മുഖം അതു സ്പഷ്ടമായും വിളിച്ചുപറയുന്നു.'

അതീഖ് തലയാട്ടി സ്ഥലം വിട്ടു.

അയാൾ പോകുന്നത് കാസിം ദുഃഖത്തോടെ നോക്കി നിന്നു. എന്നിട്ട്, തലപ്പാവിനുള്ളിലൂടെ തല ചൊറിഞ്ഞ് ഖൊർസാന്റെ കൊച്ചു ഭക്ഷണ ശാലയിൽ ഇരിക്കുന്ന തന്റെ ഡ്രൈവറുടെ അടുത്തേക്കു തിരിച്ചുപോയി.

ജീവിതം ദാക്ഷിണ്യമില്ലാത്ത ഒരു ദ്രവീകരണപ്രക്രിയയാണ്, മുസറാത് ചിന്തിച്ചു. നമ്മൾ സ്വയം ഉപേക്ഷ കാണിക്കുകയാണെങ്കിലും അതീവശ്രദ്ധ പുലർത്തുകയാണെങ്കിലും അതിൽ വലിയ വ്യത്യാസമൊന്നുമുണ്ടാവില്ല. ജനനം എന്ന വസ്തുത നിങ്ങൾക്കു മരണം വിധിക്കുന്നു. അതു നിയമ മാണ്. ശരീരത്തിനു തെരഞ്ഞെടുക്കാൻ കഴിയുമായിരുന്നെങ്കിൽ മനു ഷ്യന് ആയിരം കൊല്ലം ജീവിക്കാൻ കഴിയുമായിരുന്നു. എന്നാൽ ബുദ്ധിക്ക് ശരീരത്തിൽ തന്റെ ഇച്ഛ നടപ്പാക്കാൻ എപ്പോഴും സാധിച്ചു കൊള്ളണമെന്നില്ല. ഒരു വൃദ്ധന് എത്ര സൂക്ഷ്മമായ ബുദ്ധിശക്തി യുണ്ടെങ്കിലും അതിന് അയാളുടെ കാൽമുട്ടിന് ശക്തിപകരാൻ കഴിയില്ല. ആർക്കും തന്റെ ഏറ്റവും അസാദ്ധ്യമായ കാമനകളെ അതിജീവിക്കാൻ കഴിയില്ല എന്ന യാഥാർത്ഥ്യത്തിൽനിന്നാണ് അടിസ്ഥാനപരമായ മാനവ ദുരന്തം ജനിക്കുന്നത്. മാത്രമല്ല, അതുതന്നെയാണ് നമ്മുടെ ദൗർഭാഗ്യ ത്തിന്റെ മുഖ്യഹേതു. ലോകത്തെ സംബന്ധിച്ചിടത്തോളം, അതൊരു മനുഷ്യപരാജയവും മനുഷ്യന്റെ നിസ്സാരതയ്ക്കുള്ള ഒരു മഹാദൃഷ്ടാന്ത വുമല്ലേ?

മുസറാത് ആ ദൃഷ്ടാന്തത്തെ നേരിടാൻ തന്നെ തീരുമാനിച്ചു. മുഖത്ത് ഒരു ആവരണം ഇട്ടതുകൊണ്ട് യാതൊരു പ്രയോജനവുമില്ല. തന്റെ ജീ വിതത്തെ കാർന്നുതിന്നുന്ന ദുഷ്ടശക്തിക്കെതിരെ ഒരു ജീവിതകാലം മുഴുവൻ പോരാട്ടം തുടരുക, അത്രതന്നെ. അവൾ മുഷ്ടികൾ താഴ്ത്താൻ കൂട്ടാക്കിയില്ല. എന്നാൽ, ഇപ്പോൾ കാര്യങ്ങൾ എല്ലാം മാറിയിരിക്കുന്നു. വിധിക്കു കീഴടങ്ങാൻ സമയമായിരിക്കുന്നു. ഇനി അതു മാത്രമേ ബാക്കിയുള്ളൂ, മെരുക്കപ്പെടുന്ന ഒരു പ്രായത്തിൽ കാലിടറേണ്ടിവന്നു

എന്നൊരു ദുഃഖം മാത്രമേ അവൾക്കുണ്ടായിരുന്നുള്ളൂ. നാല്പത്തഞ്ചാമത്തെ വയസ്സിൽ ഇനിയും ജീവിതം മുന്നിലുണ്ട്, അല്പം വൈവിദ്ധ്യമാർന്ന, കൂടുതൽ ശ്രദ്ധയോടെ അളന്നു മുറിക്കപ്പെട്ട ഒരു ജീവിതം. വർണ്ണപ്പൊലിമയുടെ സ്വപ്നങ്ങളില്ല. പൊട്ടിത്തെറിക്കുന്ന പ്രതികരണങ്ങളില്ല.

മുസറാതിന് സംശയങ്ങളില്ലായിരുന്നു. എല്ലാം അവസാനിക്കും, ഈ നിശ്ചിതത്വമൊഴികെ. അദ്ഭുതങ്ങളൊന്നും സംഭവിക്കില്ല. അമിതമായല്ലെങ്കിലും ആ ചിന്ത അവളെ ദുഃഖിപ്പിച്ചു. അമിതമാവുന്നത് നിഷ്ഫലമാണ്, പരിഹാസ്യമാണ്, ദൈവനിന്ദയാണ്. തീർച്ചയായും അവൾക്ക് സുന്ദരിയാവാൻ ഇഷ്ടമാണ്; കണ്ണുകളിൽ സുറുമയെഴുതാനും അതീഖിന്റെ കണ്ണുകളിലെ ഒന്നും തന്നെ കാണാതെ പോകാതിരിക്കാൻ കണ്ണുകൾ വിടർത്താനും എല്ലാം.

എന്നാൽ, അത്തരം മാർഗ്ഗങ്ങൾ അവൾക്ക് ഇനി സാദ്ധ്യമല്ലാതായിരിക്കുന്നു. നാല്പത്തഞ്ചാം വയസ്സിൽ അതു സമ്മതിക്കാൻ പ്രയാസമായ സത്യം തന്നെയാണ്. തകർന്ന കണ്ണാടിയിൽ കാണുന്ന പ്രതിബിംബത്തിൽ നിന്നും വേറിട്ട്, അവൾക്ക് മറ്റൊരു മാർഗ്ഗമില്ല. അവളുടെ പ്രാർത്ഥനകളേക്കാൾ വേഗത്തിൽ അവൾ ജീർണ്ണിച്ചുകൊണ്ടിരിക്കുകയാണ്. അവളുടെ മുഖം, ചപ്പിയ ചുണ്ടുകളും കുഴിഞ്ഞ കവിളുകളുമുള്ള മാംസമില്ലാത്ത തലയോട്ടി മാത്രമാണ്. കൃഷ്ണമണികളിൽ ചില്ലുകഷണങ്ങൾ ആഴത്തിൽ വെച്ചിട്ടുള്ളതുപോലുള്ള അവളുടെ മങ്ങിയ, നിർജ്ജീവമായ കണ്ണുകൾ മൃത്യുവിന്റെ മങ്ങിയ വെട്ടം പരത്തി. പിന്നെ, ദൈവമേ, അവളുടെ കൈകൾ. വിവർണ്ണമായ, കടലാസുപോലെ ചുക്കിച്ചുളിഞ്ഞ ചർമ്മംകൊണ്ടു മൂടിയ അസ്ഥികൾ മാത്രമായ അവയ്ക്ക് സ്പർശനം കൊണ്ട് വസ്തുക്കളെ അറിയുക എളുപ്പമല്ല. ഇന്നു രാവിലെ മുടി ചീകിക്കഴിഞ്ഞപ്പോൾ ഒരു പിടി മുടി അവളുടെ കൈയിൽ വിട്ടുപോന്നു. ഇത്രയും കുറച്ചു സമയത്തിനുള്ളിൽ ഇത്രയും മുടി കൊഴിയുന്നതെങ്ങിനെയാണ്? അവൾ മുടി ഒരു മരക്കഷണത്തിൽ ചുറ്റി ചുമരിന്റെ വിള്ളലിൽ തിരുകി. എന്നിട്ട് തല കൈകൾകൊണ്ടു താങ്ങി നിലത്തിരുന്ന്, തന്റെ സ്വസ്ഥനില വീണ്ടെടുക്കാൻ, കണ്ണുകളിൽ ഒരു നീർത്തുള്ളി പ്രത്യക്ഷപ്പെടാനായി കാത്തിരുന്നു. അതു വിഫലമായപ്പോൾ അവൾ പായയിലേക്ക് മുട്ടിൽ ഇഴഞ്ഞുചെന്നു. അവിടെ ചമ്രം പടിഞ്ഞിരുന്ന് ചുമരിലേക്കു നോക്കി ഒരു മണിക്കൂർ മുഴുവൻ ചെലവഴിച്ചു. വേണ്ടത്ര കരുത്തുണ്ടായിരുന്നെങ്കിൽ അവൾ ദിവസം മുഴുവൻ മുറിക്കു പുറംതിരിഞ്ഞു കൊണ്ട് ഇരുന്നേനേ. എന്നാൽ, അവളുടെ പിടിവാശി അവളെ വീഴ്ത്തി. അവൾ നിലത്തു കിടന്നു. ഒരു നീണ്ട ഞരക്കത്തിൽ വായും പൊളിച്ചു കൊണ്ട് അവൾ ഉടനെ ഉറങ്ങിപ്പോയി.

അവൾ നിലത്ത് ഒരു കൂമ്പാരമായി കിടക്കുന്നതു കണ്ടപ്പോൾ, ഒടുവിലതു സംഭവിച്ചു എന്നു തന്നെ അതീഖ് കരുതി. വിചിത്രമെന്നു പറയട്ടെ,

അയാളുടെ കൈയിലുണ്ടായിരുന്ന പൊതി താഴെ വീഴുകയൊന്നുമുണ്ടായില്ല. അയാളുടെ ശ്വാസോച്ഛ്വാസവും സാധാരണമായിരുന്നു. ഒരു പുരികം അല്പം ഉയർത്തിക്കൊണ്ട്, ശബ്ദമുണ്ടാക്കാതെ, അയാൾ വാതിൽക്കൽ നിന്നു. ഏതാനും നീണ്ട മിനുട്ടുകളോളം അയാൾ അവളുടെ ശരീരത്തിൽ ജീവന്റെ ലക്ഷണമുണ്ടോ എന്ന് ശ്രദ്ധയോടെ നോക്കി. വിരലുകൾ മടക്കി, കൈ മുകളിലേക്കു തിരിഞ്ഞ്, വായ തുറന്ന്, ശ്വാസത്തിന്റെ അനക്കമില്ലാത്ത മാറിടവുമായി അവൾ കിടന്നു. പൊതി മേശപ്പുറത്തുവെച്ച് അയാൾ ഭാര്യയുടെ ചലനമറ്റ ശരീരത്തിനടുത്തേക്കു ചെന്നു. ശ്രദ്ധയോടെ കുനിഞ്ഞ് അവളുടെ ഹൃദയമിടിപ്പ് നോക്കാൻ കണംകൈ എടുക്കാൻ നോക്കുന്ന നിമിഷം മൃദുവായ ഒരു നെടുവീർപ്പ് അയാളെ പിറകോട്ടടിപ്പിച്ചു. അയാളുടെ തൊണ്ടമുഴ ശക്തമായി വിറച്ചു. എന്തോ നനുത്ത ശബ്ദം കേട്ടപോലെ തോന്നി, അയാൾ ചെവിയോർത്തു. എന്നിട്ട്, ചെവി അവളുടെ നിശ്ചലമായ മുഖത്തേക്ക് അടുപ്പിച്ചു. വീണ്ടും മൃദുവായ ഒരു ശ്വാസം അയാളുടെ മുഖത്ത് സ്പർശിച്ചു. കോപമടക്കാനായി അയാൾ ചുണ്ടുകളമർത്തിപ്പിടിച്ചു, മുഷ്ടി ചുരുട്ടി, കണ്ണുകളടച്ചു. എന്നിട്ട്, നിവർന്നിരുന്ന് അയാൾ പിന്നിലേക്കു നീങ്ങി ചുമരിന്മേൽ ചാരിയിരുന്നു. നെഞ്ചത്ത് കൈകൾ കെട്ടി, കടുത്ത മുഖഭാവത്തോടെ, തന്റെ മുന്നിൽ നിവർന്നുകിടക്കുന്ന ശരീരം, കണ്ണുകൾകൊണ്ട് എല്ലിൻ കൂട് തുളക്കാൻ ശ്രമിക്കുന്നതുപോലെ അയാൾ രൂക്ഷമായി നോക്കി.

പത്ത്

മൊഹ്സിൻ റാമത്തിന് ഇനിയും സഹിക്കാനുള്ള ശക്തിയില്ലായിരുന്നു. സെമിത്തേരിയിൽ സ്ഥിരമായി അയാൾ ചെലവഴിക്കുന്ന മണിക്കൂറുകളും ദിനങ്ങളും അയാളുടെ ദുരിതം വർദ്ധിപ്പിച്ചതേയുള്ളൂ. കുഴിമാടങ്ങൾക്കിടയിൽ എത്ര തന്നെ അലഞ്ഞിട്ടും അയാൾക്ക് ചിന്തകൾ ക്രമീകരിക്കാൻ പറ്റുന്നില്ല. അന്ധാളിപ്പിക്കുന്ന വേഗതയിൽ കാര്യങ്ങൾ കൈവിട്ടുപോവുകയാണ്. ഇനിയിങ്ങ് തിരിച്ചുവരാത്തവിധം എല്ലാം അവതാളത്തിലായിക്കഴിഞ്ഞു. ഒരു ഇരുമ്പുപാരയെടുത്ത് മുമ്പിലുള്ളതെല്ലാം തച്ചുതകർക്കാനുള്ള ഭ്രാന്തമായ ആവേശം അയാളിൽ പതഞ്ഞുപൊങ്ങി. എന്നാൽ വിചിത്രമെന്നു പറയാം, തല കൈകളിൽ താങ്ങുമ്പോൾ അയാളുടെ കോപം പൊട്ടിക്കരയാനുള്ള അടക്കാനാവാത്ത ത്വരയായി മാറി. അതിനാൽ, പല്ലിറുമ്മി, കണ്ണുകൾ മുറുക്കിയടച്ച് അയാൾ തന്റെ ദുര്യോഗത്തിനു കീഴടങ്ങി.

തനിക്കു ഭ്രാന്തുപിടിക്കുകയാണെന്ന് അയാൾക്കു തോന്നി.

കാബൂളിലെ തെരുവിൽ നടന്ന സംഭവത്തിനുശേഷം അയാൾക്ക് രാവും പകലും തിരിച്ചറിയാതായിരിക്കുന്നു. ആ നശിച്ച പുറത്തുപോക്കിന്റെ പിഴ കഠിനവും പരിഹരിക്കാനാവാത്തതുമായി. അയാൾ ഭാര്യയുടെ വാക്കുകൾ കേട്ടിരുന്നെങ്കിൽ! ഇരുട്ടിൽനിന്നും പിന്നിലേക്ക്, ഏതോ പഴയകാലത്തിന്റെ അഗാധഗർത്തത്തിലേക്കു നോക്കുന്ന കണ്ണുകളുള്ള, വെറുപ്പുളവാക്കുന്ന മതഭ്രാന്തന്മാർ കീഴടക്കിയ, ആസന്നമരണക്കാരുടെ അഭയകേന്ദ്രം പോലെയുള്ള ഈ നഗരത്തിൽ ഇപ്പോഴും കമിതാക്കളുടെ വിഹാരങ്ങളുണ്ടെന്ന് എങ്ങനെ അയാൾക്ക് വിശ്വസിക്കാൻ കഴിഞ്ഞു? ഔദ്യോഗികഭാഷ ചാട്ടയാകാൻ തക്കവണ്ണം നികൃഷ്ടമായ ഒരു രാഷ്ട്രത്തിലെ നിത്യജീവിതത്തെ അടയാളപ്പെടുത്തുന്ന ഭീകരതകൾ അയാൾ എങ്ങനെ കാണാതെ പോയി? അയാൾ സ്വയം കബളിപ്പിക്കരുതായിരുന്നു. ഇത്തവണ സുനൈറ മറക്കാനും മാപ്പു നൽകാനും തയ്യാറല്ല. അയാളുടെ ശബ്ദം കേൾക്കുന്നതുപോലും അവൾക്ക് അസഹ്യമായിരിക്കുന്നു. സുനൈറ. ഇനിയൊരിക്കലും സുനൈറയായി തിരിച്ചു വരില്ല. ഈ ലോകത്തെ അവൾ അതികഠിനമായി വെറുത്തു കഴിഞ്ഞിരിക്കുന്നു.

'ദൈവത്തെയോർത്ത്,' അയാൾ അവളോട് യാചിച്ചു, 'നമുക്കിടയിൽ കാര്യങ്ങൾ സങ്കീർണ്ണമാക്കാതിരിക്കുക.'

അയാളെ സുനൈറ അടിമുടി നോക്കി. മുഖാവരണത്തിന്റെ വലയ്ക്കുള്ളിൽ അവളുടെ കണ്ണുകൾ കനൽക്കട്ടപോലെ ജ്വലിച്ചു. ക്രോധം കൊണ്ട് അവളുടെ മാറിടം ഉയർന്നുപൊങ്ങി. അവളെ സംബന്ധിച്ചിടത്തോളം, ഇപ്പോൾ അയാൾ മതഭ്രാന്തന്മാരെ പ്രതിനിധാനം ചെയ്യുന്ന നികൃഷ്ടനായ ഒരാൾ മാത്രമാണ്. തെരുവുകൾ പോർക്കളമാക്കുകയും ദിവസങ്ങൾ മരണത്തിനുവേണ്ടിയുള്ള കാത്തിരിപ്പാക്കുകയും ചെയ്ത തലപ്പാവുവച്ച താലിബാൻ തെമ്മാടികളും അയാളും തമ്മിൽ എന്തെങ്കിലും വേർതിരിവുണ്ടെന്ന് അവൾക്ക് വിശ്വസിക്കാൻ കഴിയുന്നില്ല. പുരുഷവർഗ്ഗത്തെ അവൾ മൊത്തമായും വെറുത്തു. ഏതൊരു പുരുഷന്റേയും സാന്നിദ്ധ്യം അവൾക്ക് താങ്ങാനാവത്ത ഭാരമാവുകയാണ്. ഈ കാര്യങ്ങൾ അയാളെ അറിയിക്കാൻ അവൾ ഏറ്റവും കഠിനവും ക്ഷുദ്രവുമായ വാക്കുകൾക്കുവേണ്ടി തിരഞ്ഞു.

താൻ അനുഭവിക്കുന്ന തിക്തതയും പീഢനവും വേണ്ടത്ര വിഷലിപ്തമായ വാക്കുകളോടെ പ്രകടിപ്പിക്കാൻ കഴിയാതെ അവൾ മുറിയിൽ അടച്ചിരുന്ന് ഭ്രാന്തിയെപ്പോലെ അലമുറയിട്ടു. ഭാര്യയുടെ ചെവിടടപ്പിക്കുന്ന മുറവിളികൾ കേട്ട് ഭയപ്പെട്ട് മൊഹ്സിൻ ധൃതിയിൽ വീടിനു പുറത്തു കടന്നു. കാൽക്കൽ ഭൂമി പിളരുകയാണെങ്കിൽ അതിലേക്കെടുത്തു ചാടാനും അതു തന്നെ കുഴിച്ചുമൂടിക്കൊള്ളട്ടെ എന്നു കരുതുവാനും അയാൾ അല്പം പോലും സംശയിക്കുകയില്ലായിരുന്നു. സുനൈറയുടെ നിലവിളികൾ ആ പ്രദേശം മുഴുവൻ മാറ്റൊലിക്കൊണ്ടു. അത് അയൽക്കാർ പുറത്തു കേട്ട് വരികയും ക്രുദ്ധരായ കഴുകന്മാരുടെ കൂട്ടത്തെപ്പോലെ അയാളെ വേട്ടയാടുകയും ചെയ്തു.

അയാളുടെ തല കറങ്ങി. ലോകാവസാനം പോലെ അയാൾക്കു തോന്നി.

ഇപ്പോൾ സുനൈറ പണ്ടത്തെ സ്ത്രീയല്ല. ധീരയും ഊർജ്ജസ്വലയുമായ, എപ്പോഴും അയാളെ പിടിച്ചുനിൽക്കാൻ സഹായിച്ച, കാലിടറിയപ്പോഴെല്ലാം അയാളെ പിന്തുണച്ച, സ്ത്രീയല്ല. ഇനിയൊരിക്കലും പർദ്ദ മാറ്റുകയില്ല എന്നു തീരുമാനിച്ച അവൾ മനപ്പൂർവ്വം ഒരു ദുഷിച്ച ലോകത്തിലേക്കു താണുപോയിരിക്കുന്നു. ഇനി അവൾ അതിൽനിന്നും പുറത്തുവരുമെന്നും തോന്നുന്നില്ല. സുനൈറയ്ക്ക് ഇനി മുതൽ ഒരു മുഖമില്ല രാവിലെ മുതൽ രാത്രി വരെ തന്റെ ദൗർഭാഗ്യത്തിന്റെ ശവക്കച്ചയിൽ നിർബ്ബന്ധബുദ്ധിയോടെ സ്വയം മൂടി, വീടിനകത്ത് ഒരു ഭൂതബാധ പോലെ അവൾ നടന്നു. രാത്രി ഉറങ്ങുമ്പോൾ പോലും അവൾ പർദ്ദ മാറ്റാൻ കൂട്ടാക്കിയില്ല.

'നിന്റെ മുഖമാണ് എന്റെ ഒരേയൊരു സൂര്യൻ,' അയാൾ കേണപേക്ഷിച്ചു, 'അതു നീ എന്നിൽ നിന്നും മറയ്ക്കരുത്.'

'ഒരു സൂര്യനും രാത്രിയോട് ചെറുത്തുനില്ക്കാനാവില്ല,' ശിരോവസ്ത്രം നേരെയാക്കിക്കൊണ്ട് അവൾ പരുഷമായി പറഞ്ഞു.

കഴിഞ്ഞ ദിവസം തെരുവിൽ വച്ച് അധിക്ഷേപിക്കപ്പെട്ടതു മുതലേ അവൾ പർദ്ദയിൽ ആസകലം മൂടി നടക്കുകയാണ്; ഒരു വൃത്തികെട്ട പർദ്ദ അവളുടെ കോട്ടയും അഭയവും പതാകയുമായി മാറിയിരിക്കുന്നു. മൊഹ്സിന് ഈ കോട്ടമതിൽ ഭേദിക്കാനാവാത്ത ഒരു കടുത്ത യാഥാർത്ഥ്യമായി മാറി. അത് അവളുടെയും അയാളുടേയുമിടയിൽ മാനം മുട്ടി നിന്നു. അവരെ അടർത്തിമാറ്റിയേക്കാവുന്ന ഗുരുതരമായ ഭിന്നിപ്പിന്റെ പ്രതീകമാണ് അത്. അവൾ അയാളുടെ ലോകത്തുനിന്നും അടിമുടി പിൻവലിയുകയാണ്. അവൾ എടുത്ത ഈ തീവ്രമായ നിലപാട് അയാളുടെ അടിത്തറയെ പിടിച്ചുകുലുക്കി.

അവളുടെ പ്രതികരണം എത്രയോ അമിതമായ അളവിലാണെന്ന് അവൾ മനസ്സിലാക്കുന്നുണ്ടോ? ഉണ്ടെങ്കിലും ഇല്ലെങ്കിലും അവളുടെ ഉദ്ദേശ്യലക്ഷ്യത്തിനുവേണ്ടിയുള്ള അർപ്പണമനോഭാവം മതഭ്രാന്തിനോടടുത്തുനിൽക്കുന്നു. അയാൾ അവളെ സമീപിക്കുമ്പോഴെല്ലാം അവൾ, കൺമുന്നിൽനിന്ന് പോകൂ എന്ന് പറയും മട്ടിൽ അയാളെ അകറ്റി നിർത്താനെന്നവണ്ണം വെറുപ്പോടെ കൈകൾ മുന്നാക്കം കാണിച്ച് പിൻവലിയുന്നു. മൊഹ്സിൻ കീഴടങ്ങുന്ന വിധം കൈകളുയർത്തി, താങ്ങാനാവാത്ത ഭാരംകൊണ്ടെന്നപോലെ കുനിഞ്ഞ് വീടു വിട്ടുപോകും.

അങ്ങനെ പത്തു ദിവസങ്ങൾ.

അവർ തമ്മിലുള്ള വിടവ് ഒരു അഗാധഗർത്തമായി വളർന്നു. പത്തു ദിവസം മൊഹ്സിൻ പൂർണ്ണമായും രോഗാവസ്ഥയിലാണ് ജീവിച്ചത്, ഉബു രാജാവിനെ വെല്ലുന്ന ഉന്മാദാവസ്ഥയിൽ. ഓരോ തവണ വീട്ടിൽ പ്രവേശിക്കുമ്പോഴും ഇങ്ങനെ മുന്നോട്ടുപോകാൻ പറ്റില്ല എന്നു സ്വയം പറഞ്ഞു. അയാൾ ആരോടു സങ്കടം പറയും? സുനൈറ ഒരിഞ്ചുപോലും വിട്ടുകൊടുക്കുന്നില്ല. അവൾ മുഖാവരണം അല്പം പോലും ഉയർത്തുന്നില്ല. ഭർത്താവിന്റെ മനോവ്യഥ അവളുടെ മനസ്സിളക്കുന്നില്ല. എന്നു തന്നെയല്ല, അവളുടെ വൈരാഗ്യം കൂടുകയാണ് ചെയ്യുന്നത്.

അടി കൊണ്ട പട്ടിയെപ്പോലുള്ള അയാളുടെ ഭാവവും ദീനമായ സ്വരവും അവൾക്ക് അസഹ്യമായി തോന്നി. അയാളുടെ കാലടികളുടെ ശബ്ദം കേട്ടാൽ അവൾ ചെയ്യുന്ന ജോലി ഉടനെ നിർത്തിവെച്ച് അടുത്ത മുറിയിലേക്കു കുതിക്കും. മൊഹ്സിൻ രോഷം നിയന്ത്രിക്കാൻ പല്ലിറുമ്മുകയും കൈകൾ കൂട്ടിയടിക്കുകയും ചെയ്ത് തിരിച്ചുനടക്കും.

ഈ സായാഹ്നത്തിലും അയാൾക്ക് അതേ സ്വീകരണം തന്നെ ലഭിച്ചു. അയാൾ ഉമ്മറവാതിൽ തുറന്ന ഉടൻ മിന്നിമറയുന്ന വിഭ്രമക്കാഴ്ച പോലെ അവൾ സ്വീകരണമുറി കടന്ന് അവളുടെ മുറിയുടെ കർട്ടനുപിന്നിൽ അപ്രത്യക്ഷയായി.

കുറേ നിമിഷങ്ങൾ, അയാളുടെ സ്വത്വം മുഴുവൻ വിറകൊണ്ടു. ഇനിയും വാതിൽ കൊട്ടിയടച്ച് പുറത്തു കടക്കുന്ന പ്രശ്നമില്ല. ഇത്രയും വരെ അയാളുടെ ഇറങ്ങിപ്പോക്കിന് അനുകൂല ഫലമൊന്നുമുണ്ടായില്ല. എല്ലാം നേർവിപരീതമായാണ് സംഭവിച്ചത്. അയാളേയും ഭാര്യയേയും വേർപെടുത്തുന്ന വിടവ് നാൾക്കുനാൾ വർദ്ധിക്കുകയാണ് ചെയ്തത്. പ്രശ്നത്തിന്റെ അടിത്തട്ടിലേക്കു കടക്കാൻ ഇനി അമാന്തിച്ചുകൂടാ. നശിച്ച ഈ നിമിഷങ്ങളെ അയാൾ വല്ലാതെ ഭയപ്പെട്ടു. സുനൈറ നിശിത ബുദ്ധിയുള്ളവളാണ്. വഷളായിക്കൊണ്ടിരിക്കുന്ന ഈ അവസ്ഥ ഇനിയും നീട്ടിക്കൊണ്ടുപോകാനാവില്ല.

ദീർഘമായി നെടുവീർപ്പിട്ടുകൊണ്ട് അയാൾ ഭാര്യയുടെ മുറിയിൽ പ്രവേശിച്ചു.

സുനൈറ പുല്പായയിൽ ബലം പിടിച്ചിരിക്കുകയായിരുന്നു. അമർത്തി വെക്കപ്പെട്ട സ്പ്രിങ്ങ് പോലെ ഏതുനിമിഷവും അവൾ ചാടി എഴുന്നേല്ക്കാമെന്ന് അയാൾക്കു തോന്നി. മൊഹ്സിൻ ഒരിക്കലും അങ്ങനെയൊരു അവസ്ഥയിൽ അവളെ കണ്ടിട്ടിട്ടില്ല. അവളുടെ മൗനം പേമാരി പേറുന്ന മേഘങ്ങളെപ്പോലെ പ്രക്ഷുബ്ധമാണ്. അവളുടെ ഹൃദയത്തിൽ തുറക്കാനാവാത്തവിധം ഒരു പൂട്ട് വീണിരിക്കുന്നു. അവളെ അളക്കുക അസാദ്ധ്യമാണ്. അവളെ എങ്ങനെ സമീപിച്ചാലും അപകടമാണെന്ന് മൊഹ്സിനു തോന്നി. അയാൾക്കു ഒരുതരം ഉൾക്കിടിലം അനുഭവപ്പെട്ടു. തന്റെ ജീവൻ ഒരു ചരടിൽ തൂങ്ങിക്കിടക്കുന്നു എന്ന വ്യക്തമായ ബോദ്ധ്യത്തോടെ ഏത് നിമിഷത്തിലും പൊട്ടിത്തെറിക്കാവുന്ന ബോംബ് നിർവീര്യമാക്കാനൊരുങ്ങുന്ന ഒരാളെപ്പോലെയായിരുന്നു അയാൾ. സുനൈറയെ കൈകാര്യം ചെയ്യുക ഇപ്പോൾ എളുപ്പമല്ല. അവൾ ഇനി ഒരിക്കലും മാപ്പുനൽകുകയുമില്ല. അതുകൊണ്ടായിരിക്കാം അവൾ മുഖം കറുപ്പിക്കുമ്പോൾ അയാൾക്ക് മനഃസാന്നിദ്ധ്യം നഷ്ടപ്പെടുന്നത്. ആ നിമിഷത്തിന്റെ അങ്ങേയറ്റത്തെ ഗൗരവം അയാളെ ഭയചകിതനാക്കി. ഒരു ശകലമെങ്കിലും ആത്മവിശ്വാസം നൽകുന്ന ഒരു സൂചനയ്ക്കുവേണ്ടി അയാൾ പരതി. ഒന്നും തന്നെയില്ല. സുനൈറയ്ക്ക് ഒരു അനക്കവുമില്ല. അവളുടെ സ്ഫിങ്ങ്സ്* പോലുള്ള മുഖപ്പിനു പിന്നിൽ എന്തോ പതഞ്ഞു പൊങ്ങുന്നതായി അയാൾക്കു തോന്നി. അവളിൽ ആഴത്തിൽ ലാവയുടെ ഒരു തടാകം തിളച്ചുമറിയുന്നതായും ഏതു നിമിഷവും അഗ്നിപർവ്വതം പോലെ അതു പുറത്തു ചാടിയേക്കാമെന്നും അയാൾ ഭയപ്പെട്ടു.

മുഖം മറഞ്ഞിരിക്കുന്നുവെങ്കിലും അവൾ അതിയായ വെറുപ്പോടെയാണ് തന്നെ വീക്ഷിക്കുന്നത് എന്ന് മൊഹ്സിൻ തിരിച്ചറിഞ്ഞു.

'ശരിക്കും, എന്തുകൊണ്ടാണ് നിനക്ക് എന്നോട് ഇത്ര വിരോധം?' പീഡിതമായ ശബ്ദത്തിൽ അയാൾ ചോദിച്ചു. 'ആ താലിബാൻ

* മനുഷ്യന്റെ മുഖവും സിംഹത്തിന്റെ ഉടലുമുള്ള സീക്ക് പുരാണകഥാപാത്രം

തെമ്മാടിയെ നിലയ്ക്കു നിർത്തിയില്ല എന്നതുകൊണ്ടാണോ നിനക്ക് എന്നോട് ദേഷ്യം? എനിക്കെന്തുചെയ്യാൻ കഴിയും? അയാളും അയാളെപ്പോലുള്ളവരുമാണ് ഇവിടെ നിയമങ്ങളുണ്ടാക്കുന്നത്. ചലിക്കുന്ന എല്ലാറ്റിന്റേയും ജീവന്റേയും മരണത്തിന്റേയും അധികാരം അവരുടെ കൈയിലാണ്. അവർ ചെയ്യുന്നതൊന്നും എന്നെ അലട്ടുന്നില്ലെന്നാണോ നീ കരുതിയിരിക്കുന്നത്? ഒരു മൃഗത്തിന്, ഭാരം ചുമക്കുന്ന മൃഗത്തിനുപോലും അവർ ചെയ്യുന്നത് ഭീകരമാണെന്നു തോന്നും. ആ സന്നദ്ധഭടനെപ്പറ്റി ഞാൻ ചിന്തിക്കുന്നത്, ആ നികൃഷ്ടജീവിക്ക് മണ്ണിൽ പതിഞ്ഞ നിന്റെ കാലടിയെ നക്കാനുള്ള യോഗ്യത പോലുമില്ല എന്നാണ്. എന്റെ പ്രവൃത്തി നിന്ദ്യമായിരുന്നു എന്നത്... എനിക്കതു നല്ല ബോദ്ധ്യമാണ്. ഞാനല്പം കൂടി ആത്മാഭിമാനം പ്രകടിപ്പിക്കണമായിരുന്നു... പക്ഷേ, സുനൈറാ, നീ തന്നെ പറയുക, എനിക്കെന്തു ചെയ്യാൻ കഴിയുമായിരുന്നു?'

വളരെ മനഃപ്രയാസത്തോടും പരിഭ്രാന്തിയോടും കൂടി അയാൾ അവളുടെ മുന്നിൽ മുട്ടുകുത്തി, കൈപിടിക്കാൻ ശ്രമിച്ചു. എന്നാൽ, അവൾ പിന്നിലേക്കു ചാടുകയും പർദ്ദയുടെ അടിഭാഗം കൂട്ടിപ്പിടിക്കുകയും ചെയ്തു.

'ഇത് അപഹാസ്യമാണ്.' മൊഹ്സിൻ പിറുപിറുത്തു. 'തീർത്തും അപഹാസ്യം. എനിക്കു പ്ലേഗുള്ളതുപോലെയാണ് നീ പെരുമാറുന്നത്. എന്നോടു പുറംതിരിഞ്ഞു നിൽക്കരുത്, സുനൈറാ. നീയെന്നെ കൈവെടിയുമ്പോൾ ലോകം മുഴുവൻ എന്നോട് എന്തോ വൈരാഗ്യം പുലർത്തുന്നതുപോലെയാണ് എനിക്കു തോന്നുന്നത്. എനിക്കു നീ മാത്രമേയുള്ളൂ. നിന്നോട് കേണപേക്ഷിക്കുന്ന എന്റെയീ കൈകൾ കാണുക. നീ ഇല്ലെങ്കിൽ ഞാൻ എല്ലാം നഷ്ടപ്പെട്ടവനാവും. ലോകത്തേക്കും ജീവിതത്തിലേക്കുമുള്ള എന്റെ ഒരേയൊരു കണ്ണി നീ മാത്രമാണ്.'

അയാളുടെ കണ്ണുകൾ നിറഞ്ഞു. കണ്ണുനീർ എങ്ങനെ തന്റെ ജാഗ്രത മറികടന്നു പുറത്തുചാടി എന്ന് അയാൾക്ക് അറിയില്ല. ഇപ്പോൾ ഇതാ, അയാളുടെ കണ്ണുകൾ നിറഞ്ഞൊഴുകുന്നു, അതും പുരുഷന്മാർ കരയുന്നത് വെറുപ്പോടെ മാത്രം കാണുന്ന സുനൈറയുടെ മുന്നിൽവച്ച്!

'ഞാൻ വളരെ ഖേദിക്കുന്നു,' അയാൾ ക്ഷമാപണസ്വരത്തിൽ പറഞ്ഞു. 'എനിക്കിപ്പോൾ എന്നെത്തന്നെയാണ് പേടി. ഞാൻ കൈവിട്ടുപോവുകയാണ്. നിന്റെ തിരസ്കാരമാണ് എന്റെ ഏറ്റവും വലിയ പേടിസ്വപ്നം. എന്റെ പകലുകൾ കൊണ്ട് എനിക്ക് എന്തുചെയ്യണമെന്നറിയില്ല; എന്റെ രാത്രികൾ കൊണ്ട് എനിക്ക് എന്തുചെയ്യണമെന്നറിയില്ല. നമ്മുടെ ഈ വൃത്തികെട്ട രാജ്യത്ത് ജീവിക്കുന്നതിൽ എന്തെങ്കിലും അർത്ഥമുണ്ടെങ്കിൽ, ജീവിക്കാനുള്ള എന്റെ ഏക കാരണം നീ മാത്രമാണ്. നീ മാത്രമാണ്...'

ഒരിക്കൽക്കൂടി അയാൾ അവളുടെ കൈപിടിക്കാൻ ശ്രമിച്ചു. സുനൈറ ഒച്ചവച്ചുകൊണ്ട് ചാടി എഴുന്നേറ്റു.

'എന്നെ തൊടരുതെന്ന് ഞാൻ നിങ്ങളോട് നൂറു തവണ പറഞ്ഞിട്ടുണ്ട്.'

'എന്താണിതിനർത്ഥം? ഞാൻ നിന്റെ ഭർത്താവാണ്.'

'അതു തെളിയിക്കുക.'

'അസംബന്ധം പറയരുത്. എന്താണ് നീ ഉദ്ദേശിക്കുന്നത്?'

അവൾ ചുമരിനരികിൽനിന്നും കുതിച്ചുമാറുകയും അയാളുടെ അടുത്തു വന്ന് അവളുടെ മൂക്ക് അയാളുടെ മുഖത്ത് ഉരയുന്ന മട്ടിൽ തല ചെരിച്ചുപിടിച്ചു. കഠിനമായ രോഷംകൊണ്ട് പ്രക്ഷുബ്ധമായ ശ്വാസത്താൽ അവളുടെ മുഖാവരണം വിറച്ചു.

'നിങ്ങളെ എനിക്ക് ഒരിക്കലും കാണണ്ട, മൊഹ്സിൻ റാമത്.'

ഒരു സ്ഫോടനം പോലും അയാളെ ഇതുപോലെ പിടിച്ചുകുലുക്കുകയില്ല. ഭാര്യയുടെ വാക്കുകൾ കേട്ട് അതുപോലെ അയാൾ നടുങ്ങി. ആദ്യം അയാൾക്ക് വിശ്വസിക്കാനായില്ല. കേട്ടത് ഉൾക്കൊള്ളാൻ അയാൾക്ക് ഏതാനും നിമിഷങ്ങൾ വേണ്ടിവന്നു. അയാളുടെ തൊണ്ട മുഴ ശക്തമായി പിടച്ചു. അവരുടെ രണ്ടുപേരുടേയും ശ്വാസോച്ഛ്വാസത്തിന്റെ ശബ്ദം ഇടകലർന്ന് ഭീതിദമായ ഒരു മൂളക്കം മുറിയിൽ നിറഞ്ഞു. പെട്ടെന്ന് മൊഹ്സിൻ ഒരു ആർത്തനാദം പുറപ്പെടുവിച്ച് അയാളുടെ കണംകൈ പൊട്ടുംവിധം വാതിലിന്മേൽ ശക്തിയായി ഇടിച്ചു.

വേദന വികൃതമാക്കിയ മുഖഭാവത്തോടെ, ഭീഷണിപ്പെടുത്തുംവിധം അയാൾ ഭാര്യയുടെ നേരെ തിരിഞ്ഞു.

'നിനക്ക് എന്നോട് അങ്ങനെ പറയാൻ കഴിയില്ല, സുനൈറാ. ഞാൻ അതു വിലക്കുന്നു. നിനക്കതിനുള്ള അവകാശമില്ല, നീ കേൾക്കുന്നുണ്ടോ?' അവളുടെ കഴുത്തിൽ പിടിച്ചുകുലുക്കിക്കൊണ്ട് അയാൾ ആക്രോശിച്ചു. 'അങ്ങനെ പറയുന്നതിൽ നിന്നും ഞാൻ നിന്നെ വിലക്കുന്നു. നീ അതു പറയാൻ പാടില്ല.'

സുനൈറ അക്ഷോഭ്യയായി അവളുടെ കഴുത്തു ഞെരിക്കുന്ന വിരലുകൾ വേർപെടുത്തി.

'ഇനി... ഒരിക്കലും... നിങ്ങളെ... എനിക്കു... കാണണ്ട, മൊഹ്സിൻ റാമത്,'

ഓരോ വാക്കും ഊന്നിയൂന്നിപ്പറഞ്ഞുകൊണ്ട് അവൾ ആവർത്തിച്ചു.

മൊഹ്സിൻ പരിഭ്രാന്തിയോടെ, തന്റെ ക്രൂരതയുടെ അടയാളങ്ങളെല്ലാം മായ്ച്ചുകളയാനെന്നവണ്ണം തന്റെ ഈർപ്പമുള്ള കൈകൾ വശങ്ങളിൽ തുടച്ചു. സ്ഥിതിഗതികൾ നിയന്ത്രണം വിടുകയാണെന്ന ബോധ്യത്തോടെ അയാൾ സ്വയം ശാന്തനാവാൻ ശ്രമിച്ചു.

'ശരി,' അയാൾ വഴങ്ങി. 'ഇന്നു വൈകുന്നേരം ഞാൻ വളരെ നേരത്തെ വീട്ടിലേക്കു വന്നു എന്നു തോന്നുന്നു. ഞാൻ വന്നിടത്തേക്കു തന്നെ പോവുകയാണ്. നിനക്ക് വേണമെങ്കിൽ ഞാൻ രാത്രി മുഴുവനും പുറത്തു കഴിച്ചുകൂട്ടാം. എന്നാൽ, എന്തുതന്നെയായാലും, ഈ ദുഃസ്ഥിതി മറികടക്കാനും രമ്യതയിലെത്താനും നാം കൂട്ടായ ഒരു ശ്രമം നടത്തണം ഞാൻനിന്നെ സ്നേഹിക്കുന്നു, സുനൈറാ. ഞാൻ പരമാവധി ന്യായ മായി പെരുമാറുന്നുണ്ട്. നീയിപ്പോൾ പറഞ്ഞതിനേക്കാൾ കഠിനമായ വാക്കുകൾ ഞാൻ നിന്നിൽനിന്നും ഒരിക്കലും കേട്ടിട്ടില്ല. നിന്റെ വായിൽ നിന്നും വരുമ്പോൾ അത്തരം വാക്കുകൾ ഭയങ്കര ദൈവനിന്ദയായി തോന്നുന്നു. നിനക്കിപ്പോൾ അല്പം ഏകാന്തത വേണമെന്ന് എനിക്കു മനസ്സിലാവുന്നുണ്ട്. ഞാൻ നാളെ തിരിച്ചുവരാം, അല്ലെങ്കിൽ, മറ്റെന്നാൾ. എങ്ങനെയാണ് അത്രയും സമയം പിടിച്ചുനിൽക്കുക എന്ന് എനിക്കറി യില്ല. എങ്കിലും ഞാനതു ചെയ്യും. നമ്മുടെ ദാമ്പത്യം നിലനിർത്താൻ എന്തുചെയ്യാനും ഞാൻ തയ്യാറാണ്. നീ നിന്റെ ഭാഗവും ചെയ്യാൻ ശ്രമി ക്കണം. എന്തൊക്കെ സംഭവിച്ചാലും നീ അതു മനസ്സിലാക്കണം, ഞാൻ നിന്നെ സ്നേഹിക്കുന്നു. അതു വളരെ പ്രധാനമാണ്. അതിനേക്കാൾ പ്രധാനമായി വേറെ ഒന്നുമില്ല. ഞാൻ നിന്നെ സ്നേഹിക്കുന്നു സുനൈറാ...'

സുനൈറ അയഞ്ഞില്ല. പർദ്ദക്കുള്ളിൽ അവളുടെ ചുണ്ടുകൾ അപകട കരമായി ചലിക്കാൻ തുടങ്ങി. മൊഹ്സിൻ അവളുടെ വായപൊത്തി.

'ഇനി ഒരക്ഷരം മിണ്ടണ്ട. ഇപ്പോൾത്തന്നെ നീ വേണ്ടതു പറഞ്ഞു കഴിഞ്ഞു. ഇന്നൊരു ചീത്ത ദിവസമായിരുന്നു എന്നും നാളെ എല്ലാം പഴയപടിയാവുമെന്നും ഞാൻ കരുതുന്നു.'

സുനൈറ ഭർത്താവിന്റെ പിടിവിടുവിച്ച് പിന്നോക്കം മാറി. 'നിങ്ങൾക്കു മനസ്സിലായി എന്നു തോന്നുന്നില്ല.' അവൾ പറഞ്ഞു. 'ഇനി ഒരിക്കലും എനിക്കു നിങ്ങളെ കാണണ്ട. ഇത് വെറുംവാക്കല്ല. കടന്നുപോകുന്ന ദിനങ്ങൾ അതിനെ ഒട്ടും മയപ്പെടുത്തുകയില്ല. നിങ്ങളെന്റെ ജീവിത ത്തിൽനിന്നും പുറത്തുപോകണം. ഈ വീട്ടിലേക്കു നിങ്ങൾ തിരിച്ചു വരരുത്. നിങ്ങൾ പോയില്ലെങ്കിൽ ഞാനായിരിക്കും ഈ വീട് വിട്ടു പോകു ന്നത്.'

'ഭാര്യ ഭർത്താവിനെ കൈയൊഴിയുന്നത് നമ്മുടെ പാരമ്പര്യങ്ങൾക്കു വിരുദ്ധമാണ്. അതു കേൾക്കാത്ത കാര്യമാണ്. ഞാൻ അതു സമ്മതി ക്കുകയില്ല. നിനക്ക് നല്ല ബുദ്ധി തോന്നുമെന്ന പ്രതീക്ഷയിൽ പത്തു ദിവസമായി ഞാനിതു സഹിക്കുകയാണ്. നല്ലതു ചിന്തിക്കാൻ നിനക്ക് താത്പര്യമില്ലാത്തതുകൊണ്ടാണ് നാം ഈ അവസ്ഥയിലെത്തിയത്.'

കൈ ശക്തമായി കുടഞ്ഞുകൊണ്ട് അവൾ അയാളുടെ പിടുത്ത ത്തിൽ നിന്നും കുതറിമാറി. അയാൾ വീണ്ടും കടന്നുപിടിച്ച് അവളെ

തന്റെ നേർക്കുനേരെ പിടിച്ചു നിറുത്തി. 'നിന്റെ ഈ ഈ നശിച്ച പർദ്ദ ഞാൻ വലിച്ചു കീറാൻ പോവുകയാണ്.

'അസാദ്ധ്യം! നമ്മുടെ നാട്ടിലെ ശരിയ അതു ധരിക്കണമെന്നു വിധിക്കുന്നു.'

'ഞാനിതു വലിച്ചുകീറും....'

'ആദ്യം പോയി താലിബാന്റെ അനുവാദം വാങ്ങി വരിക. നിങ്ങളുടെ ചങ്കൂറ്റം കാണാമല്ലോ. ഉടൻ അവരുടെ നിയമം മാറ്റാൻ അവരോടു പറയുക. അപ്പോൾത്തന്നെ ഞാൻ പർദ്ദ മാറ്റുമെന്ന് വാക്കു തരുന്നു. ഇവിടെയിരുന്ന് എന്നെ ചീത്ത പറയുന്നതിനുപകരം ധീരനായ നിങ്ങൾ പോയി, ദൈവത്തിന്റെ മുഴങ്ങുന്ന, സ്പഷ്ടമായ ശബ്ദം കേൾക്കുന്നതുവരെ അവരുടെ ചെവി പിടിച്ചു തിരുമ്മുക. നിങ്ങൾ ശരിക്കും എന്റെ ഭർത്താവു തന്നെയായതിനാൽ, നിങ്ങൾ പോയി നിങ്ങളുടെ ഭാര്യയുടെ ദേഹത്ത് തൊടാൻ ധൈര്യം കാട്ടിയ നികൃഷ്ടനായ ആ തന്തയില്ലാത്തവനെ കണ്ടുപിടിച്ച് അവന്റെ തല വെട്ടിക്കളയുക. നിങ്ങൾക്ക് നിങ്ങളുടെ ഒരേയൊരു സൂര്യനായ എന്റെ മുഖം കാണണം, അല്ലേ? എങ്കിൽ, ഒരു പുതിയ പ്രഭാതം പൊട്ടിവിടർന്നിരിക്കുന്നുവെന്നും ഈ ഭീകരമായ രാത്രി വിദൂര സ്മരണയായി മാറിയ ഒരു ദുഃസ്വപ്നം മാത്രമാണെന്നും തെളിയിക്കുക.'

മൊഹ്സിൻ അവളുടെ പർദ്ദ ഉയർത്താനുള്ള ശ്രമത്തിൽ അതു കൂട്ടിപ്പിടിച്ചു. അവൾ കുതറുകയും പിടയുകയും ചെയ്തു. അവിടെ ഉഗ്രമായ മൽപിടുത്തം നടന്നു. ഉച്ചത്തിലുള്ള ശ്വാസോച്ഛ്വാസത്തിനിടയിൽ ദീനരോദനങ്ങളും ശാപസ്വരങ്ങളും ഉയർന്നു. ഭ്രാന്തമായ ആവേശത്തോടെ മൊഹ്സിൻ അവളെ പിടിച്ചുനിർത്തുകയും പർദ്ദ വലിച്ചുകീറുകയും ചെയ്തു. അസഹ്യമായ വേദന വകവെയ്ക്കാതെ സുനൈറ പർദ്ദ അടക്കിപ്പിടിച്ചു. ഭർത്താവ് വിടുന്നില്ലെന്നു കണ്ട് അവൾ അയാളുടെ ചുമലിലും കൈയിലും മാറിലുമെല്ലാം കടിച്ചു. എന്നിട്ടും അവൾക്ക് അയാളെ പിന്തിരിപ്പിക്കാൻ കഴിഞ്ഞില്ല. നിരാശകൊണ്ടുള്ള ആവേശത്തള്ളിച്ചയാൽ അവൾ മൊഹ്സിന്റെ മുഖത്ത് ശക്തമായി മാന്തി. മാന്തിക്കീറുന്ന അവളുടെ നഖങ്ങളുടെ സ്പർശത്തിൽ അദ്ഭുതപരതന്ത്രനായ മൊഹ്സിൻ ഞെട്ടി പിന്മാറി. വേദന കണ്ണുകളിൽ നിറഞ്ഞുകവിഞ്ഞ് അയാളെ അന്ധനാക്കി. അയാളുടെ മൂക്ക് രോഷം കൊണ്ടു വിറച്ചു. ക്രുദ്ധമായ വേഗത്തിൽ അയാളുടെ കൈ വായുവിൽ പറന്ന് അവളുടെ കവിളിൽ ആഞ്ഞുപതിച്ചു. അതിശക്തമായ ആ പ്രഹരമേറ്റ് അവൾ കുഴഞ്ഞു വീണു.

തന്റെ പ്രവൃത്തിയിൽ ഭയചകിതനായ മൊഹ്സിൻ സ്വന്തം കൈയിലേക്ക് തുറിച്ചുനോക്കി. എങ്ങനെ അയാൾക്ക് അവളെ അടിക്കാൻ കഴിഞ്ഞു? ഒരിക്കലും ദേഷ്യത്തോടെ അവളുടെമേൽ ഒരു ചെറുവിരൽ പോലും വെച്ചതായി അയാൾക്കോർമ്മയില്ല. ഒരു കാരണവശാലും അവളെ

ചീത്തപറയുകയോ കുറ്റപ്പെടുത്തുകയോ ചെയ്യുന്നതായി അയാൾക്കു സങ്കല്പിക്കാൻ പോലുമാവില്ല. തിരിച്ചറിയാനാവാത്തവിധം അയാൾ സ്വന്തം കൈയിൽ നോക്കി. 'എന്താണ് നമുക്ക് സംഭവിക്കുന്നത്?' അയാൾ പിറുപിറുത്തു. അക്ഷരാർത്ഥത്തിൽ തളർന്നുപോയ അയാൾ ഭാര്യയുടെ സമീപം കുനിഞ്ഞിരുന്നു. 'എന്നോടു ക്ഷമിക്കുക. ഞാൻ മനപ്പൂർവ്വം....'

സുനൈറ അയാളെ തള്ളിമാറ്റി, ഒരു വിധത്തിൽ എഴുന്നേറ്റ് സ്വീക രണമുറിയിലേക്കു വേച്ചു വേച്ചു നടന്നു.

യാചനയോടെ അയാൾ അവളെ പിന്തുടർന്നു.

'നിങ്ങൾ വെറുമൊരു കാടനാണ്,' അവൾ പറഞ്ഞു, 'പുറത്ത് കലി തുള്ളിക്കൊണ്ട് തേർവാഴ്ച നടത്തുന്ന ഭ്രാന്തന്മാരെപ്പോലെത്തന്നെ.'

'മാപ്പ്.'

'തരണമെന്നു തോന്നിയാൽത്തന്നെ എനിക്കു മനസ്സില്ല.'

അയാൾ അവളുടെ കൈ പിടിച്ചു. പെട്ടെന്ന് അവൾ അതിവേഗം അയാളുടെ നേർക്ക് ചുറ്റിത്തിരിയുകയും സർവ്വശക്തിയുമുപയോഗിച്ച് അയാളെ ചുമരിനടുത്തേക്ക് തള്ളുകയും ചെയ്തു. മൊഹ്സിൻ ചെറി യൊരു മൊന്തയിൽ കാലു തടഞ്ഞ് പിന്നോക്കം മറിഞ്ഞു. തല ചുമരിൽ തള്ളിനിന്നിരുന്ന ഭാഗത്ത് ഇടിച്ച് അയാൾ ശക്തിയോടെ നിലത്തു വീണു.

കാഴ്ച തെളിഞ്ഞപ്പോൾ ഭർത്താവ് അനങ്ങുന്നില്ലെന്ന് സുനൈറ യ്ക്ക് മനസ്സിലായി. കഴുത്ത് അസാധാരണമാംവിധം പിരിഞ്ഞ്, തുറിച്ച കണ്ണുകളും മലക്കെ തുറന്ന വായയുമായി അയാൾ നിലത്തുകിടക്കുന്നു. മൂക്കിൽ നിന്നും ഇറ്റുന്ന രക്തം അയാളുടെ മുഖത്തു പരന്ന ശാന്തഗംഭീര മായ ഭാവത്തിന് യാതൊരു മാറ്റവുമുണ്ടാക്കിയില്ല.

'എന്റെ ദൈവമേ!' അവൾ നിലവിളിച്ചു.

പതിനൊന്ന്

'**ഇ**ന്ന് പോസ്റ്റ് വിട്ടുപോകരുതെന്ന് നിങ്ങളോട് കാസിം അബ്ദുൾ ജബ്ബാർ പറയുന്നു,' സന്നദ്ധസേനയിലെ പടയാളി പറഞ്ഞു. 'ഒരു പുതിയ പുള്ളി വരുന്നുണ്ട്.'

വിവരണാതീതമായ പരിഭ്രാന്തിയോടെ, പട്ടാളക്കാരുമായി നഗരം വിടുന്ന ട്രക്കുകളിൽനിന്നും കണ്ണെടുക്കാതെ, തടവറയുടെ കവാടത്തിൽ സ്റ്റൂളിലിരിക്കുന്ന അതീഖ് തോള് കുലുക്കി. ഡ്രൈവർമാരുടെ ആക്രോശങ്ങളും ഹോണടിയും ജനക്കൂട്ടത്തെ മഞ്ഞുമാറ്റിക്കപ്പൽ പോലെ വകഞ്ഞുമാറ്റി. വണ്ടികളുടെ നിര ഉയർത്തുന്ന കോലാഹലം ആസ്വദിച്ച് കൂക്കിവിളിച്ചുകൊണ്ട് തെരുവുപിള്ളരുടെ സംഘങ്ങൾ എല്ലാടവും ഓടി നടന്നു. ഇന്നു രാവിലെയാണ് വാർത്ത വന്നത്: കമാൻഡർ മസൂദിന്റെ സൈന്യം ഒരു കെണിയിൽ വീണിരിക്കുന്നു. അതിനാൽ അവരെ ഉന്മൂലനം ചെയ്യാൻ കാബൂൾ അവിടത്തെ സൈന്യബലം വർദ്ധിപ്പിക്കുകയാണ്.

പൊടിക്കാറ്റുയർത്തിക്കൊണ്ട് പ്രവഹിച്ചുകൊണ്ടിരിക്കുന്ന പട്ടാള വണ്ടികൾ നോക്കിക്കൊണ്ട് സന്നദ്ധസേനാനി തോക്ക് മുറുകെപ്പിടിച്ചു. അയാൾ ഒരു വശത്തേക്ക് തുപ്പി, മുരളുന്ന ശബ്ദത്തിൽ പറഞ്ഞു, 'ഇത്തവണ പണി പറ്റിച്ചതു തന്നെ. അവർക്ക് ഒരുപാടു പേരെ നഷ്ടപ്പെട്ടു. വഞ്ചകനായ മസൂദിനെ എലിയെപ്പോലെ പിടികൂടണം. ഇനി ഒരിക്കലും അയാൾ തന്റെ നശിച്ച പഞ്ഷിർ കാണുകയില്ല.'

കാൽക്കലുള്ള ചായഗ്ലാസ് അതീഖ് ചുണ്ടിലേക്കടുപ്പിച്ചു. വെയിലു കാരണം ഒരു കണ്ണടച്ച് അയാൾ പട്ടാളക്കാരനെ നോക്കി മുറുമുറുത്തു, 'നിങ്ങളുടെ കാസിം അദ്ദേഹത്തെ കാത്ത് എന്നെ ഈ ചുട്ട വെയിലത്ത് ദിവസം മുഴുവനും ഇവിടെ നിർത്തുകയില്ലെന്നു കരുതുന്നു. ഇതിനേക്കാൾ നല്ല ഒരുപാട് പണികൾ എനിക്ക് വേറെയുണ്ട്.'

'കൃത്യമായ സമയമൊന്നും അദ്ദേഹം പറഞ്ഞില്ല. നിങ്ങളുടെ സ്ഥാനത്ത് ഞാനായിരുന്നെങ്കിൽ ഇവിടെ നിന്ന് അനങ്ങില്ല. അങ്ങേരെ നിങ്ങൾക്കറിയാമല്ലോ.'

'എനിക്കങ്ങേരെ അറിയില്ല. അറിഞ്ഞാൽ കൊള്ളാമെന്നുണ്ട്.'

ഉയർന്നുനിൽക്കുന്ന വിശാലമായ നെറ്റി ചുളിച്ചുകൊണ്ട് സന്നദ്ധഭടൻ

നീരസം പ്രകടിപ്പിച്ചു. മടുപ്പാർന്ന കണ്ണുകളോടെ അയാൾ ജയിലറെ വീക്ഷിച്ചു. 'ഇന്നു നിങ്ങൾക്ക് നല്ല സുഖമില്ല, അല്ലേ?'

അതീഖ് ഗ്ലാസ് താഴെ വെച്ചു. അപരന്റെ സാന്നിദ്ധ്യം അയാളെ ചൊടിപ്പിച്ചു. സന്ദേശം കൈമാറിയ സ്ഥിതിക്ക് ഇനി ഇയാൾക്ക് സ്ഥലം വിട്ടുകൂടേ? അയാളെ അതീഖ് ഒരു നിമിഷം സൂക്ഷിച്ചു നോക്കി. കെട്ടുപിണഞ്ഞ താടിയും പതിഞ്ഞ മൂക്കും വികാരശൂന്യമായ കണ്ണുകളും. അതീഖിന് തീരെ പിടിച്ചില്ല.

'ഞാൻ വേണമെങ്കിൽ പൊയ്ക്കോളാം.' ജയിലറുടെ മനസ്സ് വായിച്ചെടുത്തപോലെ അയാൾ പറഞ്ഞു. 'മറ്റുള്ളവരെ ശല്യപ്പെടുത്തുന്നത് എനിക്കിഷ്ടമല്ല.'

അതീഖ് നെടുവീർപ്പ് അമർത്തി മുഖം തിരിച്ചു.

അവസാനത്തെ പട്ടാളവണ്ടിയും കടന്നുപോയി. തകർന്ന കെട്ടിടാവശിഷ്ടങ്ങൾക്കപ്പുറം അവയുടെ ശബ്ദം വിദൂരമായ ഇരമ്പൽ പോലെ കുറച്ചു നേരത്തേക്കു കൂടി കേട്ടു. അതിനുശേഷം നിശ്ശബ്ദത പരക്കുകയും അതു കുട്ടികളുടെ ആവേശം തണുപ്പിക്കുകയും ചെയ്തു. അന്തരീക്ഷത്തിൽ അപ്പോഴും തങ്ങിനിന്ന പൊടി ആകാശത്തിന്റെ ഒരു ഭാഗം മറച്ചു. അവിടെ വെട്ടിത്തിളങ്ങുന്ന വെള്ളമേഘങ്ങളുടെ ഒരു നിര വന്നുനിന്നു. ദൂരെ, പർവ്വതങ്ങൾക്കുപിന്നിൽ സ്ഫോടനങ്ങളുടെ ശബ്ദം കേൾക്കുന്നതു പോലെ തോന്നും, ഒപ്പം അവയുടെ മാറ്റൊലികളും.

പൊതുവായ നിസ്സംഗതയ്ക്കിടയിൽ പത്തു ദിവസത്തോളം കാബൂളിൽ പലപ്പോഴായി വെടിവെപ്പ് തുടർന്നുകൊണ്ടിരുന്നു. അങ്ങാടികളിലും ചന്തകളിലുമെല്ലാം വ്യാപാരത്തിന്റെ കോലാഹലം രൂക്ഷമായ പോരാട്ടത്തിന്റെ ശബ്ദഘോഷത്തെപ്പോലും മുക്കിക്കളയും. കറൻസി നോട്ടുകളുടെ അട്ടികൾ ലേലം ചെയ്തു വിൽക്കപ്പെടുന്നു; വൻതുകകൾ നേടുകയും തുലയ്ക്കുകയും ചെയ്തുകൊണ്ടിരിക്കുന്നു. ജനങ്ങളുടെ കണ്ണ് മുതൽമുടക്കിലും ലാഭത്തിലും മാത്രമാണ്. അതിർത്തിയിൽനിന്നുള്ള വാർത്തകൾ പരിഗണിക്കപ്പെടുന്നുണ്ട്, പക്ഷേ, അതു ഒച്ചപ്പാടൊന്നുമില്ലാതെ, വാണിജ്യചർച്ചകൾക്ക് ആക്കം കൂട്ടാനായി മാത്രമാണ്.

ഇതിനോടെല്ലാം അതീഖിന് മടുപ്പ് തോന്നി. താനും നസീഷിന്റെ കാലടികൾ പിന്തുടരുന്ന അവസ്ഥയിൽ എത്തിപ്പെടുമോ എന്ന് അയാൾ ഗൗരവപൂർവ്വം ചിന്തിക്കാൻ തുടങ്ങി. അധികം മുമ്പല്ലാതെ, ഒരു സുപ്രഭാതത്തിൽ ആ പാവം മനുഷ്യൻ സാധനങ്ങളെല്ലാം കെട്ടിപ്പൊതിഞ്ഞ് മക്കളോടൊരക്ഷരം പറയാതെ ഫൂയ്- അപ്രത്യക്ഷമായി! മക്കൾ ഒരാഴ്ച അയാളെ തേടി നടന്നു. ചില ആട്ടിടയന്മാർ അയാളെ മലയിൽ വച്ചു കണ്ടു എന്നവകാശപ്പെട്ടു. ആരും അവരെ ഗൗരവത്തിലെടുത്തില്ല. അയാളുടെ പ്രായത്തിൽ, പ്രത്യേകിച്ചും ഈ വേനൽച്ചൂടിൽ, ചുറ്റുമുള്ള കുന്നുകളിൽ വച്ച് ഏറ്റവും ചെറിയ കുന്നുപോലും

നസീഷിന് കയറാനാവില്ല എന്ന് ആളുകൾ കരുതി. ആ പഴയ മൊല്ല മല കയറിപ്പോയിരിക്കുന്നത്, അത് അയാൾ ചെയ്തത്, ക്രൂരനും പുച്ഛിക്കുന്നവനുമായ തന്നെ, ജയിലർ അതീഖിനെ, ബോധിപ്പിക്കാനുമാണെന്നും അതീഖിന് ഉറപ്പായിരുന്നു.

സന്നദ്ധഭടൻ പെട്ടെന്ന് കുനിഞ്ഞ് ജയിലറുടെ ഗ്ലാസ് കൈയിലെടുത്തു. 'നിങ്ങളൊരു നല്ല മനുഷ്യനാണ്,' അയാൾ പറഞ്ഞു. 'ഈയിടെയായി നിങ്ങൾക്കെന്തുപറ്റി എന്നറിയില്ല, എങ്കിലും പ്രശ്നമില്ല. നിങ്ങൾ എന്നെ ആട്ടിയോടിച്ചാലും എനിക്ക് ഒരു വിരോധവും തോന്നില്ല.'

'ഞാൻ നിങ്ങളെ ആട്ടിയോടിക്കുന്നില്ലല്ലോ' മറ്റേയാൾ തന്റെ ഗ്ലാസ്സിൽ നിന്നും കുടിക്കുന്നത് വെറുപ്പോടെ നോക്കിക്കൊണ്ട് അതീഖ് നെടുവീർപ്പിട്ടു.

ഭടൻ തല കുലുക്കി. മതിലു ചാരി കുത്തിയിരുന്നു. തന്റെ കലാഷ്നിക്കോവിൽ വിരലോടിക്കാൻ തുടങ്ങി.

നീണ്ട മൗനത്തിനുശേഷം അതീഖ് ചോദിച്ചു, 'കാബിന്റെ വിവരമെന്താണ്? വളരെക്കാലമായി അയാളെ കണ്ടിട്ട്.'

'ഏതു കാബ്? കവചിത വിഭാഗത്തിലുള്ള ആളോ?'

'ഒരാളേ ഉള്ളൂ.'

സന്നദ്ധഭടൻ പുരികമുയർത്തി ജയിലറുടെ നേരെ തിരിഞ്ഞു. 'അപ്പോൾ നിങ്ങളറിഞ്ഞിട്ടില്ലെന്നാണോ ഞാൻ മനസ്സിലാക്കേണ്ടത്?'

'എന്ത്?'

'കാബ് മരിച്ചു. അയാൾ മരിച്ചിട്ട് രണ്ടു വർഷത്തിലധികമായി.'

'അയാൾ മരിച്ചുവെന്നോ?'

'മതി, മതി, അതീഖ്. നമ്മളെല്ലാവരും അയാളുടെ ശവമടക്കത്തിനു പോയിരുന്നു.'

അതീഖ് ചുണ്ടു കൂർപ്പിച്ചു, നെറ്റിയിൽ ചൊറിഞ്ഞു. എന്നാൽ ഈ ശ്രമങ്ങളൊന്നും അയാളെ എവിടെയുമെത്തിച്ചില്ല. അയാൾ ജാള്യതയോടെ തലയാട്ടി. 'അങ്ങനെയൊരു കാര്യം ഞാനെങ്ങനെയാണ് മറക്കുന്നത്?'

കൂടുതൽ കൂടുതൽ ആശ്ചര്യഭരിതനായി സന്നദ്ധഭടൻ അതീഖിനെ ഇടങ്കണ്ണിട്ടു നോക്കി. 'അതിനെപ്പറ്റി നിങ്ങൾ ഒന്നും ഓർക്കുന്നില്ലേ?'

'ഇല്ല.'

'അതു വിചിത്രമായിരിക്കുന്നു.'

ചായഗ്ലാസ് അതീഖ് തിരിച്ചു വാങ്ങി. അതിൽ ഒന്നുമില്ലെന്നു കണ്ട് അല്പനേരം സ്വപ്നത്തിലെന്നപോലെ ആലോചിച്ച് സ്റ്റൂളിനടിയിൽ വെച്ചു. 'എങ്ങനെയാണ് അദ്ദേഹം മരിച്ചത്?'

'നിങ്ങളെന്നെ കളിയാക്കുകയാണോ, അതീഖ്?'

'അയ്യോ, ഒരിക്കലുമല്ല....'

'പരിശീലനത്തിനിടയിൽ അയാളുടെ ടാങ്ക് പൊട്ടിത്തെറിച്ചു. വെടിയുണ്ടയ്ക്ക് അല്പം തകരാറുണ്ടായിരുന്നു. ശരിയായ സുരക്ഷാനടപടിക്രമങ്ങൾ പിന്തുടരുന്നതിനും ഔദ്യോഗിക നിരീക്ഷകൻ വരുന്നതുവരെ കാക്കുന്നതിനും പകരം കാബ് അതു വിക്ഷേപിച്ചു. ഉണ്ട കുഴലിൽത്തന്നെ പൊട്ടിത്തെറിച്ചു. ടാങ്കിന്റെ ഭാഗങ്ങൾ നൂറ്റമ്പതടി ചുറ്റുമായി ചിന്നിച്ചിതറി.'

'അവർ ശരീരം കണ്ടെടുത്തോ?'

ജയിലർ തന്നെ കളിയാക്കുകയാണെന്ന പൂർണ്ണബോദ്ധ്യത്തോടെ ഭടൻ തോക്കിന്റെ പാത്തി നിലത്തടിച്ച് എഴുന്നേറ്റു. 'നിങ്ങൾക്കിന്ന് നല്ല സുഖമില്ല. ഞാൻ തുറന്നു പറയുന്നു, നിങ്ങൾക്ക് സുഖമില്ലെന്ന് ഉറപ്പാണ്.'

അതു പറഞ്ഞ് അയാൾ നിലത്തു തുപ്പി, ശാപമുരുവിട്ടുകൊണ്ട് സ്ഥലം വിട്ടു.

ഏറെ വൈകിയ, സായാഹ്നത്തിൽ, പഴകിപ്പൊളിഞ്ഞ ഒരു വാനിൽ കാസിം അബ്ദുൾ ജബ്ബാർ എത്തി. അയാളെ അനുഗമിച്ച സ്ത്രീ സേനാനികൾ തടവുകാരിയെ പിടിച്ച് ധൃതിയിൽ ജയിലിനകത്തേക്കു കൊണ്ടുപോയി.

താക്കോൽ രണ്ടു തവണ തിരിച്ച് പുതിയ അന്തേവാസിയെ ഹാളിന്റെ അറ്റത്തുള്ള നാറുന്ന, ഇടുങ്ങിയ മുറിയിൽ അതീഖ് പൂട്ടിയിട്ടു. അയാളുടെ ചിന്ത വേറെ എവിടെയോ ആയിരുന്നു; അയാളുടെ ചലനം യാന്ത്രികമായിരുന്നു. ചുറ്റും നടക്കുന്നതൊന്നും അയാൾ ശ്രദ്ധിക്കുന്നില്ലെന്ന പോലെ തോന്നിച്ചു.

കാസിം അബ്ദുൾ ജബ്ബാർ നെഞ്ചിൽ കൈകെട്ടി, രൂക്ഷമായി തുറിച്ചു നോക്കിക്കൊണ്ട് അതീഖിന്റെ മുന്നിൽ മൂകനായി നിന്നു. സ്ത്രീസേനാനികൾ വാനിൽ കയറി ഇരുന്നപ്പോൾ കാസിം പ്രഖ്യാപിച്ചു, 'ചുരുങ്ങിയത് നിങ്ങൾക്കൊരു കൂട്ടുണ്ടാവും.'

'അതൊരു തമാശയാണോ?'

'അവൾ എന്താണ് ചെയ്തതെന്നറിയണ്ടേ?'

'അതുകൊണ്ട് എന്തു ഗുണമാണുള്ളത്?'

'അവൾ ഭർത്താവിനെ കൊന്നു.'

'ഇത്തരം സംഭവങ്ങൾ നടക്കാറുണ്ട്.'

വർദ്ധിച്ചുവരുന്ന ജയിലറുടെ വെറുപ്പ് കാസിം മനസ്സിലാക്കി. ഇത് അയാളെ അങ്ങേയറ്റം പ്രകോപിപ്പിച്ചു, അതീഖിനെ നിലയ്ക്കു നിർത്താനുള്ള പ്രലോഭനത്തിനു വഴങ്ങി അധികം സംസാരിക്കരുതെന്ന് കാസിം സ്വയം വിലക്കി. ചിന്തയിൽ മുഴുകിയപോലെ അയാൾ താടി തടവി, ഇടനാഴിയുടെ അറ്റത്തേക്കു തിരിഞ്ഞുകൊണ്ട് അയാൾ പറഞ്ഞു, 'മറ്റുള്ളവരേക്കാൾ അല്പം കൂടുതൽ സമയം അവൾ ഇവിടെയുണ്ടാവും.'

'എന്തുകൊണ്ട്?' അലോസരപ്പെട്ട ശബ്ദത്തിൽ അതീഖ് ചോദിച്ചു.

'അടുത്ത വെള്ളിയാഴ്ച സ്റ്റേഡിയത്തിൽ നടക്കുന്ന മഹാസമ്മേളനം കാരണം. ഉന്നത ശ്രേണിയിലുള്ള ചില അതിഥികൾ അവിടെ സന്നിഹിതരായിരിക്കും. പരിപാടിക്ക് ഒരു പരിവേഷം നൽകാൻ വേണ്ടി പത്തോ പന്ത്രണ്ടോ പേരെ പരസ്യ വധശിക്ഷ നടപ്പാക്കാൻ അധികാരികൾ തീരുമാനിച്ചിരിക്കുന്നു. അക്കൂട്ടത്തിൽ നിങ്ങളുടെ അന്തേവാസിയെ ഉൾപ്പെടുത്തിയിരിക്കുന്നു. ഉടൻ അവളെ വെടിവെച്ചു കൊല്ലാനാണ് തുടക്കത്തിൽ കാസിം ആവശ്യപ്പെട്ടത്. എന്നാൽ, വെള്ളിയാഴ്ചയിലെ പരിപാടിക്ക് ഒരു സ്ത്രീ ഇല്ലാത്തതിനാൽ അവൾക്ക് അതുവരെ ഇളവു നൽകി.'

അതീഖ് അർദ്ധമനസ്സോടെ തലയാട്ടി.

അയാളുടെ ചുമലിൽ കൈ വെച്ചുകൊണ്ട് കാസിം പറഞ്ഞു, 'അന്നു രാത്രി ഞങ്ങൾ ഹാജി പൽവാന്റെ വീട്ടിൽ നിങ്ങൾക്കുവേണ്ടി കാത്തു.'

'വേറെ ഒരു കാര്യം വന്നുപെട്ടു.'

അതീഖ് പിൻവാങ്ങാൻ നിശ്ചയിച്ചു. അയാൾ തന്റെ ഓഫീസായി വർത്തിക്കുന്ന കുടുസ്സുമുറിയിലേക്കു പിൻവലിഞ്ഞു. ഒരു നിമിഷം ശങ്കിച്ചു നിന്നതിനുശേഷം കാസിം അയാളെ പിന്തുടർന്നു. 'എന്റെ നിർദ്ദേശങ്ങളെപ്പറ്റി നിങ്ങൾ ആലോചിച്ചുവോ?' അയാൾ ചോദിച്ചു.

അതീഖ് അസ്വസ്ഥവും ഹ്രസ്വവുമായ ചിരിപോലെ ഒരു ശബ്ദം പുറപ്പെടുവിച്ചു.

'എനിക്കു തലയുണ്ടായിട്ടുവേണ്ടേ എന്തിനെപ്പറ്റിയെങ്കിലും ചിന്തിക്കാൻ?'

'അതു നിങ്ങളുടെ കുഴപ്പമാണ്. നിങ്ങൾ കണ്ണു തുറക്കാൻ കൂട്ടാക്കുന്നില്ല. കാര്യങ്ങളെല്ലാം വ്യക്തമാണ്. അവയുടെ മുഖത്തേക്കു നോക്കണം, അത്രമാത്രമേ നിങ്ങൾ ചെയ്യേണ്ടതുള്ളൂ.'

'കാസിം, ദയവു ചെയ്ത്, അതെല്ലാം വീണ്ടും ആവർത്തിക്കാൻ എനിക്കു താത്പര്യമില്ല.'

'നിങ്ങളുടെ ഇഷ്ടംപോലെ,' കൈകൾ നെഞ്ചിനു നേരെ ഉയർത്തിക്കൊണ്ട് കാസിം അബ്ദുൾ ജബ്ബാർ ക്ഷമാപണസ്വരത്തിൽ പറഞ്ഞു.

'ഞാൻ പറഞ്ഞത് തിരിച്ചെടുത്തിരിക്കുന്നു. പക്ഷേ, നിങ്ങളുടെ വിഷണ്ണഭാവം ദൈവത്തെയോർത്ത് എത്രയും വേഗം ഉപേക്ഷിക്കുക. നിങ്ങളെ ഒരു ദുശ്ശകുനം പോലെ തോന്നിക്കുന്നത് അത്ര സന്തോഷം തരുന്ന അനുഭവമല്ല...'

പന്ത്രണ്ട്

അതീഖിന് ഒന്നുംതന്നെ ഉടനെ മനസ്സിലായില്ല. ഏതോ ഒരു ശക്തി അയാളുടെ ഉള്ളിൽ ഒരു പ്രതിപ്രവർത്തനം തൊടുത്തുവിടുകയും തണുത്തുറഞ്ഞ ജലപ്രവാഹം പോലെ ആകെ മരവിപ്പിക്കുന്ന ഒരു തരംഗം അടിമുടി അയാളിലൂടെ കടന്നുപോവുകയും ചെയ്തപോലെ. കൈയിലുണ്ടായിരുന്ന പാത്രം വഴുതി നിലത്തു വീണു. അതിലുണ്ടായിരുന്ന ചോറ് പൊടിയിൽ കലർന്നു. മൂന്നോ, നാലോ നിമിഷങ്ങളോളം എന്തോ വിഭ്രമക്കാഴ്ച കാണുകയാണെന്ന് അയാൾക്കു തോന്നി. ഭൂതത്തിന്റെ അതിശക്തമായ പ്രഹരമേറ്റ് അടിതെറ്റിയ അയാൾ സ്വബോധം വീണ്ടെടുക്കാനായി തന്റെ കുടുസ്സുമുറിയിലേക്കു പിൻവലിഞ്ഞു. ജനലിൽനിന്നുള്ള വെളിച്ചം അയാളെ പീഡിപ്പിച്ചു. പുറത്ത് യുദ്ധക്കളികൾ കളിക്കുന്ന കുട്ടികളുടെ കൂക്കിവിളികൾ അയാളെ അസ്വസ്ഥനാക്കി. കിടയ്ക്കയിലമർന്ന് വിരലുകൾ നെറ്റിയിലമർത്തി, ചെകുത്താന്റെ ബാധ ഒഴിപ്പിക്കാൻ ശാപവചനങ്ങൾ ഉരുവിട്ടു.

'ലാ ഹൗല...'

തല അല്പമൊന്നു തെളിഞ്ഞപ്പോൾ അതീഖ് പാത്രമെടുക്കാൻ ഹാളിലേക്കു തിരിച്ചുപോയി. അല്പം അകലേക്ക് ഉരുണ്ടുപോയ അടപ്പെടുത്ത് തിരിച്ചുവെക്കുകയും തറയിൽ തൂവിപ്പോയ ചോറിന്റെ വറ്റുകൾ പെറുക്കിയെടുക്കുകയും ചെയ്തു. നിലം വൃത്തിയാക്കുന്നതിനിടയിൽ അയാൾ അറയുടെ മുകളിൽ ദുർനിമിത്തമായ പക്ഷിയെപ്പോലെ നിൽക്കുന്ന വിട്ടത്തിൽ ശ്രദ്ധയോടെ കണ്ണോടിച്ചു. അയാളുടെ നോട്ടം മേൽക്കൂരയിൽ പിടിപ്പിച്ച, വെളിച്ചം മങ്ങിമങ്ങിവരുന്ന ബൾബിൽ തങ്ങിനിന്നു. മുഴുവൻ ധൈര്യവും സംഭരിച്ച് ആളുള്ള ഒരേയൊരു അറയുടെ സമീപത്തേക്ക് അയാൾ തിരിച്ചുനടന്നു. അപ്പോൾ അവിടെ അതാ, അറയുടെ ഒത്തനടുവിൽ ഒരു മാന്ത്രികക്കാഴ്ച: തടവുകാരി പർദ്ദ മാറ്റിയിരിക്കുന്നു! അവൾ നിലത്ത് ചമ്രംപടിഞ്ഞിരിക്കുകയാണ്. അവളുടെ കൈമുട്ടുകൾ കാൽമുട്ടുകളിലും കൈകൾ താടിക്കു താഴെയും വെച്ചിരിക്കുന്നു. അവൾ പ്രാർത്ഥിക്കുകയാണ്. അതീഖ് ഇടിവെട്ടേറ്റപോലെ നിന്നു. മുമ്പൊരിക്കലും അതുപോലെയൊരു തേജസ്സ് അയാൾ കണ്ടിട്ടില്ല. പുറം മുഴുവൻ പരന്നുകിടക്കുന്ന നീണ്ട മുടിയും ചക്രവാളംപോലെയുള്ള വലിയ

കണ്ണുകളും. ഭാവനാതീതമായ സൗന്ദര്യമുള്ള ഒരു മാലാഖരൂപം. വിഷലിപ്തമായ, ജീർണ്ണിച്ച ഈ കാരാഗൃഹത്തിന്റെ ഹൃദയത്തിൽ വിശുദ്ധി നിറയ്ക്കുന്ന ഉഷസ്സുപോലെയാണ് അവൾ.

വർഷങ്ങളോളം അതീഖ് ഭാര്യയുടെയല്ലാതെ മറ്റൊരു സ്ത്രീയുടെ മുഖം കണ്ടിട്ടില്ല. അത്തരം കാഴ്ചകൾ കാണാതെ ജീവിക്കാൻ അയാൾ പഠിക്കുകതന്നെ ചെയ്തിരുന്നു. അയാളെ സംബന്ധിച്ചിടത്തോളം സ്ത്രീകൾ, ഫലത്തിൽ, ആരാലും ശ്രദ്ധിക്കപ്പെടാതെ തെരുവിലൂടെ കടന്നുപോകുന്ന, ശബ്ദവും ആകർഷണവുമില്ലാത്ത ഭൂതങ്ങളാണ്; മനുഷ്യരുടെ സമീപത്തെത്തുമ്പോൾ ദീനരോദനം മുഴക്കുന്ന, മങ്ങിയ നീലയും മഞ്ഞയും നിറത്തിലുള്ള നാരായണ പക്ഷികളാണ്.

പെട്ടെന്നിതാ ഒരു മൂടുപടം മാറുന്നു; ഒരു അദ്ഭുതം സംഭവിക്കുന്നു. അതിൽനിന്നും മുക്തനാവാൻ അതീഖിന് കഴിയുന്നില്ല. പൂർണ്ണമായ ഒരു സ്ത്രീ? യഥാർത്ഥമായ, തൊടാവുന്ന, അതിസുന്ദരിയായ ഒരു സ്ത്രീയുടെ മുഖം തന്റെ നേരെ മുന്നിൽ? പർദ്ദയില്ലാത്ത ഒരു സ്ത്രീ ഉടലിന്റെ കാഴ്ച വളരെക്കാലമായി മാറ്റിനിർത്തപ്പെട്ടതിനാൽ, ജനങ്ങളുടെ ഭാവനയിൽ നിന്നുപോലും അതു ബഹിഷ്കരിക്കപ്പെട്ടിരിക്കുന്നുവെന്നാണ് അയാൾ വിശ്വസിച്ചിരുന്നത്. കൗമാരത്തിൽനിന്നും യൗവനത്തിലേക്കു കടക്കുന്ന ഒരു ചെറുപ്പക്കാരനായിരുന്ന കാലത്ത് അയാൾ ബന്ധുക്കളായ രണ്ടു പെൺകുട്ടികളുടെ മുറി രഹസ്യമായി നിരീക്ഷിക്കുകയും അവരുടെ ആകാരസൗഷ്ഠവത്തിലും പൊട്ടിച്ചിരികളിലും ആഹ്ലാദകരമായ ചലനങ്ങളിലും ലയിച്ച് ഇന്ദ്രിയങ്ങളെ വിരുന്നൂട്ടിയിരുന്നു. അയാൾ ഒരു ഉസ്ബെക്കിസ്താൻകാരിയായ സ്കൂൾ ടീച്ചറെ പ്രേമിക്കുകപോലും ചെയ്തിട്ടുണ്ട്. അവരുടെ നടത്തത്തിന് നീണ്ട മുടിച്ചുരുളുകൾ ദിവ്യമായ നൃത്തത്തിന്റെ വശ്യശക്തി പകർന്നിരുന്നു. വികാരതരളമായ, മുത്തശ്ശിക്കഥകളും ഐതിഹ്യങ്ങളും വിശ്വാസങ്ങളുമെല്ലാം നിലനിൽക്കുന്ന ആ പ്രായത്തിൽ, ഒരു പെൺകുട്ടിയെ സ്വപ്നം കണ്ടാൽ മാത്രം മതി, ഒരുവന് സ്വർഗ്ഗത്തിന്റെ ഒരു മൂല കാണാൻ കഴിയുമെന്ന് അതീഖ് ഉറച്ചു വിശ്വസിച്ചിരുന്നു.

പിന്നീട് അതെല്ലാം കെട്ടടങ്ങി; ആഹ്ലാദത്തിന്റെ ധീരമായ ലോകം ഛിന്നഭിന്നമായി പോയി. മനുഷ്യരുടെ ഉദാത്ത സ്വപ്നങ്ങളെല്ലാം ശവക്കച്ചകളിൽ മൂടപ്പെട്ടു. വലകൾകൊണ്ടു മറച്ച നേത്രദ്വാരങ്ങളുള്ള മുഖംമൂടി ഇറങ്ങിവന്ന് എല്ലാം കണ്ടുകെട്ടിയിരിക്കുന്നു: പൊട്ടിച്ചിരികൾ, പുഞ്ചിരികൾ, ഒളിഞ്ഞുനോട്ടങ്ങൾ, നുണക്കുഴിക്കവിളുകൾ, സുറുമയിട്ട കണ്ണുകൾ....

അതീഖ് പിറ്റേദിവസം രാവിലെയും തടവുകാരിക്ക് അഭിമുഖമായി, ഹാളിൽ അതേ ഇരിപ്പായിരുന്നു. താൻ ഒരു നിമിഷം പോലും അവളിൽ നിന്നു കണ്ണെടുക്കാതെ രാത്രി മുഴുവൻ ഉറക്കമൊഴിച്ച് ഇരുന്നു എന്ന് അയാൾ തിരിച്ചറിഞ്ഞു. തൊണ്ടവേദനയും ഉന്മത്താവസ്ഥയും കൊണ്ട്

അയാൾക്ക് വിചിത്രമായ ഒരു വല്ലായ്മ അനുഭവപ്പെട്ടു. താൻ മറ്റാരുടേയോ ശരീരത്തിൽ പുനർജ്ജീവിക്കുകയാണെന്ന ഒരു തോന്നൽ അയാൾക്കുണ്ടായി. പെട്ടെന്നുള്ള ഈ സമ്പത്തിന്റെ ശക്തി അയാളെ കീഴടക്കി, ഏറ്റവും ഗഹനമായ അയാളുടെ ഉള്ളറകളെപ്പോലും അത് ആവേശിച്ചു. അയാളുടെ ചിന്തകൾക്ക് അത് പുതുജീവൻ പകർന്നു, ഹൃദയമിടിപ്പ് ചടുലമാക്കി, ശ്വാസോച്ഛ്വാസം ഊഷ്മളമാക്കി. തന്റെ അസ്തിത്വത്തിൽതന്നെ ചുറ്റിക്കയറുന്ന എന്തോ ഒന്നിന്റെ സാന്നിദ്ധ്യം അയാൾക്ക് അനുഭവപ്പെട്ടു.

ഇതിന്റെയെല്ലാം പൊരുൾ മനസ്സിലാക്കാൻ അതീഖ് ശ്രമിച്ചതേയില്ല. അയാൾക്കു വേദന തോന്നുന്നില്ല. പകരം, തലകറക്കം പോലെ, അടക്കാനാവാത്ത ഒരു അനുഭൂതി, പരമാനന്ദത്തോളമെത്തുന്ന ഒരു ആഹ്ലാദം, അയാളെ കീഴടക്കുകയും പ്രഭാതത്തിലെ സ്നാനകർമ്മങ്ങൾ മറന്നുപോകുന്ന വിധത്തിൽ അയാളെ വല്ലാത്തൊരു അവസ്ഥയിലെത്തിക്കുകയും ചെയ്തു. ഒരു വശ്യശക്തിക്കു വിധേയനായപോലെ അയാൾക്കു തോന്നി. അതീഖ് ഇതിലുള്ള അനൗചിത്യത്തിന്റെ ഗൗരവം വിചിന്തനം ചെയ്യുകയും അളക്കുകയും അതുപോലെതന്നെ തള്ളിക്കളയുകയും ചെയ്തു. വളരെ അടുത്ത്, എന്നാൽ, വളരെ ദൂരെ, തന്റെ ഉള്ളിലെ അതിസൂക്ഷ്മങ്ങളായ സ്പന്ദനങ്ങൾക്ക് അതീവശ്രദ്ധയോടെ കാതോർക്കാനും അതേ സമയം സാധാരണനിലയിലേക്കു മടങ്ങാനുള്ള ഏറ്റവും അലംഘനീയമായ ആഹ്വാനം പോലും അവഗണിക്കാനും ഉതകുന്ന എവിടേക്കോ, അയാൾ ഒരു സ്വപ്നാടനത്തിലെന്നപോലെ സ്വയം പോകാനനുവദിച്ചു.

'**എ**ന്താണ് കാര്യം?' മുസറാത് ചോദിച്ചു. 'അഞ്ചാമത്തെ തവണയാണ് നിങ്ങൾ ചോറിൽ ഉപ്പിടുന്നത്. എന്നാൽ, അത് രുചിച്ചുനോക്കിയിട്ടില്ല താനും. പിന്നെ, നിങ്ങൾ വെള്ളത്തിന്റെ കോപ്പ ചുണ്ടുകളിലേക്കടുപ്പിച്ചുകൊണ്ടിരിക്കുന്നു, എന്നാൽ ഒരിക്കൽപോലും കുടിക്കുന്നുമില്ല.'

അതീഖ് ഒരു മന്ദനെപ്പോലെ ഭാര്യയെ നോക്കി. ഭാര്യയുടെ വാക്കുകളുടെ അർത്ഥം അയാൾക്ക് പിടികിട്ടിയപോലെ തോന്നിയില്ല. അയാളുടെ കൈകൾ വിറയ്ക്കുകയും ഹൃദയം അതിദ്രുതം മിടിക്കുകയും ചെയ്തു. ഇടയ്ക്കിടക്ക് വല്ലാത്ത ശ്വാസംമുട്ടൽ അയാൾക്ക് അനുഭവപ്പെട്ടു. ഉറയ്ക്കാത്ത കാലുകളും ചിന്തകളൊഴിഞ്ഞ, ശൂന്യമായ തലയുമായാണ് അയാൾ വീട്ടിലേക്കു നടന്നത്. എന്നാൽ, എങ്ങനെ വീട്ടിലെത്തി എന്ന് അയാൾ ഓർക്കുന്നില്ല. സാധാരണഗതിയിൽ, നിരവധി പരിചയക്കാർ വിളിക്കുകയും ഉപചാരം പറയുകയും ചെയ്യാതെ നടക്കാൻ പറ്റാത്ത തന്റെ ജില്ലയിലെ തെരുവുകളിൽ ആരേയും കണ്ടതായി അയാൾ ഓർക്കുന്നില്ല. തലേദിവസം സായാഹ്നം മുതലുള്ള വിഷണ്ണമായ അവസ്ഥ അയാൾ ജീവിതത്തിൽ മുമ്പൊരിക്കലും അനുഭവിച്ചിട്ടില്ല. അയാൾക്ക് വിശപ്പില്ല, ദാഹമില്ല. ചുറ്റുമുള്ള ലോകം അയാളുടെ ബോധത്തെ സ്പർശിക്കുന്നതു

പോലുമില്ല. അയാളിപ്പോൾ അനുഭവിക്കുന്ന അവസ്ഥ ഒരേ സമയം അദ്ഭുതകരവും ഭീതിജനകവുമാണ്, എന്നാൽ ഭൂമിയിലെ മുഴുവൻ സ്വർണ്ണത്തിനുവേണ്ടിപോലും അതു കൈയൊഴിയാൻ അയാൾ ഒരുക്കമല്ല: അയാൾ പൂർണ്ണമായ സുഖം അനുഭവിച്ചു.

'നിങ്ങൾക്കെന്തുപറ്റി, അതീഖ്?'

'എന്താണ് പറഞ്ഞത്?'

'ദൈവത്തിനു സ്തുതി, നിങ്ങൾക്ക് കേൾക്കാൻ കഴിയുന്നുണ്ട്. നിങ്ങൾക്ക് കേൾവിയും സംസാരശേഷിയും നഷ്ടപ്പെട്ടുവോ എന്നു ഞാൻ ഭയപ്പെട്ടു.'

'നീ എന്തിനെപ്പറ്റിയാണ് സംസാരിക്കുന്നത്?'

'ഒന്നുമില്ല,' ശ്രമമുപേക്ഷിച്ച് മുസറാത് പറഞ്ഞു

അതീഖ് കപ്പ് നിലത്തുവെക്കുകയും മൺപാത്രത്തിൽനിന്നും ഒരു നുള്ള് ഉപ്പെടുത്ത് ഒരിക്കൽക്കൂടി, യാന്ത്രികമായി ചോറിൽ വിതറാൻ തുടങ്ങുകയും ചെയ്തു. മുസറാത് ചിരി മറയ്ക്കാൻ വായ്പൊത്തി. അയാളുടെ മനോരാജ്യാവസ്ഥ അവളെ രസിപ്പിക്കുകയും ആകുലപ്പെടുത്തുകയും ചെയ്തു. എന്നാൽ, അയാളുടെ മുഖത്തെ തിളക്കം അവളെ സമാശ്വസിപ്പിച്ചു. ഇത്രയും പ്രീതിപ്പെടുത്തുന്നവിധം ചഞ്ചലനായി അയാളെ ഒരിക്കലും കണ്ടിട്ടില്ല. ഒരു പാവകളി കണ്ടു വന്ന കുട്ടിയെപ്പോലെയായിരുന്നു അയാൾ. ഉള്ളിൽനിന്നുള്ള ഒരു പ്രകാശത്തിൽ അയാളുടെ കണ്ണുകൾ തിളങ്ങി. ചുറ്റുമുള്ളതെല്ലാം തകർക്കാനൊരുമ്പെടുന്ന തരത്തിലുള്ള ക്രോധത്തെ സ്വയം നിയന്ത്രിക്കാൻ പണിപ്പെടുന്ന ഒരാളിൽ ഈ തരത്തിലുള്ള മുഖനിലാവ് അവിശ്വസനീയം തന്നെ.

'കഴിക്കൂ,' അവൾ നിർബ്ബന്ധിച്ചു.

അതീഖ് ഞെട്ടി. അയാളുടെ നെറ്റി പുരികങ്ങൾക്കു ചുറ്റും ചുരുണ്ടുകൂടി. പെട്ടെന്ന്, അയാൾ തുടയിലടിച്ചുകൊണ്ട് ചാടിയെഴുന്നേറ്റു. 'എന്റെ ദൈവമേ!' തന്റെ വലിയ താക്കോൽക്കൂട്ടം അതിന്റേതായ ആണിയിൽനിന്നും എടുത്തുകൊണ്ട് അയാൾ ഉദ്ഘോഷിച്ചു. 'ഞാൻ മാപ്പർഹിക്കുന്നില്ല.'

മുസറാത് എഴുന്നേൽക്കാൻ ശ്രമിച്ചു. അവളുടെ മെലിഞ്ഞ കൈകൾ തളർന്നു. അവൾ പായയിലേക്കുതന്നെ വീണു. ആ ശ്രമത്തിൽ അവളുടെ ശക്തി മുഴുവൻ ചോർന്നുപോയി. കാലുകൾ മുന്നിൽവെച്ച്, ചുമരിൽ ചാരിയിരുന്ന് അവൾ ഭർത്താവിനെ ഉറ്റുനോക്കി. 'ഇപ്പോൾ എന്താണുണ്ടായത്?'

അവൾ ഒരു ശല്യമായെന്നപോലെ അതീഖിനു തോന്നി, എങ്കിലും അയാൾ മറുപടി പറയാതിരുന്നില്ല: 'ഇപ്പോഴാണ് ഓർത്തത് ഞാൻ തടവുകാരിക്ക് കഴിക്കാനൊന്നും കൊടുത്തില്ല.'

അയാൾ മുന്നോട്ടു നടന്ന് അപ്രത്യക്ഷനായി.

മുസറാത് ചിന്തയിലാണ്ട് നിന്നിടത്തുതന്നെ നിന്നു. ഭർത്താവ് തലപ്പാവും മേലങ്കിയും ചാട്ടയുമില്ലാതെയാണ് പോയിരിക്കുന്നത്. അങ്ങനെയൊന്ന് മുമ്പൊരിക്കലും സംഭവിച്ചിട്ടില്ല. സാധനങ്ങളെല്ലാം എടുക്കാനായി അയാൾ തിരിച്ചുവരുമെന്ന പ്രതീക്ഷയിൽ അവൾ കാത്തു. എന്നാൽ, അതീഖ് മടങ്ങിവന്നില്ല. ഇതിൽ നിന്നും, പാർട്ട് ടൈം ജയിലറായ തന്റെ ഭർത്താവ് പൂർണ്ണ മാനസികാരോഗ്യാവസ്ഥയിലല്ലെന്ന നിഗമനത്തിലെത്തി മുസറാത്.

സുനൈറ ഒരു പഴകിദ്രവിച്ച പുതപ്പിൽ കിടന്ന് ഉറക്കമായിരുന്നു. അവളുടെ കാഴ്ച അതീഖിൽ ബലിയർപ്പണത്തെക്കുറിച്ചുള്ള ചിന്തയുണർത്തി. അവൾക്കു ചുറ്റും, രക്തക്കറകൾ പോലെ എന്തെല്ലാമോ ചിന്നിത്തെറിച്ച ഭിത്തികളുള്ള ജയിലറ. റാന്തൽ വെളിച്ചത്തിൽ നിഴൽരൂപങ്ങൾ ആടിക്കൊണ്ടിരുന്നു. ഇരുട്ട് കട്ടപിടിച്ചതെങ്കിലും പൊടിയിൽ മൂടിയ രാത്രിയുടെ തിരക്കാർന്ന ഇരമ്പം വ്യക്തമായി കേൾക്കാം. അതീഖ് ഒരു തളികയിൽ പൊരിച്ച ഇറച്ചിയും (സ്വന്തം കീശയിൽ നിന്നുള്ള പണം കൊടുത്ത് വാങ്ങിയത്) പരന്ന കെയ്ക്കും കുറച്ച് പഴങ്ങളുമായി അറയിൽ നിലത്തു വെച്ചു. അയാൾ കുനിഞ്ഞിരുന്ന് തടവുകാരിയെ ഉണർത്താൻ കൈനീട്ടി. അയാളുടെ വിരലുകൾ അവളുടെ ചുമലിന്റെ മുകളിൽ വന്നുനിന്നു. എന്നാൽ, ചിന്തകൾക്ക് അയാളെ പ്രവർത്തിപ്പിക്കാൻ കഴിഞ്ഞില്ല. അയാളുടെ കൈ സംശയിച്ചുകൊണ്ട് വായുവിൽത്തന്നെ ഇളകാതെ നിന്നു. പിന്നിലെ ചുമരിലേക്ക് അയാൾ പിന്നോക്കം നിരങ്ങിനീങ്ങി. താടി കാൽമുട്ടുകൾക്കിടയിൽ തിരുകി, കണ്ണുകൾ സ്ത്രീയുടെ ദേഹത്തുറപ്പിച്ചുകൊണ്ട് അയാൾ അനങ്ങാതെ ഇരുന്നു. വിളക്കിന്റെ തെളിഞ്ഞ പ്രകാശം ചമച്ച അവളുടെ ശരീരത്തിന്റെ നിഴൽ ചുമരിൽ ഒരു സ്വപ്നത്തിന്റെ മാസ്മരിക ചിത്രം രചിച്ചു.

തടവുകാരിയുടെ സമചിത്തത അതീഖിനെ വിസ്മയിപ്പിച്ചു. ഒരു അരുവിയിലെ തെളിഞ്ഞ വെള്ളംപോലെ സുന്ദരമായ അവളുടെ മുഖത്തുണ്ടായിരുന്ന പ്രശാന്തത അയാൾക്ക് സങ്കല്പിക്കാൻപോലും കഴിയുന്ന ഒന്നായിരുന്നില്ല. പിന്നെ, ആ മൃദുലവും മിനുസവുമായ കറുത്ത മുടി ഏറ്റവും സൗമ്യമായ ഇളംതെന്നലിനു പോലും ഒരു പട്ടത്തെപ്പോലെ എളുപ്പത്തിൽ വായുവിലുയർത്താൻ കഴിയുന്ന തരത്തിലുള്ളതാണ്. പിന്നെ, ലോലവും തിളക്കമാർന്നതുമായ മാലാഖ കൈകൾ, അതൊരു തഴുകൽ പോലെ മൃദുലമാണ്. പിന്നെ ഉരുണ്ട കൊച്ചു വായ.... 'ലാ ഹൗല,' അയാൾ സ്വയം നിയന്ത്രിച്ചു.

'അവൾ ഉറങ്ങുകയാണെന്ന വസ്തുത മുതലെടുക്കാൻ എനിക്ക് അവകാശമില്ല,' അയാൾ ചിന്തിച്ചു. 'ഞാൻ വീട്ടിലേക്കുതന്നെ തിരിച്ചു പോകണം. അവളെ വെറുതെ വിടണം.' പക്ഷേ, പ്രവർത്തിച്ചില്ല. അയാൾ

അവിടെത്തന്നെ, കൈകൾ കാൽമുട്ടുകളെ കെട്ടിപ്പിടിച്ചുകൊണ്ട്, മന സ്സാക്ഷിയേക്കാൾ വലിയ കണ്ണുകളോടെ, ആ മൂലയിൽ കുത്തിയി രുന്നു.

'അതു വളരെ ലളിതമാണ്,' അതീഖ് പ്രഖ്യാപിച്ചു. 'അവളെ വാക്കു കൾകൊണ്ട് വിവരിക്കാനാവില്ല.'

'അവൾ അത്രയും സുന്ദരിയാണോ?' വിശ്വാസം വരാതെ മുസറാത് ചോദിച്ചു.

'സുന്ദരി? ആ വാക്ക് വെറും സാധാരണം. അത് വെറും നിസ്സാരമായ വാക്കായി എനിക്കു തോന്നുന്നു. എന്റെ ജയിലിൽ കിടക്കുന്ന സ്ത്രീ അതിനേക്കാൾ എത്രയോ മേലെയാണ്. അവളുടെ കാഴ്ചയാൽ ഞാൻ ഇപ്പോഴും വിറയ്ക്കുന്നു. രാത്രി മുഴുവൻ ഞാൻ അവൾ ഉറങ്ങുന്നതും നോക്കി ഇരുന്നു. അവളുടെ ഗാംഭീര്യത്തിൽ മുഗ്ദ്ധനായി നേരം പുലർ ന്നത് ഞാൻ അറിഞ്ഞില്ല.'

'അവൾ നിങ്ങളുടെ പ്രാർത്ഥനക്ക് ഭംഗം വരുത്തിയില്ലെന്നു കരു തുന്നു.'

അതീഖ് തല താഴ്ത്തി. 'അതു സത്യമാണ്. അവൾ അതു ചെയ്തു.'

'നിങ്ങൾ സലാത് ചെയ്യാൻ മറന്നുപോയോ?'

'ഉവ്വ്.'

മുസറാത് പൊട്ടിപ്പൊട്ടിച്ചിരിച്ചു. അത് ഉടൻതന്നെ തുടർച്ചയായ ചുമയിലേക്കു വഴിമാറി. അതീഖ് മുഖം കറുപ്പിച്ചു. എന്തുകൊണ്ടാണ് ഭാര്യ അയാളെ കളിയാക്കി ചിരിക്കുന്നത്, എന്തുകൊണ്ടാണ് അവൾ പിണങ്ങാത്തത് എന്ന് അയാൾക്ക് മനസ്സിലായില്ല. വളരെ വിരളമായേ അയാൾ അവളുടെ ചിരി കേൾക്കാറുള്ളൂ. അവളുടെ പതിവില്ലാത്ത ആഹ്ലാദം ആ ഇരുണ്ട കുടിലിനെ ഒരു വിധം ആവാസയോഗ്യമാക്കി എന്നു പറയാം. മുസറാത് കിതച്ചുകൊണ്ട്, എന്നാൽ, സന്തോഷത്തോടെ, കണ്ണുകൾ തുടച്ചു; എന്നിട്ട് പിന്നിലെ കുഷ്യൻ ശരിയാക്കി അതിൽ ചാരി യിരുന്നു.

'ഞാൻ നിന്നെ രസിപ്പിക്കുകയാണോ?' അതീഖ് ചോദിച്ചു.

'അത്യധികം.'

'ഞാൻ അപഹാസ്യനാണോ?'

'അതീഖ്, നിങ്ങൾ ഇപ്പോൾ ഒരു കഥാനായകനെപ്പോലെയാണ്. ഇത്തരം ഉദാരമായ വാക്കുകൾ നിങ്ങൾ എന്നിൽനിന്നും മറച്ചുവെച്ചത് എന്തുകൊണ്ട്? ഇരുപതുവർഷത്തിലധികം നീണ്ട വിവാഹജീവിത ത്തിനുശേഷം ഇതുവരെ ഒളിപ്പിച്ചുവെച്ച നിങ്ങളിലെ കവിയെ ഒടുവിൽ ഇതാ നിങ്ങൾ പുറത്തു കാട്ടുന്നു. ഹൃദയം തുറന്നുസംസാരിക്കാനുള്ള

കഴിവ് നിങ്ങൾക്കുണ്ടെന്നറിയുന്നതിൽ ഞാനെത്ര സന്തോഷിക്കുന്നു എന്ന് നിങ്ങൾക്ക് ഊഹിക്കാൻ പോലുമാവില്ല. സാധാരണയായി, ഛർദ്ദി യുടെ തളം പോലെ അത്തരം വാക്കുകൾ നിങ്ങൾ ഒഴിവാക്കുന്നു. നിത്യ ശുണ്ഠിക്കാരനായ അതീഖ്, വഴിയിൽ കിടക്കുന്ന ഒരു സ്വർണ്ണനാണയം കണ്ടില്ലെന്നു നടിച്ചു കടന്നുപോകാൻ കഴിയുന്ന ആൾ, അയാൾക്ക് മൃദുലവികാരങ്ങളുണ്ടോ? ഇത് എന്നെ വെറുതെ രസിപ്പിക്കുക മാത്ര മല്ല, എന്നെ പുനരുജ്ജീവിപ്പിക്കുന്നു. ഒരു രാത്രികൊണ്ട് നിങ്ങളിൽ ഇത്ര മനസ്സലിവ് ഉണർത്താൻ കഴിഞ്ഞ ആ സ്ത്രീയുടെ പാദങ്ങൾ ചുംബിക്കാൻ ഞാൻ കൊതിക്കുന്നു. അവൾ ഒരു വിശുദ്ധയായിരി ക്കണം, അല്ലെങ്കിൽ ഒരു അപ്സരസ്സായിരിക്കണം.'

'ആദ്യം അവളെ കണ്ടപ്പോൾ ഞാനും സ്വയം അതുതന്നെയാണ് വിചാരിച്ചത്.'

'പിന്നെ എന്തിനാണ് അവർ അവളെ കൊല്ലാൻ വിധിച്ചത്?'

അയാൾ ചൂളിപ്പോയി. തീർച്ചയായും, ആ ചോദ്യം അയാൾ സ്വയം ചോദിച്ചിരുന്നില്ല. അത് ഒട്ടുംതന്നെ അയാളുടെ പ്രകൃതമല്ല.

എന്തെങ്കിലും അബദ്ധം പിണഞ്ഞിട്ടുണ്ടാകും, മുസറാത് ചിന്തിച്ചു. 'അവളെങ്ങനെയുണ്ട്? എന്താണ് അവളുടെ കഥ?'

'ഞാൻ അവളോട് സംസാരിച്ചിട്ടില്ല.'

'എന്തുകൊണ്ട്?'

'അതു പതിവില്ല. വധശിക്ഷക്കു കാത്തിരിക്കുന്ന പല സ്ത്രീ തടവു കാരികൾക്കും ഞാൻ കാവൽ നിന്നിട്ടുണ്ട്, ചിലരെ നിരവധി ദിവസ ങ്ങളോളം. എന്നാൽ, ഒരക്ഷരംപോലും തമ്മിൽ ഉരിയാടിയിട്ടില്ല. നിങ്ങൾ ഒരാൾ മാത്രമേയുള്ളു, മറ്റേയാൾ അവിടെയില്ല എന്നതുപോലെയാണ് അത്. ഞങ്ങൾ പരസ്പരം പൂർണ്ണമായും അവഗണിച്ചു. അവർ അവരുടെ അറയിലും ഞാൻ എന്റെ മാളത്തിലും ഒതുങ്ങിക്കൂടി. വധശിക്ഷ വിധിച്ചു കഴിഞ്ഞാൽ പിന്നെ കണ്ണീരുകൊണ്ട് ഒരു ഫലവുമില്ല. അത്തരം സന്ദർ ഭങ്ങളിൽ ചിന്തയിൽ മുഴുകി ആത്മനിയന്ത്രണത്തിനു ശ്രമിക്കുവാൻ ജ യിലുപോലെ അനുയോജ്യമായ സ്ഥലം വേറെയില്ല. അതിനാൽ, അവർ മൗനം പാലിക്കുന്നു, പ്രത്യേകിച്ചും, വധശിക്ഷയുടെ തലേ രാത്രിയിൽ.'

മുസറാത് അത്യതിശയം നിറഞ്ഞ ഭാവത്തിൽ ഭർത്താവിന്റെ കൈ പിടിച്ച് നെഞ്ചോടു ചേർത്തു. അയാൾ ഒരു എതിർപ്പും പ്രകടിപ്പിച്ചില്ല. ഒരു പക്ഷെ, അയാൾ മുസാറതിന്റെ അതിശയകരമായ ആ ഭാവമാറ്റം ശ്രദ്ധിച്ചിട്ടുണ്ടാവില്ല.

പ്രക്ഷുബ്ധമായി ശ്വസിച്ചുകൊണ്ടിരുന്ന അയാളുടെ ദൃഷ്ടി വിദൂരത യിലായിരുന്നു.

'ഇന്ന് എനിക്ക് നല്ല ദേഹസുഖം തോന്നുന്നു,' ഭർത്താവിന്റെ മുഖത്തെ പ്രസന്നതയിൽ ഉത്തേജിതയായി അവൾ പറഞ്ഞു. 'നിങ്ങൾക്കു വേണമെങ്കിൽ, ഞാൻ അവൾക്ക് എന്തെങ്കിലും ഭക്ഷണം തയ്യാറാക്കാം.'

'നീ അവൾക്കുവേണ്ടി അതു ചെയ്യുമോ?'

'നിങ്ങൾക്കുവേണ്ടി ഞാനെന്തും ചെയ്യും.'

പതിമൂന്ന്

തടവുകാരി പാത്രം നീക്കിവെച്ച് ഒരു കീറത്തുണികൊണ്ടു ചുണ്ടുകൾ പതുക്കെ ഒപ്പി. അവളുടെ വായ തുടയ്ക്കുന്ന രീതി, നിരോധിക്കപ്പെടുകയും ഇപ്പോൾ കുറ്റിയറ്റുപോയതുമായ ഒരു ഉന്നതശ്രേണിയിലെ പാരമ്പര്യം വെളിപ്പെടുത്തുന്നു. അവൾക്കു തനതായ വ്യക്തിത്വമുണ്ട്. മാത്രമല്ല, അവൾക്ക് ഉന്നത വിദ്യാഭ്യാസമുണ്ട്. തന്റെ തന്നെ കൈകളിലെ രേഖകൾ പരിശോധിക്കുന്നതുപോലെ നടിച്ചുകൊണ്ട് അതീഖ് അവളെ സൂക്ഷ്മമായി നിരീക്ഷിച്ചു. അവളുടെ ഒരു ചലനവും ഒരു ഭാവവും അയാൾ ഒഴിവാക്കിയില്ല. അവളുടെ എല്ലാ രീതികളും തിന്നുന്നതും കുടിക്കുന്നതും ചുറ്റുമുള്ള സാധനങ്ങൾ എടുക്കുന്നതും തിരിച്ചുവെയ്ക്കുന്നതും എല്ലാം അയാൾ സശ്രദ്ധം വീക്ഷിച്ചു. അയാളെ സംബന്ധിച്ചിടത്തോളം ഒരു സംശയവുമുണ്ടായിരുന്നില്ല. അവൾ ധനികയും കുലീനയുമാണ്. അവൾ പട്ടുവസ്ത്രങ്ങളും രത്നങ്ങളും അണിഞ്ഞിട്ടുണ്ട്. അവളുടെ ശരീരം സുഗന്ധദ്രവ്യങ്ങളുടെ പൂങ്കാവനങ്ങൾ അറിഞ്ഞിട്ടുണ്ട്. എണ്ണമറ്റ വിവാഹകാംക്ഷികളുടെ ഹൃദയങ്ങൾക്ക് അവൾ ആരാധനാപാത്രമായിട്ടുണ്ട്. അവളുടെ മുഖം നിരവധി ആരാധകരുടെ സ്നേഹത്തിന് തിളക്കം നൽകിയിട്ടുണ്ട്. അവളുടെ മന്ദസ്മിതം പല ദൗർഭാഗ്യങ്ങൾക്കും സാന്ത്വനം നൽകിയിട്ടുണ്ട്. എങ്ങനെയാണ് അവൾ ഇവിടെ വന്നുപെട്ടത്? ലോകത്തിന്റെ മുഴുവൻ പ്രകാശവും ആവാഹിച്ചെടുത്ത പോലെ തോന്നിപ്പിക്കുന്ന കണ്ണുകളുള്ള അവളെ ഏതു നശിച്ച കാറ്റാണ് ഈ കാരാഗൃഹത്തിൽ കൊണ്ടുവന്നെത്തിച്ചത്?

ആ കണ്ണുകൾ അയാളെ നോക്കി. അതികഠിനമായ ഒരു ഭാരം അയാളുടെ നെഞ്ചിനെ ഞെരിച്ചു.

അയാൾ മുഖം തിരിച്ചു. വീണ്ടും അവളെ നോക്കിയപ്പോൾ ചുണ്ടിൽ ദുരൂഹമായ ഒരു മന്ദഹാസത്തോടെ അവൾ അയാളെ നോക്കി ഇരിക്കുകയായിരുന്നു. ജാള്യത അടക്കാനായി അയാൾ അവളോട് 'വിശപ്പു മാറിയില്ലേ' എന്നു ചോദിച്ചു. അവൾ തലയാട്ടി. തന്റെ മേശപ്പുറത്ത് ഏതാനും ബെറി പഴങ്ങളുണ്ടെന്ന് അയാളോർത്തു. എന്നാൽ, അത് എടുത്തുകൊണ്ടുവരുവാൻ അയാൾക്ക് ധൈര്യമില്ലായിരുന്നു. സത്യം പറഞ്ഞാൽ ഒരു നിമിഷനേരത്തേക്കു പോലും അവിടം വിട്ടുപോകാൻ അയാൾ

ഇഷ്ടപ്പെട്ടില്ല. താൻ ഇരുന്നിടത്ത്, അഴികളുടെ ഇപ്പുറത്ത്, എന്നാൽ, അവളുടെ ഹൃദയമിടിപ്പുപോലും രേഖപ്പെടുത്താമെന്നു തോന്നുംവിധം തൊട്ടടുത്ത്, അയാൾക്ക് വളരെ സുഖമായിരുന്നു.

ആ സ്ത്രീയുടെ പുഞ്ചിരി മായുന്നില്ല. ഒരു സ്വപ്നത്തിന്റെ പ്രാരംഭം പോലെ അത് അവളുടെ മുഖത്ത് മായാതെ നിന്നു. അവൾ ശരിക്കും പുഞ്ചിരിക്കുന്നുണ്ടോ? അതോ അയാൾ ഒരു മായക്കാഴ്ച കാണുകയാണോ? തടങ്കലിലിട്ടതു മുതൽ അവൾ ഒരക്ഷരം ഉരിയാടിയിട്ടില്ല. മൗനം പാലിച്ചുകൊണ്ട്, അന്തസ്സോടെ, ഒരു ഉൽക്കണ്ഠയും സംഘർഷവും പുറത്തുകാട്ടാതെ, തടവറയിൽ സ്വയം അടയ്ക്കപ്പെട്ട് അവൾ ഇരുന്നു. സൂര്യനുദിച്ചാൽ, യാതൊരു ഒച്ചയുമില്ലാതെ, അവിടം വിട്ടുപോകാമെന്ന മട്ടിൽ ഉദയത്തിനുവേണ്ടി കാത്തിരിക്കുന്നതുപോലെ മാത്രമേ അവളെ കണ്ടാൽ തോന്നുകയുള്ളൂ. അടുത്തുതന്നെ വിരലിലെണ്ണാവുന്ന ജീവന്റെ അവധി, അവളുടെ പ്രാർത്ഥനകൾക്കു മുകളിൽ ക്ഷമയുള്ള വാളുപോലെ തൂങ്ങിക്കിടന്നു. എന്നാൽ വിനാശകരമായ അതിന്റെ നിഴൽ അവളുടെ ചിന്തകളിലേക്ക് എത്തിയില്ല. രക്തസാക്ഷിത്വത്തിലും അവൾ അധൃഷ്യയായി കാണപ്പെട്ടു.

'എന്റെ ഭാര്യ നിങ്ങൾക്കു വേണ്ടി തയ്യാറാക്കിയതാണ് ഈ ഭക്ഷണം.' അതീഖ് പറഞ്ഞു.

'നിങ്ങൾ ഭാഗ്യവാനാണ്.'

എന്തൊരു ശബ്ദം! അയാളതു വലിച്ചെടുത്തു. തന്നെ കാർന്നുതിന്നുന്ന എന്തിനെയെങ്കിലും നാടകീയമായ പരിതഃസ്ഥിതികളെപ്പറ്റിയെങ്കിലും അവൾ പറയുന്നതിനായി അയാൾ കാത്തു. എന്നാൽ അതു വിഫലമായി.

നീണ്ട മൗനത്തിനുശേഷം അയാൾ സ്വയം പിറുപിറുത്തു.

'അയാൾ മരണം അർഹിക്കുന്നു.'

എന്നിട്ട് വർദ്ധിച്ച ആവേശത്തോടെ അയാൾ പറഞ്ഞു: 'ഞാനിക്കാര്യം ശപഥം ചെയ്യുന്നു: തന്റെ സൗഭാഗ്യത്തെ വിലമതിക്കാത്ത മനുഷ്യൻ സഹതാപമർഹിക്കുന്നില്ല.'

'അയാളൊരു മൃഗമായിരുന്നു എന്നെനിക്കുറപ്പുണ്ട്, ഏറ്റവും ദുഷിച്ച തരം. അഹന്ത നിറഞ്ഞവൻ. അയാൾ മറ്റൊന്നുമാവാനിടയില്ല. തന്റെ സൗഭാഗ്യം ഒരുവൻ വിലമതിക്കുന്നില്ലെങ്കിൽ അതിന്മേലുള്ള അവകാശം അവൻ തള്ളിക്കളയുന്നു. അതു വളരെ വ്യക്തമാണ്.'

തടവുകാരിയുടെ ചുമലുകൾ വലിഞ്ഞുമുറുകി.

അതീഖിന്റെ വാക്കുകൾ ദ്രുതഗതിയിലായി, ശബ്ദം കൂടുതൽ ഉച്ചത്തിലായി.

'അയാൾ നിങ്ങളെ ദ്രോഹിച്ചു, ശരിയല്ലേ? നിങ്ങൾ പറഞ്ഞ എന്തെങ്കിലും നിസ്സാരകാര്യം അയാൾക്കിഷ്ടപ്പെട്ടില്ലെങ്കിൽ, അയാൾ കൈ തെരുത്തുകയറ്റി നിങ്ങളെ ആക്രമിക്കും.'

അവൾ തലയുയർത്തി. അവളുടെ കണ്ണുകൾ അയാളിൽ രത്നങ്ങളുടെ ഓർമ്മയുണർത്തി. അവളുടെ പുഞ്ചിരി അപ്പോൾ കൂടുതൽ പ്രകടമായിരുന്നു. അത് ഒരേ സമയം വിഷാദാത്മകവും ഉദാത്തവുമായിരുന്നു.

'അയാൾ നിങ്ങളെ കണക്കിലധികം ദ്രോഹിച്ചു, ഇല്ലേ? സഹിക്കാവുന്നതിലധികം നിങ്ങളെ കഷ്ടപ്പെടുത്തി. ഇല്ലേ?'

'അയാൾ ഒരു ശ്രേഷ്ഠവ്യക്തിയായിരുന്നു.' ശാന്തമായ സ്വരത്തിൽ അവൾ പറഞ്ഞു. 'ഞാനാണ് എന്റെ സൗഭാഗ്യത്തെ വിലമതിക്കാതിരുന്നത്.'

അതീഖ് ആകെ വികാരപരവശനായിരുന്നു. അയാൾക്ക് നിൽപ്പുറയ്ക്കുന്നുണ്ടായിരുന്നില്ല. പതിവിലും നേരത്തെ വീട്ടിലെത്തിയ അയാൾ നടുമുറ്റത്ത് അങ്ങോട്ടുമിങ്ങോട്ടും നിർത്താതെ നടന്നുകൊണ്ടിരിക്കുകയും മാനത്തുനോക്കി തന്നത്താൻ സംസാരിച്ചുകൊണ്ടിരിക്കുകയും ചെയ്തു. ഒരക്ഷരം മിണ്ടാതെ മുസറാത് അയാളെ നോക്കി പായയിലിരുന്നു. എന്തൊക്കെയോ അവളെ അലട്ടാൻ തുടങ്ങിയിരുന്നു. ആ തടവുകാരിയെ അവർ അയാളുടെ ചുമതലയിലേല്പിച്ചതു മുതൽ അദ്ഭുതകരമായ വിധത്തിൽ അയാൾ അയാളല്ലാതായിരിക്കുന്നു.

'എന്താണ് കാര്യം?' അയാൾ അവൾക്കു നേരെ ഒച്ചവച്ചു. 'എന്താണ് നീ എന്നെ ഇതുപോലെ നോക്കുന്നത്?'

മറുപടി പറയുന്നത് ബുദ്ധിശൂന്യതയായിരിക്കുമെന്ന് അവൾക്കു തോന്നി. എന്നാൽ, അയാളെ ശാന്തനാക്കാൻ ശ്രമിക്കുന്നത് അതിനേക്കാൾ വലിയ ബുദ്ധിശൂന്യതയായിരിക്കുമെന്നും. അതിനുതന്നെയാണ് അയാൾ കാത്തിരിക്കുന്നത്. അവളുടെ നേരെ തട്ടിക്കയറാനായി ഒരു കാരണം കിട്ടാൻ. അയാളുടെ കണ്ണുകളിൽ രോഷം കത്തിനിന്നു. മുറുക്കിപ്പിടിച്ച മുഷ്ടി വിളറിവെളുത്തിരുന്നു. അയാളുടെ ചുണ്ടിന്റെ കോണുകളിൽ പത വന്നിരുന്നു.

'നീ എന്തെങ്കിലും പറഞ്ഞുവോ?'

അവൾ ഇല്ലെന്ന് തലയാട്ടി.

അയാൾ അരയ്ക്കു കൈവെച്ച് മുറ്റത്തേക്കിറങ്ങി. കോപംകൊണ്ട് മുഖം കോട്ടി, മതിലിലടിച്ചുകൊണ്ട് അയാൾ അലറി. 'അതൊരു മണ്ടൻ അപകടം മാത്രമായിരുന്നു. ആർക്കും അതു സംഭവിക്കാം. ആർക്കും അത് മുൻകൂട്ടി കാണാനാവില്ല. ഞെട്ടിപ്പിക്കുന്ന യാദൃച്ഛികസംഭവം മാത്രമായിരുന്നു അത്. അവളുടെ ഭർത്താവ് ഒരു മൊന്തയിൽ കാൽ തട്ടിത്തടഞ്ഞ്

മാരകമായി തല നിലത്തടിച്ചു വീണു. അത്ര നിസ്സാരമാണ് കാര്യം. അതൊരു ദുരന്തമാണെന്നത് സത്യം തന്നെ. എന്നാൽ, അതൊരു അപകടമായിരുന്നു. ആ സാധു സ്ത്രീ ഒന്നിനും ഉത്തരവാദിയല്ല. അവൾക്കു വധശിക്ഷ വിധിച്ചതു തെറ്റായിരുന്നു എന്ന് ഖാസിയെ ബോദ്ധ്യപ്പെടുത്തണം. ഒരു നിരപരാധിയായ സ്ത്രീയെ, അവൾ അപകടത്തിൽ ഉൾപ്പെട്ടിരുന്നു എന്നതുകൊണ്ടുമാത്രം കൊലയ്ക്കു കൊടുക്കാൻ അവർക്ക് അധികാരമില്ല. ആ സ്ത്രീ അവളുടെ ഭർത്താവിനെ കൊന്നിട്ടില്ല. അവൾ ആരേയും കൊന്നിട്ടില്ല.'

മുസറാത് ഭയത്തോടെ തലകുലുക്കി.

'അവളെപ്പറ്റി എനിക്ക് കാസിമിനോടു സംസാരിക്കണം,' നീണ്ട ആത്മഗതത്തിനുശേഷം അയാൾ പറഞ്ഞു. 'സ്വാധീനമുള്ള വലിയ സുഹൃത്തുക്കളുണ്ട്, ഉന്നതബന്ധങ്ങളുണ്ട്. അയാൾ പറയുന്നത് ആളുകൾ കേൾക്കും. നിരപരാധിയായ ഒരു സ്ത്രീക്ക് വെറുമൊരു തെറ്റിദ്ധാരണയുടെ പേരിൽ വധശിക്ഷ നൽകാൻ കഴിയില്ല.'

'നിങ്ങളെന്താണീ പറയുന്നത്?' ക്രുദ്ധനായി കാസിം അബ്ദുൾ ജബ്ബാർ ചോദിച്ചു. ഒരുപാട് അസംബന്ധങ്ങളുടെ പേരിൽ തന്റെ വീട്ടിൽ വന്നു ശല്യപ്പെടുത്താറുള്ള അതീഖിനോട് അയാൾ അത്ര രസത്തിലല്ലായിരുന്നു. 'അവൾ ഒരു പേപ്പട്ടിയാണ്. അവളെ വിചാരണ ചെയ്യുകയും വിധിക്കുകയും ചെയ്തതാണ്. സ്റ്റേഡിയത്തിൽ വച്ച് അവൾക്ക് വധശിക്ഷ താമസിയാതെ നൽകപ്പെടും. ധാരാളം ആദരണീയവ്യക്തികൾ വരുന്ന ചടങ്ങാണ്. മാത്രമല്ല, പരിപാടിയിലാകെ ഒരേയൊരു സ്ത്രീ അവളാണ്. നിരപരാധിയാണെങ്കിൽതന്നെ അവളുടെ കാര്യത്തിൽ ആർക്കും ഒന്നും ചെയ്യാൻ കഴിയില്ല. പിന്നെ അവൾ കുറ്റം ചെയ്തതുകൊണ്ട്....'

'അവൾ നിരപരാധിയാണ്.'

'നിങ്ങൾക്കെങ്ങനെ അറിയാം?'

'അവൾ എന്നോടു പറഞ്ഞു.'

'നിങ്ങളത് അപ്പടി വിശ്വസിച്ചു?'

'എന്തുകൊണ്ട് പാടില്ല?'

'നിങ്ങളോട് അവൾ കള്ളം പറഞ്ഞു, അതുകൊണ്ടുതന്നെ. അവളൊരു ഉറച്ച നുണച്ചിയാണ്. അവൾ നിങ്ങളുടെ സന്മനോഭാവത്തെ ചൂഷണം ചെയ്യുകയായിരുന്നു. ആളറിയാതെ നിങ്ങൾ ഒരു കുറ്റവാളിക്കു വേണ്ടി പ്രതിഭാഗം വക്കീൽ ചമയാതിരിക്കുക. അല്ലാതെതന്നെ നിങ്ങൾക്കു വേണ്ടത്ര പ്രശ്നങ്ങളുണ്ട്.'

'അവൾ ആരേയും കൊന്നിട്ടില്ല.'

'അവളുടെ അയൽക്കാർ അവൾക്കെതിരെ സാക്ഷി പറഞ്ഞു. അവരുടെ മൊഴികൾ ഏകപക്ഷീയമായിരുന്നു. ആ വേശ്യ അവളുടെ ഹത

ഭാഗ്യനായ ഭർത്താവിനെ ഒരു നായയെപ്പോലെയാണ് കരുതിയിരുന്നത്. അവൾ അയാളെ വീട്ടിൽനിന്നും തുടർച്ചയായി ആട്ടിയോടിച്ചിരുന്നു. ഇത് കേട്ടപ്പോൾതന്നെ ഖാസിക്ക് ഒരു പര്യാലോചനപോലും വേണ്ടിവന്നില്ല.'

കാസിം ജയിലറുടെ ചുമലിൽ പിടിച്ച് അയാളുടെ കണ്ണുകളിലേക്ക് ഉറ്റുനോക്കി. 'അതീഖ്, പാവം അതീഖ്, എത്രയും വേഗം നിങ്ങൾ സ്വയം ഒരു നിയന്ത്രണം കൊണ്ടുവന്നില്ലെങ്കിൽ, വീട്ടിലേക്കുള്ള വഴി അറിയാത്ത വിധം നിങ്ങളുടെ വഴി മറന്നുപോകും. ആ പട്ടിയെ മറക്കുക. ഏതാനും ദിവസങ്ങൾക്കുള്ളിൽ അവൾ അവൾക്കുമുമ്പേ പോയവരുടെ കൂടെ ചേരും. പകരം, പുതിയവൾ അവളുടെ സ്ഥാനം ഏറ്റെടുക്കും. അവൾ എങ്ങനെയാണ് നിങ്ങളെ കബളിപ്പിച്ചത് എന്ന് എനിക്കു മനസ്സിലാവുന്നില്ല. നിങ്ങളുടെ സ്ഥാനത്ത് ഞാനായിരുന്നെങ്കിൽ അവളുടെ സൗന്ദര്യത്തിൽ മയങ്ങിപ്പോകാതിരിക്കാൻ ശ്രമിക്കും. നിങ്ങൾക്കാണ് ഇപ്പോൾ രക്ഷ വേണ്ടത്, അവൾക്കല്ല. ഇന്നലെ ഞാൻ നിങ്ങൾക്കു മുന്നറിയിപ്പു നല്കിയിരുന്നു. നിങ്ങൾ മിക്ക സമയവും വിഷാദചിന്തകളിൽ മുഴുകി, സ്വയം അവയിൽ അടച്ചിട്ടപോലെ കഴിയുന്നു. നിങ്ങൾ സൂക്ഷിക്കണം. ഒരു ദിവസം നിങ്ങൾക്ക് അവയിൽ നിന്നും പുറത്തുവരാൻ കഴിയാതാവും. നിങ്ങൾ ഞാൻ പറഞ്ഞതു കേട്ടില്ല. ഇപ്പോഴെന്തായി? നിങ്ങളുടെ വിഷണ്ണഭാവം നിങ്ങളെ ദുർബ്ബലനാക്കി. അപ്പോൾ ഒരു നാറുന്ന പട്ടി പ്രത്യക്ഷപ്പെടുന്നു; അവളൊന്നു ചിണുങ്ങേണ്ട താമസം, നിങ്ങളുടെ ഹൃദയം തകർന്നു. അവൾ പോയി ചാവട്ടെ. അവൾ അവളർഹിക്കുന്ന സ്ഥലത്തു തന്നെയാണുള്ളത്, ഞാൻ ഉറപ്പു തരുന്നു. ഒന്നുമല്ലെങ്കിൽ അവൾ ഒരു സ്ത്രീ മാത്രമാണല്ലോ.'

അതീഖ് പരിഭ്രാന്തനായിരുന്നു. എന്തുചെയ്യണമെന്നറിയാതെ ഒരു ചുഴലിക്കാറ്റിൽ പെട്ടുപോയ അയാൾ ലോകത്തെ മുഴുവൻ ശപിച്ചുകൊണ്ടിരുന്നു. അയാൾക്ക് ഒന്നും മനസ്സിലാവുന്നില്ല. അയാൾ മറ്റൊരാളായി മാറിയിരിക്കുന്നു. മറ്റൊരു വ്യക്തി അയാളെ കീഴടക്കുകയും കിനാവള്ളിപോലെ മുറുക്കുകയും ചെയ്തിരിക്കുന്നു. അതേസമയം ആ വ്യക്തിയില്ലെങ്കിൽ താനൊരു വികലാംഗനായി അയാൾക്ക് തോന്നുകയും ചെയ്യുന്നു. ദിവസത്തിൽ ഏറ്റവും ചൂടുള്ള സമയത്തുപോലും ഒരു വിറബാധപോലെ വിറയ്ക്കുകയും ഒരു മിനുട്ടിനുശേഷം വിയർത്തു കുളിക്കുകയും ചെയ്യുന്നത് എങ്ങനെ വിശദീകരിക്കാൻ കഴിയും? എന്തെങ്കിലും പ്രശ്നത്തിൽപ്പെട്ടവരെ സഹായിക്കാൻ ഒരു വിരൽ പോലും മുമ്പൊരിക്കലും അയാൾ അനക്കിയിട്ടില്ല, ഒന്നു ഞൊടിച്ചാൽ മാത്രം മതിയാവുന്ന സന്ദർഭങ്ങളിൽപ്പോലും. അപ്പോൾ എങ്ങനെയാണ് ഈ പുതിയ തന്റേടം, അനിവാര്യമായതിനെതിരെ പൊരുതാനുള്ള ഈ വീര്യം വിശദീകരിക്കുക?

തടവുകാരിയുടെ കണ്ണിൽ നോക്കുമ്പോഴെല്ലാം അയാളെ നിർവ്വീര്യമാക്കുന്നവിധത്തിൽ പൊടുന്നനെ ഉയരുന്ന വികാരത്തിന്റെ വേലിയേറ്റം

എങ്ങനെ വിശദീകരിക്കും? ഒരു തടവറസൂക്ഷിപ്പുകാരൻ എന്ന നിലയിൽ ഒരു അപരിചിതന്റെ വേദന പങ്കുവെക്കുക എന്നത് അയാളെ സംബന്ധി ച്ചിടത്തോളം അസാദ്ധ്യമായ കാര്യമാണ്. പീഡനത്തിന്റെ ഇരയെ യാതൊരു തരളചിന്തയും കൂടാതെ കൈമാറാൻ കഴിയുക, സെമിത്തേരി യിൽ നിന്നും, തന്റെ ദൃഢനിശ്ചയങ്ങൾക്ക് യാതൊരു കോട്ടവും തട്ടാതെ മടങ്ങുക. എന്നിട്ടിതാ, പെട്ടെന്ന്, കൊലമരത്തട്ടിന്റെ നിഴലിൽ നിന്നും ആർക്കും രക്ഷിക്കാൻ കഴിയാത്ത ഒരു സ്ത്രീതടവുകാരിയുടെ ഭാഗധേയ ത്തിൽനിന്ന് മോചനമില്ലാത്തവിധം അയാൾ ഇടപെട്ടിരിക്കുന്നു. എന്തു കൊണ്ടാണ് പെട്ടെന്നൊരു ദിവസം, തന്റെ ഹൃദയം മറ്റൊരാളുടെ സ്ഥാനത്ത് മിടിക്കാൻ തുടങ്ങിയതെന്നും ഇനി ഒരിക്കലും പഴയപടിയാ വാത്തവിധം തന്നിൽ ഒരു മാറ്റത്തിന് ഇത്രയും പെട്ടെന്ന് വഴങ്ങിയതെന്നും അയാൾക്കു മനസ്സിലായില്ല.

സഹായമനോഭാവത്തിന്റെ ഒരു കണിക, അതായത്, വിധി പുനഃപരി ശോധിക്കാൻ അപേക്ഷിക്കാനും ഖാസിയെ പ്രേരിപ്പിക്കാനും സഹാ യിക്കുന്ന അല്പം അയവുള്ള നിലപാട്, കാസിം അബ്ദുൾ ജബ്ബാറിൽ നിന്നും അയാൾ പ്രതീക്ഷിച്ചു. എന്നാൽ, കാസിമിന്റെ പ്രതികരണം നിരാശാജനകമായിരുന്നു, അഥവാ, മാപ്പർഹിക്കാത്തതായിരുന്നു. ഇപ്പോൾ അതീഖ് അയാളെ തീർത്തും വെറുക്കുന്നു. അവർ തമ്മിൽ എല്ലാം അവസാനിച്ചിരിക്കുന്നു. ഇനി ഒരു പുരോഹിതനും ഉപദേശപ്രസംഗ ത്തിനും അവരെ രമ്യതയിലെത്തിക്കാൻ സാദ്ധ്യമല്ല. കാസിം വെറുമൊരു മൃഗം മാത്രമാണ്. ലാത്തിയല്ലാതെ അയാൾക്ക് മറ്റൊരു ഹൃദയമില്ല, ഒരു പാമ്പിനേക്കാൾ കൂടുതൽ കരുണയുമില്ല. പൊതുവായ തിന്മയുടെ പ്രതി രൂപമാണ് അയാൾ. ആ തിന്മയാൽത്തന്നെ അയാൾ ചാവും, ഒന്നൊഴി യാതെ എല്ലാവരും ചാവും: അഭിവന്ദ്യമായ പൈശാചികതയിൽ കുനി ഞ്ഞിരിക്കുന്ന ഖാസി, വെള്ളിയാഴ്ച സ്റ്റേഡിയത്തിൽ തടിച്ചുകൂടാൻ ഇപ്പോൾത്തന്നെ തയ്യാറെടുക്കുന്നവർ, അശ്ലീലമായ ആവേശത്തോടെ കൂക്കിവിളിക്കുന്ന മതഭ്രാന്തന്മാർ, പരസ്യവധശിക്ഷയുടെ ആഹ്ലാദം പങ്കിടാനെത്തുന്ന ആദരണീയ അതിഥികൾ, ഈച്ചകളെ ആട്ടുന്ന അതേ കൈകൊണ്ട് ശരിയ നടപ്പാക്കുന്നതിനെ പ്രോത്സാഹിപ്പിക്കാൻ കര ഘോഷം മുഴക്കുകയും ആരാച്ചാർമാരുടെ ബീഭത്സമായ ആവേശത്തെ അനുഗ്രഹിക്കുന്ന അതേ ചേഷ്ടയോടെ ജീവനറ്റ ശരീരാവശിഷ്ടങ്ങളെ യാത്രയാക്കുകയും ചെയ്യുന്ന വിശിഷ്ടവ്യക്തികൾ. എല്ലാവരും ഒരുനാൾ ദൈവശിക്ഷയുടെ നരകത്തീയിൽ എറിയപ്പെടും. ഓരോ ദിവസവും കൊല്ലുന്നതിൽ കൂടുതൽ കൂടുതൽ വൈദഗ്ധ്യം നേടുന്ന, മരണത്തിനു വേണ്ടി കൂടുതൽ കൂടുതൽ സമർപ്പിതമാകുന്ന, ശപിക്കപ്പെട്ട ഈ കാബൂൾ നഗരം അടക്കം എല്ലാം നശിച്ച് മണ്ണോടലിയും ഈ നാട്ടിൽ പൊതു ആഘോഷങ്ങൾ, നിയമത്തിന്റെ പേരിലുള്ള അറുംകൊലകൾ പോലെ ഭയാനകമായിരിക്കുന്നു.

അതീഖ് വീട്ടിലേക്കു മടങ്ങി.

'അവളെ കൊല്ലാൻ ഞാനവരെ അനുവദിക്കില്ല.'

'എന്തിനാണ് നിങ്ങൾ ഇങ്ങനെയൊരു അവസ്ഥയിലേക്കു സ്വയം തള്ളിവിടുന്നത്?' മുസറാത് അയാളെ ശാസിച്ചു. 'അവൾ ആദ്യത്തെയല്ല, അവസാനത്തെയുമാവില്ല. ബുദ്ധിശൂന്യമായ രീതിയിലാണ് നിങ്ങൾ പ്രവർത്തിക്കുന്നത്. നിങ്ങൾ സ്വയം നിയന്ത്രിക്കണം.'

'സ്വയം നിയന്ത്രിക്കാൻ ഞാനൊരുക്കമല്ല.'

'നിങ്ങൾ അനാവശ്യമായി സ്വയം മുറിവേല്പിക്കുകയാണ്. നിങ്ങളുടെ കോലം കണ്ടില്ലേ! നിങ്ങൾക്കു വട്ടായിരിക്കുന്നുവെന്നേ ആരും പറയുകയുള്ളു.'

അതീഖ് അവളുടെ നേരെ വിരൽ ചൂണ്ടി ഭീഷണിസ്വരത്തിൽ പറഞ്ഞു, 'എന്നെ വട്ടൻ എന്നു വിളിക്കരുത്.'

'എങ്കിൽ നിങ്ങൾ ഉടൻ തന്നെ സ്വയം നിയന്ത്രിക്കുക.' മുസറാത് അയാളെ നിർബന്ധിച്ചു. 'താൻ എവിടെയാണെന്ന് അറിയാത്ത ഒരാളെപ്പോലെയാണ് നിങ്ങൾ പ്രവർത്തിക്കുന്നത്. അതു നിങ്ങളെ പറഞ്ഞു മനസ്സിലാക്കാൻ ശ്രമിക്കുമ്പോൾ നിങ്ങളുടെ കോപം ഇരട്ടിക്കുന്നു.'

അതീഖ് അവളെ കഴുത്തിനുപിടിച്ച് ചുമരിൽ അമർത്തിപ്പിടിച്ചു.

'ചെലയ്ക്കാതെടി, തള്ളപ്പിശാചേ! നിന്റെ ശബ്ദം എനിക്കിനിയും സഹിക്കാൻ പറ്റില്ല, നിന്റെ ശരീരത്തിന്റെ ചൂരും.'

അയാൾ അവളെ വിട്ടു.

അയാളുടെ അപ്രതീക്ഷിതമായ ആക്രമണത്തിൽ അവൾ സ്തബ്ധയായി, ആ വാക്കുകളിൽ അവൾ ആകെ തകർന്നു. നോവിക്കപ്പെട്ട കഴുത്തിൽ പിടിച്ച്, വിശ്വാസം വരാതെ കണ്ണുമിഴിച്ച് മുസറാത് നിലത്തു കുഴഞ്ഞുവീണു.

രോഷത്തിന്റേതായ ഒരു ആംഗ്യം കാണിച്ച് അതീഖ് തലപ്പാവും ചാട്ടയുമെടുത്ത് ആ വീടിനു പുറത്തു കടന്നു.

പള്ളിയിൽ വലിയ ആൾക്കൂട്ടമുണ്ടായിരുന്നു. ദേവാലയത്തിലെ ചെറിയ വിടവുകളിൽ സ്ഥലം പിടിക്കാനായി യാചകരും, വികലാംഗരായ മുൻസൈനികരും കഠിനമായി പൊരുതുന്നുണ്ടായിരുന്നു.

അറപ്പുളവാക്കുന്ന ഈ കാഴ്ച കണ്ട് അതീഖ് ഒരു വശത്തേക്ക് നീട്ടി തുപ്പുകയും വേറെ എവിടെയെങ്കിലും പോയി പ്രാർത്ഥിക്കാൻ തീരുമാനിക്കുകയും ചെയ്തു. നടന്നകലുന്നതിനിടയ്ക്ക് അയാൾ, വാങ്കു കൊടുക്കുന്നതിനു മുമ്പ് വിശ്വാസികളോടൊപ്പം ചേരാൻ ധൃതിയിൽ പോവുകയായിരുന്ന മിർസ ഷായുടെ മുന്നിൽ പെട്ടു. അതീഖിനെ ശ്രദ്ധിക്കാതെ അയാൾ കടന്നുപോയി. അല്പം കഴിഞ്ഞ് മിർസാ ഷാ നിന്നു; പഴയ

സുഹൃത്തിനെ തിരിഞ്ഞുനോക്കി കുറേ നേരം നോക്കിനിന്ന് തലപ്പാവിനുള്ളിൽ തല ചൊറിഞ്ഞ് അയാൾ നടത്തം തുടർന്നു. അതീഖ് ക്രുദ്ധമായ കാൽവെപ്പോടെ, ചെവിയടക്കുന്ന ഹോണടിയും ഡ്രൈവർമാരുടെ ചീത്തവിളികളും വകവെക്കാതെ, ഇടവും വലവും നോക്കാതെ തെരുവുകൾ മുറിച്ചുകടന്നു.

ഒരു ചെറിയ കാപ്പിക്കടയിൽ നിന്ന് ആരോ അയാളെ വിളിച്ചു. അതീഖ് അതു കേട്ടില്ല. തലയ്ക്കു മീതെ ഇടിവെട്ടിയാലും അയാൾ കേൾക്കുകയില്ല. തന്റെ ശിരസ്സിൽ രക്തം മിടിക്കുന്നതേ അയാൾ കേൾക്കുന്നുള്ളൂ. തന്റെ മനസ്സിൽ ഇരുട്ടു നിറയ്ക്കുന്നതിൽ മുഴുകിയിരിക്കുന്ന ദുഷ്ടരെ മാത്രമേ അയാൾ കാണുന്നുള്ളൂ: തന്റെ യാതന നിസ്സാരമായി കാണുന്ന കാസിം, തന്റെ ദുഃഖത്തിന്റെ ആഴമറിയാത്ത മുസറാത്, വേറെ എവിടെയോ ഉള്ള അജ്ഞാതസ്വർഗ്ഗം, തനിക്കു പുറംതിരിഞ്ഞിരിക്കുന്ന തകർന്ന കെട്ടിടാവശിഷ്ടങ്ങൾ, വെള്ളിയാഴ്ച സ്റ്റേഡിയത്തിലെത്താൻ ആർത്തിപൂണ്ടിരിക്കുന്ന കാണികൾ, പൊതുവഴികളിലൂടെ ധാർഷ്ട്യത്തോടെ നടക്കുന്ന താലിബാൻ ഏജന്റുമാർ, വാളുകളേക്കാൾ മാരകമായ വിരലുകൾ വിറപ്പിച്ച് നെടുനീളൻ പ്രഭാഷണം ചെയ്യുന്ന മൊല്ലകൾ... പിശാചുക്കൾ...

ജയിലിനകത്തുകടന്ന് വാതിലടയ്ക്കവേ, അയാളെ പിന്തുടർന്ന ശബ്ദകോലാഹലങ്ങൾ മാഞ്ഞുപോയി. എന്നാൽ പെട്ടെന്ന് ഒരു അഗാധഗർത്തം മുന്നിലെത്തി. ഒപ്പം അതിന്റെ ആഴത്തിലെ നിശ്ശബ്ദതയും. എന്താണ് അയാൾക്കു സംഭവിക്കുന്നത്? വീണ്ടും വാതിൽ തുറന്ന്, സന്ധ്യയും ഗന്ധങ്ങളും പൊടിയും എല്ലാം കൂടിക്കലർന്ന ശബ്ദങ്ങളെ തന്റെ ഒപ്പമെത്താൻ അയാൾ അനുവദിച്ചു. മുന്നോട്ടു വളഞ്ഞ്, കിതച്ചുകൊണ്ട് അയാൾ ഇടനാഴിയിൽ അങ്ങോട്ടുമിങ്ങോട്ടും നടന്നു. അയാളുടെ കൈയിൽനിന്നും ചാട്ട വഴുതിവീണു. അയാൾ അത് എടുത്തില്ല. താടിരോമങ്ങൾ ഒട്ടിയ കുഴിഞ്ഞ കവിളോടെ കൈ പിന്നിൽ കെട്ടി അയാൾ നടന്നുകൊണ്ടേയിരുന്നു.

പെട്ടെന്ന് അയാൾ നടത്തം നിർത്തി, തടവറയുടെ വാതിൽ ചാടിപ്പിടിച്ച്, പൂട്ടു തുറന്ന് ദൃഢനിശ്ചയത്തോടെ വാതിൽ മലക്കെ തുറന്നു. ജയിലറുടെ കോപാവേശം കണ്ട് ഭയപ്പെട്ട സുനൈറ മുഖം രക്ഷിക്കാനായി കൈകളുയർത്തിപ്പിടിച്ചു.

'കടന്നു പോകൂ ഇവിടെനിന്ന്,' അയാൾ പറഞ്ഞു. 'ഇരുട്ടു വീഴുകയാണ്. അതുപയോഗപ്പെടുത്തി വേഗം ഓടിപ്പോവുക. ഈ ഭ്രാന്തന്മാരുടെ നഗരത്തിൽനിന്നും കഴിയുന്നതും ദൂരേക്കു പോവുക. കഴിയുന്നത്ര വേഗത്തിൽ ഓടുക. ഏന്തുതന്നെ സംഭവിച്ചാലും തിരിഞ്ഞുനോക്കാതിരിക്കുക. നോക്കിയാൽ ലോത്തിന്റെ ഭാര്യ* യുടെ ഗതിതന്നെയാവും നിങ്ങൾക്കും.'

---

* ലോത്തിന്റെ ഭാര്യ : ബൈബിളിലെ ഉല്പത്തി പുസ്തകത്തിലെ ഒരു കഥാപാത്രം. സൊഡോമിലേക്ക് തിരിഞ്ഞുനോക്കിയ അവൾ ഉപ്പുതൂണായി മാറി.

കാവൽക്കാരൻ പറഞ്ഞുവരുന്നതെന്താണെന്ന് സുനൈറയ്ക്കു പിടി കിട്ടിയില്ല. അവൾ തന്റെ സമയമെടുത്തു എന്നുറപ്പിച്ച് പുതപ്പിനുള്ളിൽ ചൂളിയിരുന്നു.

'ദയവായി പുറത്തുപോവുക,' അയാൾ യാചിച്ചു. 'ഇവിടെ നിൽക്കാതെ പോവുക. എന്റെ തെറ്റാണെന്നു ഞാൻ അവരോടു പറഞ്ഞു കൊള്ളാം. ഞാൻ ചങ്ങല പൂട്ടിയത് തെറ്റിയിട്ടുണ്ടാവും എന്നു ഞാൻ പറയും. ഞാൻ അവരെപ്പോലെ പഷ്തൂൺകാരനാണ്. അവരെന്നെ ശപിക്കും, എന്നാൽ, ഉപദ്രവിക്കുകയില്ല.'

'ദയവായി എന്നെ അങ്ങനെ നോക്കാതിരിക്കുക. പർദ്ദയണിഞ്ഞ് സ്ഥലം വിടുക.'

'എവിടേക്ക്?'

'എവിടേക്കെങ്കിലും. ഇവിടെ നിൽക്കാതിരിക്കുക, അത്ര മാത്രം.'

അവൾ തല താഴ്ത്തി. പുതപ്പിനടിയിൽ അവൾ എന്തിനോ വേണ്ടി പരതി, എത്തിപ്പിടിക്കാനാവാത്ത, വെളിപ്പെടുത്താനാവാത്ത എന്തോ ഒന്ന്. 'ഇല്ല, ഇപ്പോൾത്തന്നെ ഒരു കുടുംബം ഞാൻ നശിപ്പിച്ചു. മറ്റൊന്നുകൂടി നശിപ്പിക്കാൻ ഞാൻ ആഗ്രഹിക്കുന്നില്ല.'

'എനിക്കു സംഭവിക്കാവുന്ന ദുരന്തം, പരമാവധി, എന്റെ ജോലി നഷ്ടപ്പെടുക എന്നതു മാത്രമാണ്. എന്നെ വിശ്വസിക്കൂ, എനിക്കതൊരു പ്രശ്നമേ അല്ല. ദയവായി ഇവിടെ നിന്നു പോവുക.'

'എനിക്കെവിടേയും പോകാനില്ല. എന്റെ കുടുംബത്തിലെ എല്ലാവരും മരിച്ചുപോവുകയോ കാണാതാവുകയോ ചെയ്തിരിക്കുന്നു. എനിക്കുണ്ടായിരുന്ന ഒരേയൊരു ബന്ധം എന്റെ തെറ്റു കാരണം പോയ് മറഞ്ഞു. എനിക്കൊരു തീനാളമുണ്ടായിരുന്നു. അതൊരു പന്തമാകാൻ വേണ്ടി ഞാൻ ഊതി. എന്നാൽ, എന്റെ ഊതലിന്റെ ശക്തി വളരെ കൂടിപ്പോയതിനാൽ അതു കെട്ടുപോയി. ഇപ്പോൾ എന്നെ ഇവിടെ പിടിച്ചു നിർത്തുന്ന ഒന്നും തന്നെയില്ല. എനിക്കിവിടെനിന്നും പുറത്തുകടക്കാൻ അതിയായ ആഗ്രഹമുണ്ട്. എന്നാൽ അതു നിങ്ങൾ നിർദ്ദേശിക്കുന്ന മാർഗ്ഗത്തിലൂടെയല്ല.'

'നിങ്ങളെ കൊല്ലാൻ ഞാൻ അവരെ അനുവദിക്കുകയില്ല.'

'നമ്മൾ എപ്പോഴേ വധിക്കപ്പെട്ടിരിക്കുന്നു, ശവങ്ങളാണ് നമ്മളെല്ലാവരും. നമ്മൾ അതു മറന്നിരിക്കുന്നു.'

പതിനാല്

ചടഞ്ഞു കിടക്കുന്ന ആനകളെപ്പോലെയാണ് ദിവസങ്ങൾ. തന്റെ ചിന്തകൾക്കും വെളിപാടുകൾക്കുമിടയിൽ അതീഖ് അമ്മാനമാടി. മിന്നിമറയുന്ന തീപ്പൊരിയുടെ വേഗത്തിൽ പകൽവെളിച്ചം അണഞ്ഞു. രാത്രിയാകട്ടെ, കഠിനമായ പീഡനം പോലെ അനന്തമായി വലിഞ്ഞു നീങ്ങി. അസന്തുഷ്ടി അയാളെ ഭ്രാന്തുപിടിപ്പിച്ചു. അയാളെ ഉൾക്കൊള്ളാൻ ഒരു സ്ഥലവുമില്ല. വന്യമായ കണ്ണുകളും ചുളിഞ്ഞ നെറ്റിയുമായി ഇടുങ്ങിയ തെരുവുകളിലും ഇടവഴികളിലും അയാൾ അലഞ്ഞുതിരിഞ്ഞു. ഇടനാഴിയിലേക്കു കടക്കാൻ ധൈര്യമില്ലാതെ അയാൾ ജയിലിന്റെ മൂലയിൽ അടച്ചുവെച്ചിരുന്ന ഖുർ-ആൻ-ന്റെ പിന്നിലൊളിച്ചു. ഏതാനും അദ്ധ്യായങ്ങൾ കഴിയുമ്പോഴേക്കും ശ്വാസം കിട്ടാതെ തളർന്നു.

അല്പം ശുദ്ധവായുവിനുവേണ്ടി അയാൾ പുറത്തുപോയി. ഏതോ പാതാളത്തിൽനിന്ന് കയറിവരുന്ന ദുരാത്മാവിനെപ്പോലെ അയാൾ ആൾക്കൂട്ടത്തിലൂടെ നടന്നു.

അതീഖിനെ എങ്ങനെ സഹായിക്കണമെന്ന് മുസറാതിന് അറിയില്ല. വീട്ടിലെത്തിയാൽ ഉടൻതന്നെ അയാൾ സ്വന്തം മുറിയിലേക്കു പിൻവലിയുകയും. പുസ്തകത്തട്ടിന്റെ മുന്നിലിരുന്ന് ഖുർ ആൻ-ലെ സൂക്തങ്ങൾ ക്രമമായ ഈണത്തിൽ ഓരോന്നായി ചൊല്ലിക്കൊണ്ടിരിക്കുകയും ചെയ്യും. മുസറാത് മുറിയിലേക്കു നോക്കുമ്പോൾ കൈകൾകൊണ്ട് ചെവി പൊത്തി, വിറയാർന്ന ശബ്ദത്തോടുകൂടി എപ്പോൾ വേണമെങ്കിലും ബോധംകെട്ടുവീഴാമെന്ന അവസ്ഥയിൽ സ്വന്തം യാതനകളിൽ മുഴുകി അയാൾ ഇരിക്കുകയായിരിക്കും. അവൾ അയാളുടെ മുന്നിലിരുന്ന് ഫതീഹ ചൊല്ലി പ്രാർത്ഥിച്ചു. അവളുടെ സാന്നിദ്ധ്യം ശ്രദ്ധയിൽ പെട്ടാൽ ഉടൻ വിശുദ്ധഗ്രന്ഥം കൊട്ടിയടച്ച് അയാൾ പുറത്തേക്കു പോവുകയും അല്പം കഴിഞ്ഞ് ചുവന്നു തുടുത്ത മുഖത്തോടെ ശ്വാസം കിട്ടാതെ കിതച്ചുകൊണ്ട് തിരിച്ചെത്തുകയും ചെയ്യും.

അയാൾ ഭക്ഷണം കഴിക്കുന്നതേയില്ലെന്നു പറയാം. രാത്രി ഉറക്കവുമില്ല. ജയിലിലും അയാൾ അധികനേരം തങ്ങുകയില്ല. ജയിലിലും

തന്റെ മുറിയിലുമായി അയാൾ സമയം ചെലവഴിച്ചു. മുറിയിൽ കടന്നാലുടൻ അയാൾ പുറത്തുകടക്കും. ഭർത്താവിന്റെ ദുരവസ്ഥയിൽ അതീവ ദുഃഖിതയായി അവൾ, തന്നെ കാർന്നുതിന്നുന്ന രോഗത്തിന്റെ കാര്യം പോലും പാടേ മറന്നുപോയി.

അതീഖ് വരാൻ വൈകുമ്പോൾ അവളുടെ മനസ്സിൽ ഭീതിദമായ ചിത്രങ്ങൾ വന്നു നിറയും. ജയിലറുടെ യുക്തിബോധം മിക്കവാറും നശിച്ചിരിക്കുന്നു എന്ന് അവൾക്ക് മനസ്സിലാവുന്നുണ്ട്. അനിഷ്ട സംഭവങ്ങൾ സംഭവിക്കുന്നത് പെട്ടെന്നാണ് എന്നും അവൾക്കറിയാം. എവിടെയും ദുരന്തങ്ങൾ വന്നു ഭവിക്കുന്നത് ഓർക്കാപ്പുറത്തായിരിക്കും.

ഒരു വൈകുന്നേരം അവൾ അയാളുടെ മുറിയിൽ ചെന്ന് പുസ്തകത്തട്ട്, ഫലത്തിൽ, പിടിച്ചുവാങ്ങുകതന്നെ ചെയ്തു. അവർക്കിടയിൽ മറവൊന്നുമില്ലാത്ത ആ സമയത്ത് അവൾ അയാളുടെ കണംകൈ മുറുകെപ്പിടിച്ചുകുലുക്കിക്കൊണ്ട് പറഞ്ഞു, 'സ്വയം നിയന്ത്രിക്കൂ, അതീഖ്.'

അന്തംവിട്ട ഭാവത്തോടെ അതീഖ് പറഞ്ഞു,'ഞാൻ വാതിൽ തുറന്നു കൊടുത്തുകൊണ്ട് അവളോട് പോകാൻ പറഞ്ഞു. എന്നാൽ, അവൾ തടവുമുറി വിടാൻ കൂട്ടാക്കിയില്ല.'

'അതിനു കാരണം, സ്വന്തം വിധിയിൽ നിന്നും ആർക്കും മോചനമില്ല എന്ന് അവൾക്കറിയാമെന്നതാണ്. അവൾ സ്വന്തം വിധി അംഗീകരിച്ചിരിക്കുന്നു. അതിനു അവൾ സ്വയം വിട്ടുകൊടുത്തിരിക്കുന്നു. നിങ്ങളാണ് കാര്യങ്ങൾ അതിന്റെ നിജസ്ഥിതിയിൽ കാണാൻ കൂട്ടാക്കാത്തത്.'

'അവൾ ആരേയും കൊന്നിട്ടിട്ടില്ല, മുസറാത്. ചെയ്യാത്ത കുറ്റത്തിന് അവൾ ശിക്ഷ അനുഭവിക്കുന്നത് എനിക്ക് അംഗീകരിക്കാനാവില്ല.'

'അങ്ങനെ മറ്റു പലരും മരിച്ചത് നിങ്ങൾ കണ്ടിട്ടുണ്ടാവുമല്ലോ.'

'എനിക്ക് എന്നോടും പ്രപഞ്ചത്തോടുതന്നെയും ദേഷ്യം തോന്നുന്നു. യോഗ്യരല്ലാത്ത ഒരു കൂട്ടം ഖാസികൾ ധൃതിപിടിച്ച് ശിക്ഷ വിധിച്ചു എന്നതുകൊണ്ട് എങ്ങനെയാണ് ഒരുവന് മരണം വരിക്കാൻ കഴിയുക? അത് അപഹാസ്യമാണ്. ഇനി അവൾക്ക് ചെറുത്തുനിൽക്കാനുള്ള കരുത്തില്ലെങ്കിൽ ഞാൻ വിട്ടുകൊടുക്കാൻ പോകുന്നില്ല. അവൾക്ക് അത്രയും ചെറുപ്പമാണ്, അവൾ അത്രയും സുന്ദരിയാണ്. ജീവൻ തുടിക്കുന്നവളാണ്. എന്തുകൊണ്ടാണ് ഞാൻ വാതിൽമലർക്കെ തുറന്നുകൊടുത്തപ്പോൾ അവൾ പോകാതിരുന്നത്?'

മുസറാത് അരുമയോടെ അയാളുടെ താടിപിടിച്ചുയർത്തി, കെട്ടുപിണഞ്ഞ താടിരോമത്തിൽ കൈയമർത്തി. 'അപ്പോൾ നിങ്ങൾ?

എന്നോടു സത്യം പറയൂ- ദയവു ചെയ്ത് എന്റെ മുഖത്തുനോക്കി ശപഥം ചെയ്യൂ നിങ്ങൾ അവളെ പോകാനനുവദിക്കുമായിരുന്നോ?'

അതീഖ് വിറച്ചു. അസഹ്യമായ മനസ്താപം മൂലം അയാളുടെ കണ്ണുകൾക്ക് മങ്ങലേറ്റിരുന്നു.

'ഞാൻ പറഞ്ഞു കഴിഞ്ഞതല്ലോ. ഞാൻ അവൾക്ക് വാതിൽ മലർക്കെ തുറന്നുകൊടുത്തു.'

'ഞാൻ കേട്ടു. പക്ഷേ, നിങ്ങൾ അവളെ പോകാനനുവദിക്കുമായിരുന്നോ?'

'തീർച്ചയായും.'

'പിന്നാലെ ചെല്ലാതെ, അവൾ ഇരുട്ടിലേക്കു മറയുന്നത് നിങ്ങൾ നോക്കിനിൽക്കുമായിരുന്നോ? അവൾ പോയ്മറയാൻ നിങ്ങൾ അനുവദിക്കുമായിരുന്നോ? അത് എന്നന്നേക്കുമാണെന്നും ഇനിയൊരിക്കലും അവളെ നിങ്ങൾ കാണുകയില്ലെന്നും അറിഞ്ഞുകൊണ്ട്?'

അതീഖ് കുഴഞ്ഞ് ഇരുന്നു. ഭാര്യയുടെ വിറയ്ക്കുന്ന കൈകളിൽ അയാളുടെ താടി കനത്തിരുന്നു. മുസറാത് അയാളുടെ കവിളിൽ തലോടിക്കൊണ്ടിരുന്നു. 'എനിക്കു തോന്നുന്നില്ല.' അവൾ പറഞ്ഞു.

'എങ്കിൽ നീ വിശദീകരിക്ക്,' അയാൾ വിലപിച്ചു. 'പ്രവാചകനെയോർത്ത് എന്നോടു പറയുക, എനിക്ക് എന്താണ് സംഭവിക്കുന്നതെന്ന്.'

'ഭൂമിയിൽ ഒരുവന് സംഭവിക്കാവുന്നതിൽവച്ച് ഏറ്റവും നല്ലത്.' ചുമലുകൾ കുലുങ്ങുന്ന വണ്ണം അതീഖ് തല അതിവേഗം വെട്ടിച്ചു. 'എന്താണ് നീ ശരിക്കും ഉദ്ദേശിച്ചത്, മുസറാത്? എനിക്കറിയണം.'

അവൾ അയാളുടെ മുഖം കൈകളിലെടുത്തു.

അയാളുടെ കണ്ണുകളിൽ അവൾ വായിച്ചത് അവൾക്ക് അന്ത്യപ്രഹരമായിരുന്നു. അവളുടെ ശരീരമാകെ ഒരു ഞെട്ടൽ പടർന്നു.

അവൾ വികാരവിക്ഷോഭം നിയന്ത്രിക്കാൻ കഠിനശ്രമം നടത്തി. എന്നാൽ, അതു വിഫലമായി. അവളുടെ കണ്ണുകളിൽ രണ്ടു വലിയ കണ്ണുനീർത്തുള്ളികൾ രൂപംകൊള്ളുകയും അവൾക്കു തടയാൻ കഴിയുന്നതിനുമുമ്പ് അവ കവിളിലൂടെ ഒഴുകി താടിവരെ എത്തുകയും ചെയ്തു.

'എന്റെ ഭർത്താവായ അതീഖ്, ഒടുവിൽ നിങ്ങൾ നിങ്ങളുടെ മാർഗ്ഗം കണ്ടെത്തിയിരിക്കുന്നു. നിങ്ങൾക്ക് ഒരു പുതുദിനം പൊട്ടിവിടരുകയാണ്. വിശുദ്ധർക്കും രാജാക്കന്മാർക്കും നിങ്ങളോടു അസൂയ തോന്നുംവിധം നിങ്ങളുടെ ഉള്ളിൽ ഒരു സംഭവം നടക്കുകയാണ്. നിങ്ങളുടെ ഹൃദയം പുനർജ്ജനിക്കുകയാണ്. എനിക്ക് നിങ്ങളോട് അതു ശരിക്കും വിശദീകരിക്കാൻ കഴിയില്ല. എന്നുതന്നെയല്ല, ഞാനതു ചെയ്യാതിരിക്കുന്നതാണ്

നല്ലതും. പക്ഷേ, ഒന്നു ഞാൻ പറയുന്നു, അതു നിങ്ങൾ ഭയപ്പെടേണ്ട കാര്യമല്ല.'

'അപ്പോൾ എന്താണ് ഞാൻ ചെയ്യേണ്ടത്?'

'അവളുടെ അടുത്തേക്കു തിരിച്ചുപോവുക. അവൾക്കു വാതിൽ തുറന്നുകൊടുക്കുന്നതിനു മുമ്പ് നിങ്ങളുടെ ഹൃദയം തുറക്കുക, അതിനെ സംസാരിക്കാൻ അനുവദിക്കുക. അവൾ അതു കേൾക്കുകയും മനസ്സിലാക്കുകയും ചെയ്യും. അവളുടെ കൈപിടിച്ച് സ്ഥലം വിടുക, നിങ്ങൾ രണ്ടുപേരും. കഴിയുന്നത്ര ദൂരത്തേക്കു പോവുക. ഒരിക്കലും തിരിഞ്ഞു നോക്കാതിരിക്കുക.'

'നീ എന്നോട് പോകാൻ പറയുകയാണോ, മുസറാത്?'

'ഞാൻ നിങ്ങളുടെ കാൽക്കൽ വീഴാം, അതു നിങ്ങളെ പോകാൻ പ്രേരിപ്പിക്കുമെങ്കിൽ.'

'ഞാൻ നിന്നെ ഉപേക്ഷിക്കില്ല.'

'എനിക്കതിൽ സംശയമില്ല, പക്ഷേ, അതല്ല ഇവിടത്തെ പ്രശ്നം. ആ സ്ത്രീക്ക് നിങ്ങളെ ആവശ്യമുണ്ട്. അവളുടെ ജീവൻ നിങ്ങളുടെ ഇഷ്ടത്തെ ആശ്രയിച്ചിരിക്കുന്നു. അവളെ കണ്ടതു മുതൽ നിങ്ങളുടെ കണ്ണിൽ ഒരു തിളക്കമുണ്ട്. അവൾ നിങ്ങളുടെ ഉള്ളിൽ പ്രകാശം പരത്തുന്നു. നിങ്ങളുടെ സ്ഥാനത്ത് മറ്റൊരാളായിരുന്നെങ്കിൽ, അയാൾ പുരപ്പുറത്തുകയറി കഴിയുന്നത്ര ഉച്ചത്തിൽ പാടാൻ തുടങ്ങുമായിരുന്നു. നിങ്ങൾ പാടുന്നില്ലെങ്കിൽ, അതിനു കാരണം, അത് എങ്ങനെയാണെന്ന് ആരും ഒരിക്കലും നിങ്ങളെ പഠിപ്പിച്ചിട്ടില്ല എന്നതാണ്. നിങ്ങൾ സന്തോഷം കൊണ്ട് നിറഞ്ഞുകവിയുകയാണ്. എന്നാൽ, അത് എങ്ങനെ ആഘോഷിക്കണമെന്ന് നിങ്ങൾക്കറിയില്ല. ജീവിതം മുഴുവനും നിങ്ങൾ മറ്റുള്ളവർ പറയുന്നതു കേട്ടു. നിങ്ങളുടെ ഗുരുക്കന്മാർ, നിങ്ങളുടെ പുരോഹിതന്മാർ, നിങ്ങളുടെ നേതാക്കന്മാർ, നിങ്ങളുടെ പിശാചുക്കൾ. അവരാകട്ടെ, നിങ്ങളോട് തെറ്റുകളെപ്പറ്റിയും തിക്തതകളെപ്പറ്റിയും യുദ്ധത്തെപ്പറ്റിയുമല്ലാതെ ഒന്നും പറഞ്ഞില്ല. അതെല്ലാമാണ് നിങ്ങളുടെ ചെവിയിൽ നിറഞ്ഞിരിക്കുന്നത്. അതുകൊണ്ടാണ് നിങ്ങളുടെ കൈകൾ വിറയ്ക്കുന്നത്. അതുകൊണ്ടുതന്നെയാണ് ഇപ്പോൾ, ഈ നിമിഷം, നിങ്ങളുടെ ഹൃദയത്തിനു കാതോർക്കാനും, ഒടുവിൽ, നിങ്ങളെത്തേടി വന്ന അവസരം എത്തിപ്പിടിക്കാൻ നിങ്ങൾ ഭയപ്പെടുന്നതും. നമ്മൾ മറ്റൊരു സ്ഥലത്തായിരുന്നെങ്കിൽ, നിങ്ങളുടെ സങ്കടം ആ നഗരത്തിലുള്ള എല്ലാവരുടെയും സഹതാപമുണർത്തിയേക്കാം. എന്നാൽ, കാബൂളിന് അത്തരം സങ്കടത്തെപ്പറ്റി അറിയില്ല. നമ്മുടെ നഗരം, വാസ്തവത്തിൽ, അതു ത്യജിച്ചിരിക്കുന്നു. അതുകൊണ്ടാണ് ഇവിടെ ഒന്നും ശരിയാംവണ്ണം വരാത്തത്, സന്തോഷങ്ങളും സങ്കടങ്ങളും... എന്റെ പുരുഷൻ, എന്റെ ഭർത്താവ്, അതീഖ്, നിങ്ങൾ അനുഗ്രഹിക്കപ്പെട്ടിരിക്കുന്നു. നിങ്ങളുടെ

ഹൃദയത്തിനു കാതോർക്കുക. അതുമാത്രമാണ് നിങ്ങളെപ്പറ്റി നിങ്ങളോടു സംസാരിക്കുന്ന ഏക ശബ്ദം, യഥാർത്ഥ സത്യം അറിയുന്ന ഏക ഉപദേഷ്ടാവ്. അതിന്റെ യുക്തികൾ ലോകത്തിലെ മറ്റെല്ലാ യുക്തികളേക്കാൾ ശക്തമാണ്. നിങ്ങളുടെ ഹൃദയത്തിൽ വിശ്വാസമർപ്പിക്കുക; അതു നിങ്ങളുടെ പാദങ്ങൾക്കു വഴികാട്ടട്ടെ. എല്ലാറ്റിനുമുപരി, ഭയപ്പെടാതിരിക്കുക. കാരണം, ഈ സായാഹ്നത്തിൽ, മറ്റെല്ലാ മനുഷ്യരിലുംവച്ച്, നിങ്ങളൊരാളാണ് പ്രണയിക്കുന്നത്...'

അതീഖ് വിറയ്ക്കാൻ തുടങ്ങി.

അയാളുടെ മുഖം വീണ്ടും കൈകളിലെടുത്ത് മുസറാത് കേണപേക്ഷിച്ചു: 'അവളുടെ അടുത്തേക്കു പോവുക. ഇനിയും സമയമുണ്ട്. അല്പം ഭാഗ്യത്തിന്റെ സഹായത്തോടുകൂടി സൂര്യനുദിക്കുമ്പോഴേക്കും നിങ്ങൾക്ക് മലയുടെ അപ്പുറം കടക്കാം.'

'രണ്ടു പകലുകളും രാത്രികളും ഞാൻ ഇതുതന്നെയായിരുന്നു ചിന്തിച്ചുകൊണ്ടിരുന്നത്. എന്നാൽ, അതൊരു നല്ല മാർഗ്ഗമാണെന്ന് എനിക്കുറപ്പില്ല. അവർ ഞങ്ങളെ പിടിച്ച് കല്ലെറിഞ്ഞു കൊല്ലും. അവൾക്ക് തെറ്റായ ആശ നൽകാൻ എനിക്കവകാശമില്ല. അവൾ അത്രയും ദുഃഖിതയും ദുർബ്ബലയുമാണ്. എന്റെ പദ്ധതികളെപ്പറ്റി ചിന്തിച്ചുകൊണ്ട് ഞാൻ വീണ്ടും വീണ്ടും ചുറ്റിക്കറങ്ങി, ഒടുവിൽ, അവൾ തടവറയുടെ മൂലയിൽ ശാന്തയായി ഇരിക്കുന്നതു കാണുമ്പോൾ എന്റെ എല്ലാ ഉറപ്പുകളും പൊട്ടിത്തകരുന്നു. അപ്പോൾ ഞാൻ വീണ്ടും തെരുവുകളിലേക്കു പിൻതിരിയുന്നു, തലയിൽ നിറയെ പദ്ധതികളുമായി വീണ്ടും കുറെ അലയുന്നു, ഒടുവിൽ ശക്തി തിരിച്ചു ലഭിക്കുമ്പോഴേക്കും വീണ്ടെടുത്ത ഉറപ്പുകളെല്ലാം എനിക്കു നഷ്ടപ്പെടുന്നു. എനിക്കു തീർത്തും വഴി നഷ്ടപ്പെട്ടിരിക്കുന്നു, മുസറാത്. അവർ അവളെ എന്നിൽ നിന്നും എടുത്തു കൊണ്ടുപോകാൻ പാടില്ല, നിനക്കു മനസ്സിലാവുന്നുണ്ടോ? ഞാൻ അവർക്ക് എന്റെ ജീവിതത്തിലെ ഏറ്റവും നല്ല വർഷങ്ങൾ നൽകി, എന്റെ ഏറ്റവും വന്യമായ സ്വപ്നങ്ങൾ, എന്റെ ശരീരം, എന്റെ ആത്മാവ്....'

എന്നിട്ട്, ഭാര്യയെ അത്യധികം അദ്ഭുതപ്പെടുത്തിക്കൊണ്ട്, അതീഖ്, മുഖം കാൽമുട്ടിൽ ഒളിപ്പിച്ച്, ചുമലുകൾ കുലുങ്ങിക്കൊണ്ട് തേങ്ങി തേങ്ങിക്കരഞ്ഞു.

അതീഖിന് തയ്യാറെടുക്കണം. നാളെ, കാസിം അബ്ദുൾ ജബ്ബാർ തടവുകാരിയെ ഏറ്റുവാങ്ങി, ദൈവങ്ങളും മാലാഖമാരും കാലുകുത്താൻ ഭയപ്പെടുന്ന സ്ഥലത്തേക്കു കൊണ്ടുപോകാൻ വരും. അയാൾ വേഷം മാറി, തലപ്പാവ് മുറുക്കെ ചുറ്റി. അയാളുടെ കൃത്യമായ ചലനങ്ങൾ വിദൂരതയിലുറച്ച ദൃഷ്ടിക്കു വിരുദ്ധമായിരുന്നു. മുറിയുടെ മറുവശത്തുനിന്ന് മുഖം പകുതി ഇരുട്ടിൽ മറഞ്ഞുകൊണ്ട് മുസറാത് അയാളെ വീക്ഷിച്ചു.

അയാൾ അടുത്തുകൂടെ പോയപ്പോൾ അവൾ ഒന്നും മിണ്ടിയില്ല; വാതിലിന്റെ തഴുതുമാറ്റി വാതിൽ തുറന്ന് അയാൾ പുറത്തു കടക്കുമ്പോൾ അവൾ അനങ്ങിയില്ല.

പൂർണ്ണചന്ദ്രനുള്ള രാത്രിയായിരുന്നു. വളരെ ദൂരത്തുനിന്നുതന്നെ എല്ലാം വ്യക്തമായി കാണാം. ഉറക്കമില്ലാത്തവരുടെ സംഘങ്ങൾ വിവിധ കുടിലുകളുടെ വാതിൽക്കൽ കൂട്ടം കൂടിനിന്നു. അവരുടെ ജല്പനങ്ങൾ രാത്രിജീവികളുടെ കരച്ചിലുണർത്തി. ചില മതിലുകൾക്കു പിന്നിൽ പിഞ്ചു കുഞ്ഞുങ്ങൾ കരഞ്ഞു. ആ ശബ്ദം, ലക്ഷക്കണക്കിന് നക്ഷത്രങ്ങൾ പരസ്പരം സൂചനകൾ കൈമാറുന്ന ആകാശത്തേക്കുയർന്നു.

ജയിൽ കെട്ടിടം, അതിനനുയോജ്യമായ ഭീതിയുടെ ശവക്കച്ച പുതച്ച് പതുങ്ങിക്കിടന്നു. അതീഖ് ചെവിയോർത്തു. ചൂടിൽ വിള്ളുന്ന വിട്ടത്തിന്റെ ശബ്ദമല്ലാതെ മറ്റൊന്നും കേൾക്കാനില്ല. അയാൾ റാന്തൽ വിളക്ക് കത്തിച്ചു. മേൽക്കൂരയിൽ വികൃതമാക്കപ്പെട്ട അയാളുടെ നിഴൽ കുതിച്ചുയർന്നു. മരണത്തിന്റെ ഇടനാഴിക്കഭിമുഖമായി, കട്ടിലിലിരുന്ന് അയാൾ മുഖം കൈകളിൽ താങ്ങി. ഒരു നിമിഷം, തടവുകാരി എങ്ങനെയിരിക്കുന്നു എന്നറിയാൻ അവിടേക്കു പോകാനുള്ള ത്വര അയാളെ പീഡിപ്പിച്ചു. എന്നാൽ, അതു സഹിച്ച് അയാൾ ഇരുന്നിടത്തുതന്നെ ഇരുന്നു. അയാളുടെ ഹൃദയം, പിളർന്നുപോകുംവിധം ശക്തമായി മിടിച്ചുകൊണ്ടിരുന്നു. വിയർപ്പ് മുഖമാകെ പരക്കുകയും പുറത്തേക്കൊഴുകുകയും ചെയ്തു; അയാൾ അനങ്ങിയില്ല. അയാൾ മനസ്സിൽ മുസറാതിന്റെ ശബ്ദം കേട്ടു. ജീവിതത്തെ വിലപ്പെട്ടതാക്കുന്ന നിമിഷങ്ങളിലൂടെയാണ് നിങ്ങൾ ജീവിക്കുന്നത്... പ്രണയത്തിൽ മൃഗങ്ങൾക്കുപോലും ദിവ്യത്വം ലഭിക്കുന്നു... തന്റെ ദുഃഖത്തിനു ചുറ്റും അതീഖ് ചുരുണ്ടുകൂടി അതു നിയന്ത്രിക്കാൻ ശ്രമിച്ചു. പെട്ടെന്ന്, ചുമലിലെ വിറയൽ വീണ്ടും തുടങ്ങുകയും ഒരു നീണ്ട ഞരക്കത്തോടെ അയാൾ കുനിഞ്ഞിരിക്കുകയും ചെയ്തു. നിലത്ത് പൊടിയിൽ നെറ്റി തൊടുന്നവിധം കുമ്പിട്ടുകൊണ്ട് അയാൾ അറിയാവുന്ന എല്ലാ പ്രാർത്ഥനകളും ചൊല്ലാൻ തുടങ്ങി...

‘**അ**തീഖ്.’

മുഖം നിലത്ത് അമർന്നുകൊണ്ട് അയാൾ ഞെട്ടിയുണർന്നു. പ്രാർത്ഥനയ്ക്കിടയിൽ അയാൾ മയങ്ങിപ്പോയിരുന്നു. അയാൾക്കു പിന്നിൽ, ജനൽ, പുലരിയുടെ ആദ്യകിരണങ്ങൾ വെളിപ്പെടുത്തി.

പർദ്ദയണിഞ്ഞ ഒരു സ്ത്രീ അയാളുടെ മുന്നിൽ നിന്നിരുന്നു.

‘എന്താണിത്? സ്ത്രീസേനാനികൾ ഇത്ര നേരത്തെ എത്തിയോ?’

മുഖാവരണത്തിലെ വലകളിട്ട കണ്ണിന്റെ തുളകളിലൂടെ അയാളെ നോക്കിയിരുന്ന സ്ത്രീ മുഖംമൂടി ഉയർത്തി.

അതു മുസറാത് ആയിരുന്നു.

അതീഖ് ചാടിയെഴുന്നേറ്റ് ചുറ്റും നോക്കി. 'നീ എങ്ങനെയാണ് അകത്തു കടന്നത്?'

'വാതിൽ തുറന്നുകിടന്നിരുന്നു.'

'എന്റെ ദൈവമേ, ഞാനെന്തോർത്തിരിക്കയായിരുന്നു?' അയാൾ പറഞ്ഞു. എന്നിട്ട്, സ്വബോധം വീണ്ടെടുക്കാൻ അല്പം നിർത്തി, അയാൾ ചോദിച്ചു, 'നീ ഇവിടെ എന്തുചെയ്യുന്നു? നിനക്കെന്തുവേണം?'

'ഈ രാത്രി ഒരു അദ്ഭുതം സംഭവിച്ചു,' അവൾ പറഞ്ഞു. 'എന്റെ പ്രാർത്ഥനകളും നിങ്ങളുടെ പ്രാർത്ഥനകളും ഒന്നിച്ചു, ദൈവം അതു കേൾക്കുകയും ചെയ്തു. നിങ്ങളുടെ ആഗ്രഹങ്ങൾ സാധിക്കാൻ പോവുകയാണെന്നു തോന്നുന്നു.'

'നീ എന്താണ് പറയുന്നത്? എന്ത് അദ്ഭുതം?'

'നിങ്ങളുടെ കണ്ണുകളിൽനിന്നു കണ്ണുനീരൊഴുകുന്നതു ഞാൻ കണ്ടു. അപ്പോൾ ഞാൻ ചിന്തിച്ചു, ഞാനീ കാണുന്നതു സത്യമാണെങ്കിൽ, ഒന്നും പൂർണ്ണമായും നഷ്ടപ്പെട്ടിട്ടില്ല. നിങ്ങൾ കരയുകയോ? ഞാൻ നിങ്ങളുടെ മാംസത്തിൽ നിന്നും വെടിയുണ്ടയുടെ ചീൾ വലിച്ചെടുക്കുമ്പോൾപ്പോലും നിങ്ങളിൽ നിന്നും ഒരു ഞരക്കം പോലും ഉയർന്നില്ല. നിങ്ങളുടെ ഹൃദയം കല്ലായി മാറിയിരിക്കുന്നു എന്ന വസ്തുതയുമായി ഞാൻ ഒടുവിൽ പൊരുത്തപ്പെട്ടു. വളരെക്കാലത്തോളം ഞാൻ വിശ്വസിച്ചത്, ഒന്നുംതന്നെ നിങ്ങളുടെ ഹൃദയത്തെ ശരിക്കും സ്പർശിക്കുകയോ നിങ്ങളിൽ സ്വപ്നങ്ങളുണർത്തുകയോ ചെയ്യില്ല എന്നായിരുന്നു. പാറകൾ മണ്ണൊലിപ്പിനോടെന്നപോലെ തികച്ചും നിർവ്വികാരമായി സ്വന്തം ഇച്ഛാഭംഗങ്ങളെ നേരിട്ടുകൊണ്ട്, ഓരോ ദിവസം കഴിയുംതോറും നിങ്ങൾ നിങ്ങളുടെ വെറുംനിഴലായി മാറുന്നത് ഞാൻ നിരീക്ഷിക്കുകയായിരുന്നു. യുദ്ധം ഒരു പൈശാചികതയാണ്, അതിന്റെ മക്കൾ അതിന്റെ പിന്നാലെ പോകുന്നു. കാര്യങ്ങളുടെ സ്ഥിതി അങ്ങനെയായിരുന്നതിനാൽ, ജീവിതലക്ഷ്യം മരണം വരിക്കുക എന്നതു മാത്രമായ ഒരാളുമായി ജീവിതം പങ്കുവെക്കാൻ ഞാൻ സമ്മതിച്ചു. ചുരുങ്ങിയത്, നമ്മൾ തമ്മിലുള്ള പരാജയത്തിന് ഞാൻ കാരണക്കാരിയല്ല എന്നു വിശ്വസിക്കാൻ അതെനിക്കൊരു കാരണമെങ്കിലും നൽകി. അങ്ങനെയിരിക്കേ, കഴിഞ്ഞ രാത്രി, ഒരിക്കലും മോചിപ്പിക്കാനാവാത്ത ആൾ എന്നു ഞാൻ കരുതിയിരുന്ന മനുഷ്യൻ തല കൈകളിൽ താങ്ങി തേങ്ങിക്കരയുന്നത് എന്റെ കണ്ണുകൾകൊണ്ടുതന്നെ കണ്ടു. ഞാൻ സ്വയം പറഞ്ഞു, ഇതു തെളിയിക്കുന്നത്, അയാളുടെ ഉള്ളിൽ ഇപ്പോഴും മനുഷ്യത്വത്തിന്റെ ചെറിയ പ്രകാശം ജ്വലിക്കുന്നുണ്ടെന്നാണ്; അത് പൂർണ്ണമായും അണഞ്ഞു പോയിട്ടില്ല. ഞാനിവിടെ വന്നത് ആ നാളം പകൽവെളിച്ചത്തേക്കാൾ തിളക്കമാർന്നതാവുന്നതുവരെ ഊതിക്കത്തിക്കാനാണ്.'

'പക്ഷേ, നീയെന്തിനെപ്പറ്റിയാണീ സംസാരിക്കുന്നത്?'

'ഞാൻ പറയുന്നത് എന്റെ പരാജയം തീർച്ചയായും എന്റെ കുറ്റം തന്നെയാണ്. നിങ്ങളുടെ ജീവിതത്തിന് അർത്ഥം നൽകാൻ എനിക്കു കഴിഞ്ഞില്ല. നിങ്ങളുടെ പുഞ്ചിരികൾ ആത്മാർത്ഥമാണെന്ന് തോന്നിപ്പിക്കാൻ നിങ്ങളുടെ കണ്ണുകൾക്ക് ഒരിക്കലും കഴിഞ്ഞില്ലെങ്കിൽ അതിനു കാരണം ഞാനാണ്. ഞാൻ നിങ്ങൾക്ക് കുട്ടികളെ നൽകിയില്ല. ആ ഇല്ലായ്മയിൽ നിങ്ങൾക്കു സാന്ത്വനമേകത്തക്കതായി ഞാൻ മറ്റൊന്നും തന്നില്ല. നിങ്ങളെന്നെ കരവലയത്തിലെടുക്കുമ്പോൾ നിങ്ങളുടെ കൈകൾ തേടിയിരുന്നത് നിങ്ങൾക്ക് ഒരിക്കലും കാണാൻ കഴിയാത്ത വേറെ ആർക്കോ വേണ്ടിയായിരുന്നു. നിങ്ങൾ എന്നെ നോക്കുമ്പോൾ നിങ്ങളുടെ ദുഃഖസ്മരണകൾ തിരിച്ചെത്തുന്നു. നിങ്ങളുടെ നിഴലിന്റെ സ്ഥാനം ഏറ്റെടുക്കുന്ന ഒരു നിഴൽ മാത്രമായിരുന്നു ഞാൻ എന്ന് എനിക്കിപ്പോൾ മനസ്സിലായി. നിങ്ങൾ എന്നിൽനിന്നും മുഖം തിരിക്കുമ്പോൾ ഞാൻ എന്നെയോർത്തു ലജ്ജിച്ചു. നിങ്ങൾ പ്രണയിച്ച സ്ത്രീയല്ല ഞാൻ; നിങ്ങളെ ശുശ്രൂഷിക്കുകയും നിങ്ങൾക്ക് അഭയം തരുകയും ചെയ്ത നഴ്സ് മാത്രമായിരുന്നു. കൃതജ്ഞത കാട്ടാൻ വേണ്ടി മാത്രം എന്നെ വിവാഹം ചെയ്ത ഒരാൾ.'

'രോഗം നിന്റെ യുക്തിയേയും ബാധിച്ചിരിക്കുന്നു, മുസറാത്. ഇപ്പോൾ വീട്ടിൽ പോവുക.'

'സുന്ദരിയാവാനും നിങ്ങൾക്ക് ഇഷ്ടപ്പെട്ടവളാവാനും ഞാൻ ശ്രമിച്ചു. എനിക്കതിനു കഴിയില്ലെന്നു മനസ്സിലായപ്പോൾ ഞാൻ മനോവ്യഥ അനുഭവിച്ചു. ഞാൻ രക്തവും മാംസവുമുള്ള ഒരു സ്ത്രീയാണ്, അതീഖ്. നിങ്ങളുടെ അസംതൃപ്തമായ എല്ലാ നെടുവീർപ്പുകളും എന്റെ മേൽ ചാട്ടപോലെ പതിച്ചു. ഞാൻ ഒരു തള്ള ആടു പോലെയാണ്; കുഞ്ഞാട് കൂട്ടത്തിൽനിന്നും അല്പദൂരം പോവുകയും വരാൻ വൈകുകയും ചെയ്താൽ അതിനെ മണത്തുകൊണ്ടു നടക്കുന്ന തള്ള ആട്. എത്ര തവണ ഞാൻ നിങ്ങളുടെ വസ്ത്രങ്ങൾ അങ്ങനെ മണത്തിട്ടുണ്ട്! നമ്മുടെ ദുർവ്വിധി ദൈവേച്ഛയാണെന്ന് അംഗീകരിക്കാതിരിക്കുക എന്ന പാപം ഞാൻ എത്ര തവണ ചെയ്തിട്ടുണ്ട്! എന്തുകൊണ്ടാണ് നിങ്ങൾക്ക് ഇങ്ങനെ സംഭവിക്കുന്നത്, എന്തുകൊണ്ടാണ് എനിക്കിങ്ങനെ സംഭവിക്കുന്നത് എന്ന് എത്ര തവണ വേവലാതിപ്പെട്ടിട്ടുണ്ട്! എന്നാൽ, എന്തുകൊണ്ട് നമുക്കിങ്ങനെ സംഭവിക്കുന്നു എന്ന് ഒരിക്കലും വേവലാതിപ്പെട്ടില്ല.'

'ശരിക്കും നിനക്കെന്താണ് വേണ്ടത്?'

'എനിക്ക് മറ്റൊരു അദ്ഭുതം വേണം. നിങ്ങളുടെ കണ്ണീർ കണ്ടപ്പോൾ എനിക്ക്, സ്വർഗ്ഗം തുറക്കുന്നതായും അത് ഏറ്റവും മനോഹരമായ ഉപഹാരം പുറത്തുകാട്ടുന്നതായും തോന്നി. നിങ്ങളെ ഇത്രയും

ആഴത്തിൽ സ്പർശിക്കാൻ കഴിഞ്ഞ ആ സ്ത്രീ മരിക്കരുതെന്ന് ഞാൻ സ്വയം പറഞ്ഞു.'

'എനിക്കു നീ പറയുന്നതു മനസ്സിലാവുന്നില്ല.'

'അടിസ്ഥാനസ്വഭാവം തന്നെ ആശയക്കുഴപ്പമായ ഒരു കാര്യത്തെപ്പറ്റി എന്തിനു മനസ്സിലാക്കാൻ ശ്രമിക്കണം? എന്തെല്ലാം വരുന്നുവോ അത് മറ്റൊന്നിന്റെ പോക്കിനു വേഗത കൂട്ടുന്നു- അതാണ് ലോകസ്വഭാവം. ഒഴിവാക്കാൻ പറ്റാത്തതിനു മുന്നിൽ കീഴടങ്ങുന്നതിൽ യാതൊരു തെറ്റുമില്ല. നിങ്ങൾ ആരോഗ്യവാനാണോ, രോഗിയാണോ എന്നത് നിങ്ങളുടെ ഇഷ്ടമല്ല. ഞാൻ പറയാൻ വന്ന കാര്യം വളരെ ലളിതവും എന്നാൽ, ഭീകരവുമാണ്. പക്ഷേ അത് അത്യാവശ്യവുമാണ്. അതിനാൽ, നമ്മൾ രണ്ടുപേരും അതു സമ്മതിക്കണം. എന്താണ് ജീവിതം, എന്താണ് മരണം? രണ്ടിനും ഒരേ മൂല്യമാണ്. അവ പരസ്പരം റദ്ദു ചെയ്ത് ശൂന്യമാവുന്നു.'

മുസറാത് അയാളെ സമീപിച്ചപ്പോൾ അയാൾ പിന്നിലേക്കു മാറി. അവൾ അയാളുടെ കൈപിടിക്കാൻ ശ്രമിച്ചു; അയാൾ കൈകൾ പിന്നിൽ കെട്ടി. ഉദിച്ചുയരുന്ന സൂര്യൻ അയാളുടെ ഭാര്യയുടെ മുഖത്ത് വെളിച്ചം പരത്തി. മുസറാത് ശാന്തി കൈവരിച്ചിരുന്നു. ഇപ്പോൾ ഒരിക്കലുമില്ലാത്തവണ്ണം അതീവസുന്ദരിയായിരുന്നു അവൾ.

'ഈ രാജ്യത്ത് ഒരുപാട് തെറ്റുകളുണ്ട്, എന്നാൽ, പശ്ചാത്താപമില്ല. വധശിക്ഷയോ കരുണയോ, മരണമോ ജീവിതമോ എന്ന ചോദ്യം ഇവിടെ തീരുമാനിക്കുന്നത് പര്യാലോചനയിലൂടെയല്ല. അല്ല, അത്തരം തീരുമാനങ്ങളെടുക്കുന്നത് ആ നിമിഷത്തിലെ തോന്നലനുസരിച്ചാണ്. നല്ല സ്വാധീനമുള്ള ഒരു മൊല്ലയുമായി അവളുടെ കാര്യം സംസാരിച്ചുവെന്ന് അവളോടു പറയുക. നിങ്ങൾ കാര്യം സാധിച്ചു എന്നു മാത്രം പറയുക. വിശദാംശങ്ങളിലേക്ക് കടക്കേണ്ട ആവശ്യമില്ല. എന്തു സംഭവിച്ചു എന്ന് അവൾ ഒരിക്കലും അറിയേണ്ടതില്ല. അവളെ കൊണ്ടുപോകാൻ വരുന്നതിനു അല്പം മുമ്പ് അവളെ നിങ്ങളുടെ ഓഫീസിൽ പൂട്ടിയിടുക. ഞാൻ അവളുടെ തടവറയിൽ കയറിക്കൂടാം. ഒരു പർദ്ദയുടെ സ്ഥാനം മറ്റൊരു പർദ്ദ ഏറ്റെടുക്കുന്നു എന്നതിൽ കൂടുതൽ അതിൽ മറ്റൊന്നുമില്ല. അതിന്റെ ഉള്ളിലെ വ്യക്തി യഥാർത്ഥ ആളാണോ എന്നു പരിശോധിക്കാനൊന്നും ആരും മെനക്കെടുകയില്ല. എല്ലാം സുഗമമായി നടക്കും, നിങ്ങൾ കണ്ടോളൂ.'

'നിനക്ക് മുഴുഭ്രാന്താണ്.'

'ഞാൻ എന്തായാലും മരണത്തിനു വിധിക്കപ്പെട്ടവളാണ്. ഏതാനും ദിവസങ്ങൾ, ഏറ്റവും കൂടിയത് ഏതാനും ആഴ്ചകൾ, അതിനുള്ളിൽ എന്നെ കാർന്നുതിന്നുന്ന രോഗം എന്റെ കഥ കഴിക്കും. എന്റെ ദുരിതം ആവശ്യമില്ലാതെ നീട്ടാൻ എനിക്കു താത്പര്യമില്ല.'

അതീഖ് ഭയചകിതനായി. അയാൾ ഭാര്യയെ തള്ളിമാറ്റി. എന്നിട്ട് കൈകൾ മുന്നിലേക്കു നീട്ടി അവളോട് നിന്നിടത്തുതന്നെ നിൽക്കാൻ കേണപേക്ഷിച്ചു. 'നീ പറയുന്നത് വെറും അസംബന്ധമാണ്,' അയാൾ പ്രഖ്യാപിച്ചു.

'ഞാൻ പറയുന്നത് ശരിയാണെന്ന് നിങ്ങൾക്ക് നല്ലവണ്ണം അറിയാമല്ലോ. എന്നെ ദൈവം നിയോഗിച്ചതാണ്. ആ സ്ത്രീ മരിക്കാൻ പോകുന്നില്ല. എനിക്ക് ആരാവാൻ കഴിഞ്ഞില്ലയോ അതെല്ലാം നിങ്ങൾക്ക് അവൾ ആയിരിക്കും. ഇന്നു രാവിലെ എനിക്ക് എത്ര സന്തോഷം തോന്നിയെന്ന് നിങ്ങൾക്ക് ഊഹിക്കാൻ പോലും കഴിയില്ല. ജീവിച്ചിരിക്കുന്നതിനേക്കാൾ എന്നെക്കൊണ്ടു പ്രയോജനമുണ്ടാവുക മരിച്ചാലാണ്. ഏറ്റവും അവസാനമായി നിങ്ങൾക്ക് ഒരു അവസരം ലഭിച്ചിരിക്കുകയാണ്. അതു നശിപ്പിക്കരുതെന്ന് ഞാൻ നിങ്ങളോടു യാചിക്കുന്നു. ഈയൊരൊറ്റ തവണ ഞാൻ പറയുന്നത് കേൾക്കൂ.'

പതിനഞ്ച്

കാസിം അബ്ദുൾ ജബ്ബാർ തന്റെ 4X4 വണ്ടി ബ്രെയ്ക്കുകളുരയുന്ന ഭയങ്കര ശബ്ദത്തോടെ ജയിൽ കെട്ടിടത്തിന്റെ മുന്നിൽ കൊണ്ടുവന്നു നിർത്തി. തൊട്ടു പിന്നിൽ സ്ത്രീകളേയും കുട്ടികളേയും കയറ്റിയ ഒരു ചെറിയ ബസ്സ് വന്നു നിന്നു. വിനാശകാരിയായ ആ കൊച്ചു ജയിലിന്റെ ദുഷിച്ച അന്തരീക്ഷത്തിൽ നിന്നും അകലം പാലിക്കാനെന്നപോലെ ഡ്രൈവർ തെരുവിന്റെ അപ്പുറത്ത് ബസ് നിർത്തിയിട്ടു.

അതീഖ് ഇടനാഴിയിലേക്കു നീങ്ങി ചുമരിൽ ചാരിനിന്നു. വിറയ്ക്കുന്ന കൈകൾ അരയിലുറപ്പിച്ച്, തന്റെ മാനസികവിക്ഷോഭത്തിന്റെ തീവ്രത പുറത്തുകാട്ടാതിരിക്കാൻ നിലത്തുനോക്കി നിന്നു. അയാളുടെ കെട്ടുപിണഞ്ഞ കുടലുകൾ പൊട്ടിപ്പോകുമെന്നപോലെ മുരളുകയും ഇരമ്പുകയും ചെയ്തു. കാലുകളിൽ മിന്നൽപോലെ ഉയരുന്ന വേദന അയാളെ തളർത്തുന്നപോലെ തോന്നി. അയാളുടെ ഹൃദയമിടിപ്പ് ഭൂഗർഭ ഇടനാഴികളിൽ പ്രതിധ്വനിക്കുന്ന ഗദാഘാതം പോലെ തലയിൽ മുഴങ്ങി. ഭീതിയുടെ കടന്നാക്രമണം ചെറുക്കാൻ അയാൾ പല്ലിറുമ്മുകയും വിക്ഷുബ്ധമായ ശ്വാസോച്ഛ്വാസം പിടിച്ചുനിർത്തുകയും ചെയ്തു.

പതിവുരീതിയിൽ തൊണ്ട കാറിക്കൊണ്ട് കാസിം തെരുവിൽ വന്ന് തന്റെ വരവറിയിച്ചു. അയാളുടെ കഫം നിറഞ്ഞ കാറലിന് ഈ പ്രഭാതത്തിൽ പതിവിലേറെ അറപ്പുളവാക്കുന്ന എന്തോ ഉണ്ട്. ഇരുമ്പിന്റേയും നിരവധി കാലുകൾ നിലത്തു ഉരയുന്നതിന്റേയും ശബ്ദങ്ങൾ അതീഖിനു കേൾക്കാം. പ്രഭാതത്തിന്റെ കഠോരമായ വെളിച്ചത്തിലൂടെ നിഴലുകൾ നീങ്ങിക്കൊണ്ടിരുന്നു.

രണ്ടു സ്ത്രീസേനാനികൾ ജയിലിന്റെ അനാരോഗ്യകരമായ ഇരുട്ടിലേക്കു പ്രവേശിച്ചു. പുറത്ത് ചൂട് ക്രമമായി വർദ്ധിച്ചുകൊണ്ടിരിക്കുമ്പോഴും കെട്ടിടത്തിനകത്ത് തണുപ്പും ഈർപ്പവും കെട്ടിനിന്നു. പട്ടാളച്ചിട്ടയോടുകൂടിയ ചുവടുകളോടെ ആ സ്ത്രീകൾ ഒരക്ഷരവും ഉരിയാടാതെ ജയിലറുടെ മുന്നിലൂടെ ഇടനാഴിയുടെ അറ്റത്തെ തടവുമുറിയിലേക്കു നീങ്ങി. പിന്നാലെ, കാസിം കൃത്യമായി പ്രത്യക്ഷപ്പെട്ടു. അയാളുടെ ഭീമാകാരമായ ചുമലുകൾ കവാടം നിറഞ്ഞുനിൽക്കുകയും

അകത്തെ ഇരുട്ടിന് മാറ്റുകൂട്ടുകയും ചെയ്തു. കൈകൾ അരയിൽ വെച്ച്, തല ഇടത്തോട്ടും വലത്തോട്ടും ആട്ടിയും ദേഹംകൊണ്ട് പെരുപ്പിക്കപ്പെട്ട ചില ഗോഷ്ടികൾ കാട്ടിയും അയാൾ ജയിലറെ സമീപിച്ചു.

'തലയുയർത്തൂ, യോദ്ധാവേ,' അയാൾ പറഞ്ഞു. 'നിങ്ങളുടെ കഴുത്തിന് കോച്ചിപ്പിടുത്തം വരും. പിന്നെ, നിങ്ങൾക്ക് നേരാംവണ്ണം കണ്ണാടി നോക്കാൻപോലും പറ്റില്ല.'

അയാൾ തല കുലുക്കിയെങ്കിലും കണ്ണുകൾ നിലത്തുറപ്പിച്ചുതന്നെ നിന്നു.

തടവുകാരിയെ മുന്നിൽ നടത്തിക്കൊണ്ട് സ്ത്രീസേനാനികൾ വീണ്ടും പ്രത്യക്ഷപ്പെട്ടു. പുരുഷന്മാർ രണ്ടുപേരും അവർക്കു പോകാനായി പിന്നോക്കം മാറി. സുഹൃത്തിനെ ഇടങ്കണ്ണിട്ടു നോക്കുന്ന കാസിം വായ മുഷ്ടികൊണ്ടു പൊത്തി ചുമച്ചു. 'ഇതിനകംതന്നെ എല്ലാം കഴിഞ്ഞിരിക്കുന്നു.' അയാൾ സൗമ്യമായി പറഞ്ഞു.

അടിമുടി വിറച്ചുകൊണ്ട് അതീഖ് ചുമലുകൾ അല്പമുയർത്തി.

'നിങ്ങളെന്നോടൊപ്പം വരണം,' കാസിം നിർബ്ബന്ധിച്ചു. 'നിങ്ങളുമായി ചില കാര്യങ്ങൾ സംസാരിക്കാനുണ്ട്.'

'എനിക്കു പറ്റില്ല.'

'എന്താണ് നിങ്ങൾക്കു തടസ്സം?'

അതീഖ് മൗനമവലംബിച്ചു. കാസിം ചുറ്റും കണ്ണോടിച്ചു. അതീഖിന്റെ കുടുസ്സുമുറിയിൽ, ഒരു മൂലയിൽ കുനിഞ്ഞിരിക്കുന്ന രൂപം അയാളുടെ കണ്ണിൽപ്പെട്ടു. 'നിങ്ങളുടെ ഓഫീസിൽ ആരോ ഉണ്ടല്ലോ.'

അതീഖിനു നെഞ്ചിൽ ഒരു മുറുക്കം അനുഭവപ്പെട്ടു. അത് അയാളുടെ ശ്വാസം തടസ്സപ്പെടുത്തി.

'എന്റെ ഭാര്യ.' അയാൾ പറഞ്ഞു.

'അവർക്ക് സ്റ്റേഡിയത്തിലേക്കു പോകാൻ താത്പര്യമുണ്ടാവും എന്നെനിക്കുറപ്പാണ്.'

'അതെ, ശരിയാണ്... അതുതന്നെയാണ് അവൾക്കു വേണ്ടത്.'

'എന്റെ ഭാര്യമാർക്കും പെങ്ങന്മാർക്കും അതുപോലെത്തന്നെ. വാസ്തവത്തിൽ അവരാണ് പുറത്തുനിൽക്കുന്ന ബസ്സ് ഏർപ്പാടുചെയ്യണമെന്ന് എന്നോടാവശ്യപ്പെട്ടത്. നിങ്ങളുടെ ഭാര്യയോട് അവരോടൊപ്പം ബസ്സിൽ പൊയ്ക്കൊള്ളാൻ പറയുക. നിങ്ങൾക്ക് എന്നോടൊപ്പം വരാം. എല്ലാം കഴിഞ്ഞാൽ സ്റ്റേഡിയത്തിന്റെ കവാടത്തിൽനിന്നും അവളെ എടുക്കാം. നിങ്ങളോട് എനിക്കൊരു നിർദ്ദേശം വെക്കാനുണ്ട്. എനിക്ക് ഏറ്റവും താത്പര്യമുള്ള ഒരു കാര്യം. എനിക്ക് നിങ്ങളോട് അതു പറയുകതന്നെ വേണം.'

ആശയക്കുഴപ്പത്തിൽപ്പെട്ട അതീഖ് ഈ ദുർഘടാവസ്ഥയിൽനിന്നും രക്ഷപ്പെടാനുള്ള മാർഗ്ഗത്തിനായി പരതി. പക്ഷേ, കാസിമിന്റെ കനത്ത ശബ്ദം ആലോചന തടസ്സപ്പെടുത്തി. 'എന്താണ് കാര്യം? നിങ്ങൾ എന്നെ ഒഴിവാക്കാൻ ശ്രമിക്കുകയാണോ?'

'ഞാൻ നിങ്ങളെ ഒഴിവാക്കാനൊന്നും ശ്രമിക്കുന്നില്ല.'

'പിന്നെ എന്താണ്?'

ഒഴിഞ്ഞുമാറാനാവാത്തവിധം കുടുക്കിൽപ്പെട്ട അതീഖ്, കണ്ണുകൾ പാതിയടച്ച്, ചിന്തകൾ ക്രമപ്പെടുത്താൻ ശ്രമിച്ചുകൊണ്ട് ഓഫീസിലേക്ക് കുനിഞ്ഞുനടന്നു. ചുറ്റുമുള്ളതെല്ലാം തന്നെ തള്ളിമാറ്റി അതിവേഗം മുന്നോട്ടു കുതിക്കുന്നതുപോലെ അയാൾക്കു തോന്നി. തീർത്തും അപ്രതീക്ഷിതമായ ഈ സംഭവവികാസം എങ്ങനെ നേരിടണമെന്ന് അയാൾക്ക് തീർച്ചയില്ല. മാത്രമല്ല, കാസിമിന്റെ നോട്ടം മുമ്പൊരിക്കലുമില്ലാത്തവിധം ജാഗരൂകവും തുളച്ചുകയറുന്നതുമായി അയാൾക്കു തോന്നി. അതിനു മുന്നിൽ അതീഖിന്റെ ദേഹമാസകലം വിയർത്തു. തലകറക്കത്തിന്റെ ഒരു തിരമാല അയാളുടെ മീതെ ഒഴുകി. അത് അയാളുടെ കാലുകളെ നോവിക്കുകയും ശ്വാസം മുട്ടിക്കുകയും ചെയ്തു.

അയാൾ വാതിൽക്കൽ രണ്ടുമൂന്നു നിമിഷങ്ങൾ സംശയിച്ചു നിന്നു, എന്നിട്ട് വാതിലടച്ചു. കട്ടിലിലിരുന്ന സ്ത്രീ അയാളെ നോക്കി. അയാൾക്ക് അവളുടെ കണ്ണുകൾ തിരിച്ചറിയാൻ കഴിഞ്ഞില്ല, എന്നാൽ അവളുടെ പിരിമുറുക്കം അയാളെ കൂടുതൽ അസ്വസ്ഥനാക്കി.

'കണ്ടില്ലേ?' അയാൾ പിറുപിറുത്തു. 'നമ്മുടെ പ്രാർത്ഥന ഫലിച്ചിരിക്കുന്നു. നിങ്ങൾ സ്വതന്ത്രയാണ്. പുറത്തു നിൽക്കുന്നയാൾ അത് ഇപ്പോൾത്തന്നെ സ്ഥിരീകരിച്ചതേയുള്ളൂ. നിങ്ങൾക്കെതിരായ എല്ലാ ആരോപണങ്ങളും പിൻവലിച്ചിരിക്കുന്നു. നിങ്ങൾക്കിന്നു വീട്ടിൽ പോകാം.'

'ഹാളിലൂടെ കടന്നുപോയ സ്ത്രീകളാരാണ്?'

'ഇത് സ്ത്രീകളുടെ ജയിലാണ്. ഇവിടെ സ്ത്രീകൾ വന്നും പോയുമിരിക്കും.'

'അവരൊരു തടവുകാരിയെ കൊണ്ടുപോയില്ലേ?'

'അതു നിങ്ങളെ സംബന്ധിക്കുന്ന കാര്യമല്ല. ഇന്നലെയുടെ വാതിൽ അടച്ചിരിക്കുന്നു; നമുക്ക് നാളെയുടെ വാതിൽ തുറക്കാം. നിങ്ങൾ സ്വതന്ത്രയാണ്. അതാണ് പ്രധാനം.'

'അപ്പോൾ എനിക്കു പോകാമോ?'

'തീർച്ചയായും. പക്ഷേ, പോകുന്നതിനുമുമ്പ് ഞാൻ നിങ്ങളെ ചില സ്ത്രീകളുടെ അടുത്തേക്ക് കൊണ്ടുപോവുകയാണ്. അവർ ഒരു ചെറിയ ബസ്സിൽ പുറത്തു കാത്തുനിൽക്കുന്നുണ്ട്. നിങ്ങൾ ആരാണെന്നോ,

എവിടെനിന്നു വരുന്നു എന്നോ അവരോടു പറയേണ്ട ആവശ്യമില്ല. വാസ്തവത്തിൽ, അവരറിയരുത്... ബസ്സ് സ്റ്റേഡിയത്തിൽ ഇറക്കും. അവിടെ ചില ഔദ്യോഗിക ചടങ്ങുകൾ നടക്കുന്നുണ്ട്.'

'എനിക്കു വീട്ടിലേക്കു പോകണം.'

'ശ് ശ്..ഇത്ര ഉറക്കെ സംസാരിക്കരുത്.'

'എനിക്കു സ്റ്റേഡിയത്തിലേക്കു പോകാൻ താത്പര്യമില്ല.'

'പോയേ പറ്റൂ. അത് അധികം സമയമെടുക്കില്ല. സമ്മേളനം കഴിഞ്ഞാൽ പുറത്തേക്കുള്ള വഴിയിൽ ഞാൻ കാത്തുനിൽക്കുന്നുണ്ടാവും. അവിടെ നിന്ന് ഞാൻ നിങ്ങളെ സുരക്ഷിതമായ സ്ഥലത്തേക്കു കൊണ്ടു പോകാം.'

ഇടനാഴിയിൽ, പോകാൻ സമയമായി എന്ന് ജയിലർക്ക് സൂചന നൽകാനായി കാസിം തൊണ്ട കാറി.

സുനൈറ എഴുന്നേറ്റു. അയാൾ ബസ്സുവരെ അവളെ അനുഗമിച്ചു, എന്നിട്ട്, 4X4 വണ്ടിയിലേക്ക് മടങ്ങി, മുമ്പിൽ കാസിമിന്റെ തൊട്ടടുത്ത സീറ്റിൽ കയറിയിരുന്നു. രണ്ടു സ്ത്രീസേനാനികളും അവരുടെ തടവുകാരിയും ഇരിക്കുന്ന പിന്നിലെ സീറ്റിലേക്കു അയാൾ ഒരിക്കൽപ്പോലും തിരിഞ്ഞുനോക്കിയില്ല.

നിരവധി ഉച്ചഭാഷിണികളിലൂടെ പ്രക്ഷേപണം ചെയ്യപ്പെട്ട മൊല്ലമാരുടെ അധിക്ഷേപപ്രസംഗങ്ങൾ ചുറ്റുമുള്ള തകർന്ന കെട്ടിടാവശിഷ്ടങ്ങൾക്കിടയിൽ മാറ്റൊലിക്കൊണ്ടു. ഇടയ്ക്കിടക്ക് സ്റ്റേഡിയം ഹർഷാരവങ്ങൾകൊണ്ടും ഭ്രാന്തമായ മുറവിളികൾകൊണ്ടും പ്രകമ്പനംകൊണ്ടു. നഗരത്തിന്റെ നാനാഭാഗങ്ങളിൽ നിന്നും കാണികൾ ഒഴുകിവന്നുകൊണ്ടിരുന്നതിനാൽ ആൾക്കൂട്ടം ക്രമമായി വർദ്ധിച്ചുവന്നു. ക്രമസമാധാനപാലകരുടെ രണ്ടും മൂന്നും നിരകളുണ്ടായിട്ടും രംഗവേദിയുടെ ചുറ്റും ആവേശം തുടിച്ചുനിന്നു.

തിരക്കു കുറഞ്ഞ ഒരു കവാടത്തിലേക്ക് കാസിം ആദ്യം ബസ്സ് നയിക്കുകയും സ്ത്രീകളെ പുറത്തേക്കാക്കി ഏതാനും സ്ത്രീസേനാനികളെ ഏല്പിക്കുകയും, മുൻകൂട്ടി ഒഴിച്ചിട്ടിട്ടുള്ള ഇരിപ്പിടങ്ങളിൽ അവരെ ഇരുത്താൻ കല്പിക്കുകയും ചെയ്തു. ഇക്കാര്യത്തിൽ തൃപ്തി വരുത്തിയതിനുശേഷം അയാൾ തന്റെ 4X4 വണ്ടിയിലേക്കു തിരിച്ചുകയറി, സായുധരായ താലിബാൻ ഏജന്റുമാർ അമിതാവേശത്തിൽ ഓടിനടക്കുന്ന മൈതാനത്തിലേക്കു വണ്ടിയുമായി കുതിച്ചു.

പരസ്യ വധശിക്ഷകൾ നേരത്തെത്തന്നെ തുടങ്ങിയിരുന്നു എന്നതിന് തെളിവായി ഏതാനും ശരീരങ്ങൾ അവിടേയുമിവിടേയും കയറിൽ തൂങ്ങിക്കിടന്നിരുന്നു. നിറഞ്ഞു കവിഞ്ഞ ജനങ്ങളെക്കൊണ്ട് കാണികളുടെ തട്ടുകൾ ശ്വാസംമുട്ടുന്നുണ്ടായിരുന്നു. താലിബാനെ പേടിച്ചാണ് പലരും

എത്തിയിരിക്കുന്നത്; അവർ ഈ ഭീകരതകൾ കാണുന്നുണ്ടെങ്കിലും പ്രതിഷേധപ്രകടനങ്ങൾ ഏതോ ഭാവനയിൽ മാത്രം ഒതുക്കി നിസ്സംഗരായി ഇരുന്നു. ഈ മഹാദുരന്തത്തിൽ പങ്കെടുക്കുന്ന സമുന്നതവ്യക്തികളുടെ ഇരിപ്പിടങ്ങൾക്കു കഴിയുന്നത്ര അടുത്തായി ഇരിക്കാൻ വെമ്പൽ കൊണ്ട് വന്നെത്തിയ മറ്റുള്ളവരാവട്ടെ, അവരുടെ ശ്രദ്ധയാകർഷിക്കാനായി പലതരം ചേഷ്ടകൾ കാണിക്കുന്നുണ്ട്. അവരുടെ അമിതമായ, ജീർണ്ണിച്ച എന്നു തന്നെ പറയാവുന്ന ആഹ്ലാദപ്രകടനങ്ങളും കോലാഹലങ്ങളും മതാധികാരികളിൽപ്പോലും നീരസം ജനിപ്പിച്ചു.

അതീഖ് ചാടിയിറങ്ങി, സ്റ്റേഡിയത്തിൽ സ്ത്രീകൾക്കുവേണ്ടി മാറ്റിവെക്കപ്പെട്ട ഭാഗത്ത് ദൃഷ്ടിയുറപ്പിച്ചുകൊണ്ട് വണ്ടിയുടെ മുന്നിൽ നിലയുറപ്പിച്ചു. ഓരോ സ്ത്രീയും സുനൈറയാണെന്ന് അയാൾക്കു തോന്നി.

യാഥാർത്ഥ്യത്തിൽ നിന്നും അകന്ന്, ആത്മാവും ശരീരവും ഉന്മത്താവസ്ഥയിൽ അലംഘനീയമാംവണ്ണം മറയ്ക്കപ്പെട്ടതിനാൽ അതീഖിന് മൊല്ലമാരുടെ മതപ്രഭാഷണങ്ങളോ, ആൾക്കൂട്ടത്തിന്റെ കരഘോഷങ്ങളോ കേൾക്കാൻ കഴിഞ്ഞില്ല. ചെവിയിൽ ഒരു മുഴക്കംമാത്രം അയാൾ കേട്ടു. നോക്കുന്നിടത്തെല്ലാം അയാൾ സുനൈറയെ മാത്രം കണ്ടു.

സ്റ്റേഡിയത്തിൽ മൃഗക്കൂട്ടങ്ങളെപ്പോലെ തടിച്ചുകൂടിയിരിക്കുന്ന, താടിയേക്കാൾ ദുഷിച്ചതും ദുഷിപ്പ് പരത്തുന്നതുമായ വായയുള്ള കാണികളേയും അയാൾ കാണുന്നുണ്ടായിരുന്നില്ല. താൻ സംരക്ഷിക്കാൻ തീരുമാനിച്ചിരിക്കുന്ന സ്ത്രീയുടെ സ്ഥാനം ഊഹിച്ചെടുക്കാൻ ശ്രമിക്കുന്ന അതീഖിന്റെ പൊള്ളുന്ന കണ്ണുകൾ ബാക്കിയുള്ള ലോകം മുഴുവൻ വിസ്മൃതിയിലേക്കു തള്ളിമാറ്റി.

സ്റ്റേഡിയത്തിന്റെ ഒരു ഭാഗത്ത് പെട്ടെന്നുയർന്ന കോലാഹലം ഭീഷണമായ കൂക്കിവിളികൾക്ക് വഴിതെളിച്ചു. താലിബാൻ പൊലീസിന്റെ ഏജന്റുമാർ 'ശപിക്കപ്പെട്ട'വരിലൊരുവനെ അയാളുടെ ദുർവ്വിധിയിലേക്കു തള്ളിക്കൊണ്ടുവന്നു; കൊലക്കളത്തിൽ ഒരാൾ കത്തിയുമായി അയാളെ കാത്തുനിൽക്കുന്നുണ്ടായിരുന്നു. ബന്ധിതനായ തടവുകാരനെ മുട്ടുകുത്തി നിർത്തുന്നു; വെട്ടിത്തിളങ്ങുന്ന കത്തി അയാളുടെ തൊണ്ട കീറുന്നു. കാണികളുടെ തട്ടുകളിൽ പലയിടത്തുനിന്നുമായി ഉയർന്ന ആർപ്പുവിളി ആരാച്ചാരുടെ കരവിരുതിന് ആശംസകളർപ്പിക്കുന്നു. രക്തത്തിൽ കുളിച്ച ശരീരം ഒരു സ്ട്രെച്ചറിലേക്ക് എറിയപ്പെടുന്നു- അടുത്തത്!

തലയ്ക്കു മീതെ ഒരു നീല മതിലുപോലെ നിരന്നുനിൽക്കുന്ന പർദ്ദകളുടെ വരികളിൽ മുഴുവൻ ശ്രദ്ധയും കേന്ദ്രീകരിച്ചിരുന്നതിനാൽ സ്ത്രീസേനാനികൾ തടവുകാരിയെ കടന്നുപിടിച്ചതു അതീഖ് കണ്ടില്ല. അവർ അവളെ മൈതാനത്തിന്റെ മദ്ധ്യത്തിലേക്കു നടത്തിക്കൊണ്ടുവന്നു; രണ്ടു പുരുഷന്മാർ അവൾക്കുവേണ്ടി ഒരുക്കിയിരുന്ന സ്ഥാനത്തേക്ക് അവളെ

അനുഗമിച്ചു. കർശനമായ ഒരു ശബ്ദം അവളോടു മുട്ടുകുത്താൻ കല്പിച്ചു. അവൾ അനുസരിച്ചു. മുഖംമൂടിയുടെ വലയിലൂടെ അവൾ അവസാനമായി കണ്ണുകളുയർത്തി നോക്കി. 4X4 വണ്ടിയുടെ അരികിൽ അതീഖ് തനിക്ക് പുറംതിരിഞ്ഞു നിൽക്കുന്നത് അവളുടെ കണ്ണിൽപ്പെട്ടു. തോക്കിന്റെ കുഴൽ തലയുടെ പിന്നിൽ ഉരയുന്നതായി തോന്നിയ ആ നിമിഷം ജയിലർ തന്റെ നേരെ തിരിയരുതേ എന്നു അവൾ പ്രാർത്ഥിച്ചു. അടുത്ത നിമിഷം തോക്ക് വെടിയുതിർത്തു, അതിന്റെ ദൈവനിന്ദയിൽ ഒരു മുഴുമിക്കാത്ത പ്രാർത്ഥനയും കൂടി ഏറ്റുവാങ്ങിക്കൊണ്ട്.....

ചടങ്ങുകൾ ഏതാനും മണിക്കൂറുകളോളമാണോ അതോ അനന്തതയോളമാണോ നീണ്ടത് എന്ന് അതീഖിനറിയില്ല. സ്ട്രെച്ചർ വഹിക്കുന്നവർ ശവങ്ങൾ ട്രാക്ടറുമായി ബന്ധിപ്പിച്ച ട്രയിലറിൽ അട്ടിയിട്ടു. തീവ്രമായ ഒരു പ്രത്യേക മതപ്രഭാഷണത്തോടുകൂടി ആഘോഷങ്ങൾ അവസാനിച്ചു. അതു കഴിഞ്ഞ ഉടൻ പൊതുപ്രാർത്ഥനയ്ക്കായി ആയിരക്കണക്കിനു വിശ്വാസികൾ മൈതാനത്തേക്ക് ഒഴുകിയെത്തി. സുൽത്താന്റെ ഭാവമുള്ള ഒരു മൊല്ല ചടങ്ങിനു നേതൃത്വം നൽകി. പൊലീസിന്റെ ഏജന്റുമാർ താമസിച്ചെത്തുന്നവരെ ഭീഷണിപ്പെടുത്തുന്നുണ്ടായിരുന്നു. ആദരണീയവ്യക്തികൾ സ്ഥലം വിട്ടതോടുകൂടി ആൾക്കൂട്ടം അതിശക്തമായ അലകളായി അങ്ങോട്ടുമിങ്ങോട്ടും നീങ്ങുകയും ഒടുവിൽ പുറത്തേക്കുള്ള വഴിയിൽ കൂട്ടംകൂടുകയും ചെയ്തു. ആൾക്കൂട്ടത്തിന്റെ ഒരു കുഴമറിച്ചിൽ അതിന്റെ ഭീകരത നിയന്ത്രിക്കാനാവാതെ ക്രമസമാധാനപാലകർക്ക് പിൻവാങ്ങേണ്ടിവന്നു.

പർദ്ദകളുടെ നിര വരിയായി പുറത്തേക്കു പോകാൻ തുടങ്ങിയപ്പോൾ അതീഖ് പുറത്തു നിന്നിരുന്ന പുരുഷന്മാരുടെ വലിയ കൂട്ടത്തിൽ ചേർന്നു. കാസിം, തന്റെ പ്രകടനത്തിൽ തൃപ്തനായ ഭാവത്തിൽ അരയ്ക്കു കൈവെച്ച് അവിടെ നിന്നിരുന്നു. പരസ്യവധശിക്ഷ യാതൊരു പ്രശ്നവുമില്ലാതെ ഭംഗിയായി നടന്നു. ഈ വിജയത്തിൽ തന്റെ പങ്ക് മുകളിലുള്ള പുരോഹിതന്മാരുടെ ശ്രദ്ധയിൽപെട്ടിട്ടുണ്ടെന്ന് കാസിമിന് പൂർണ്ണവിശ്വാസമുണ്ട്. ഇപ്പോൾത്തന്നെ അയാൾ രാജ്യത്തെ ഏറ്റവും വലിയ ജയിലിന്റെ ഡയറക്ടറായി സ്ഥാനക്കയറ്റം കിട്ടിയപോലെ സ്വയം കാണാൻ തുടങ്ങിയിരുന്നു.

ആദ്യത്തെ സ്ത്രീകൾ പുറത്തുവന്നു; അവരുടെ പുരുഷന്മാർ ഉടൻ തന്നെ അവരെ കൊണ്ടുപോയി. സ്ത്രീകൾ, അവരിൽ ചിലർ നിരവധി കുട്ടികളുടെ ഭാരവുമായി, ചെറു സംഘങ്ങളായി പൊയ്ക്കൊണ്ടിരുന്നു.

ജനക്കൂട്ടം പിരിഞ്ഞതോടെ ഒച്ചയും ബഹളവുമെല്ലാം കെട്ടടങ്ങുകയും സ്റ്റേഡിയത്തിന്റെ പരിസരം ശാന്തമാവുകയും ചെയ്തു. നഗരമദ്ധ്യത്തിലേക്കു മടങ്ങുന്ന ആൾക്കൂട്ടങ്ങൾ, ക്രമരഹിതമായി മുന്നോട്ടുനീങ്ങുന്ന താലിബാൻ ട്രക്കുകളുടെ നീണ്ട നിര ഉയർത്തുന്ന പൊടിമേഘങ്ങൾക്കുള്ളിൽ അപ്രത്യക്ഷമായി.

തന്റെ സ്ത്രീസംഘത്തെ ആൾക്കൂട്ടത്തിനിടയിൽ കാസിം തിരിച്ചറിയുകയും ഒരു മരത്തിന്റെ ചുവട്ടിൽ കാത്തുനിൽക്കുന്ന ബസ്സിലേക്ക്, തലയാട്ടിക്കൊണ്ട് അവരെ നയിക്കുകയും ചെയ്തു. 'വേണമെങ്കിൽ,' അയാൾ അതീഖിനോടു പറഞ്ഞു, 'ഞാൻ നിങ്ങളേയും ഭാര്യയേയും വീട്ടിൽ വിടാം.'

'അതിന്റെ ആവശ്യമില്ല,' അതീഖ് പറഞ്ഞു.

'എനിക്കു വിരോധമില്ല എന്റെ വഴിയിൽ നിന്ന് അല്പം തെറ്റിയിട്ടാണെന്നേയുള്ളൂ.'

'പട്ടണത്തിൽ എനിക്ക് അല്പം പണിയുണ്ട്.'

'ശരി, നിങ്ങളുടെ ഇഷ്ടം പോലെ. ഞാൻ പറഞ്ഞ കാര്യത്തെപ്പറ്റി നിങ്ങൾ ആലോചിക്കുമെന്നു കരുതുന്നു.'

'തീർച്ചയായും, ഞാൻ...'

കാസിം കൈവീശി, തന്റെ സ്ത്രീകളുടെ ഒപ്പമെത്താൻ ധൃതിയിൽ യാത്രയായി.

അതീഖ് അയാളുടെ സ്ത്രീയെ കാത്തുനിന്നു. അയാൾക്കു ചുറ്റുമുള്ള ആൾക്കൂട്ടം ചുരുങ്ങിച്ചുരുങ്ങി ആരും ഇല്ലാതായി. അയാൾക്കു കൂട്ടായി ഏതാനും വൃത്തികെട്ട മനുഷ്യർ മാത്രമുണ്ട്. ഏതാനും മിനുട്ടുകൾ കഴിഞ്ഞപ്പോൾ അവരും, പിന്നിൽ പർദ്ദയിഴയുന്ന ശബ്ദവുമായി പിന്തുടരുന്ന സ്ത്രീകളോടൊപ്പം അപ്രത്യക്ഷമായി. ഒടുവിൽ തന്നിലേക്കു തന്നെ തിരിച്ചെത്തിയപ്പോൾ ചുറ്റും ഒരൊറ്റ മനുഷ്യൻ പോലുമില്ലെന്ന് അതീഖ് തിരിച്ചറിഞ്ഞു. പൊടിമൂടിയ ആകാശവും, മലർക്കെ തുറന്ന സ്റ്റേഡിയത്തിന്റെ കവാടവും, പിന്നെ മൂകതയും. പാതാളം പോലെ ഗഹനമായ ഒരു നശിച്ച മൂകത.

ആകെ താളം തെറ്റിയ അതീഖ് വിശ്വാസം വരാതെ ചുറ്റും നോക്കി. അയാൾ പൂർണ്ണമായും ഒറ്റയ്ക്കായിരുന്നു. ഭയചകിതനായ അയാൾ സ്റ്റേഡിയത്തിലേക്കു കുതിച്ചു. കാണികളുടെ തട്ടുകൾ, മൈതാനം, പ്രത്യേക തൂക്കുമരത്തട്ട് എല്ലാം ശൂന്യമായിരുന്നു. സത്യം അംഗീകരിക്കാൻ കൂട്ടാക്കാതെ അയാൾ സ്ത്രീകൾക്കായി മാറ്റിവെക്കപ്പെട്ട ഭാഗത്തേക്കോടി. നഗ്നമായ കൽപ്പടവുകൾ മനസ്സിനെ വിഷാദത്തിലാഴ്ത്തും വിധം ശൂന്യമായിരുന്നു. അയാൾ തിരിച്ച് മൈതാനത്തിലേക്കോടി, വീണ്ടും അങ്ങോട്ടും ഇങ്ങോട്ടും ഭ്രാന്തനെപ്പോലെ ഓടാൻ തുടങ്ങി. അയാളുടെ കാൽക്കീഴിൽ ഭൂമി ഇളകിമറിഞ്ഞു. ആളൊഴിഞ്ഞ ഇരിപ്പിടങ്ങൾ അയാൾക്കു ചുറ്റും കറങ്ങാൻ തുടങ്ങി, ശൂന്യം, ശൂന്യം, ശൂന്യം.

പെട്ടെന്നുയർന്ന ഓക്കാനത്തിന്റെ ഒരു അല അയാളെ ഒരു നിമിഷത്തേക്ക് നിൽക്കാൻ നിർബ്ബന്ധിതനാക്കി. എന്നാൽ ഉടൻ തന്നെ അയാൾ ഭ്രാന്തമായ ഓട്ടം തുടർന്നു. അയാളുടെ ശ്വാസോച്ഛ്വാസത്തിന്റെ

കോളിളക്കം ആ സ്റ്റേഡിയത്തേയും നഗരത്തേയും മുഴുവൻ രാജ്യ ത്തേയും കീഴ്പ്പെടുത്താൻ പോന്നതായിരുന്നു. പരിഭ്രാന്തനും ഭയചകി തനുമായ അതീഖ് കൊലക്കളത്തിന്റെ മദ്ധ്യത്തിൽ, കട്ടപിടിച്ച രക്തം തളംകെട്ടിനിന്ന സ്ഥലത്തു കൃത്യമായി വന്നുനിന്നു. തല കൈകൾ കൊണ്ടു താങ്ങി സ്റ്റേഡിയത്തിന്റെ ഓരോ ഭാഗവും ഓരോന്നോരോ ന്നായി മനസ്സുറപ്പിച്ചു പരിശോധിച്ചു. പെട്ടെന്ന് മൂകതയുടെ അപാര വ്യാപ്തിയറിഞ്ഞ് മുട്ടുകുത്തിയിരുന്ന്, അടികൊണ്ട മൃഗത്തെപ്പോലെ അലറിവിളിച്ചു.

ഒരു ടൈറ്റ*ന്റെ പതനം പോലെ ഭയാനകമായ അയാളുടെ അലർച്ച ആ കളിക്കളമാകെ മാറ്റൊലികൊണ്ടു.

സുനൈറാാാ...!

രാത്രിയുടെ ആദ്യ സ്പർശങ്ങൾ, ചാരനിറമാർന്ന മാനത്ത് സന്ധ്യയുടെ അവസാന തീനാളങ്ങളും കെടുത്തി. നീരാളിക്കരങ്ങൾ പോലെയുള്ള നിഴലുകൾ അവയുടെ കപടവേഷം ഭൂമിയുടെ മേൽ നിവർത്തി രാത്രി ക്കായി കാത്തിരുന്നു. അകലെ, നഗരത്തിന്റെ ആരവങ്ങൾ കെട്ടടങ്ങി. സ്റ്റേഡിയത്തിൽ, പിശാചുക്കളെ വഹിക്കുന്ന കാറ്റ് വീശാനൊരുങ്ങുമ്പോൾ കോൺക്രീറ്റ് പടവുകൾ ശ്മശാനമൂകതയിൽ പതുങ്ങിയിരുന്നു. മുമ്പൊ രിക്കലുമില്ലാത്തവിധം കാത്തിരിക്കുകയും പ്രാർത്ഥിക്കുകയും ചെയ്ത അതീഖ്, ഒടുവിൽ തലയുയർത്തി. പരിസരത്തിന്റെ അതീവ ദൈന്യത അയാളെ സ്വയം നിയന്ത്രിക്കാൻ നിർബ്ബന്ധിച്ചു; ഈ ബീഭത്സമായ മതി ലുകൾക്കുള്ളിൽ അയാൾക്ക് കൂടുതലൊന്നും ചെയ്യാനില്ല. അയാൾ നിലത്തുനിന്നും കൈകുത്തി എഴുന്നേറ്റു. അയാളുടെ കാലുകൾ ഉറയ്ക്കു ന്നുണ്ടായിരുന്നില്ല. അയാൾ ഒരടി വെച്ചു, പിന്നെ മറ്റൊന്ന്, അങ്ങനെ സ്റ്റേഡിയത്തിന്റെ കവാടത്തിലെത്തി. പുറത്ത്, രാത്രി.

ചുറ്റും ഇരുട്ടിൽ മറവുചെയ്യപ്പെട്ട കെട്ടിടാവശിഷ്ടങ്ങൾ. ഏതാനും യാചകർ അവരുടെ മാളങ്ങളിൽനിന്നും പുറത്തു വന്നു. ശബ്ദത്തിലെ ഉറക്കച്ചടവ് അവരുടെ വിലാപങ്ങൾക്ക് വിശ്വാസ്യത നൽകി. അല്പ മകലെ, ചില കുട്ടികൾ മരത്തിന്റെ വാളുകളും തോക്കുകളുമായി രാവി ലത്തെ ചടങ്ങുകൾ... പതിവുപോലെ ആരംഭിച്ചു. അവർ അവരുടെ സഖാക്കളിൽ ചിലരെ തകർന്നടിഞ്ഞ കവലയിൽ കെട്ടിയിട്ട് വധശിക്ഷ ക്കൊരുങ്ങുകയാണ്. അലസരായിരിക്കുന്ന വൃദ്ധന്മാർ പയ്യന്മാരെ നോക്കി, അവരുടെ പുനഃസൃഷ്ടിയുടെ കൃത്യതയിൽ വിസ്മയംപൂണ്ട് നോക്കി നിന്നു.

അതീഖ് തന്റെ കാലുകൾ പോകുന്ന ദിശയിൽ മുന്നോട്ടുനീങ്ങി. തന്റെ കാൽക്കീഴിൽ ഒരു മേഘം ഒഴുകിക്കൊണ്ടിരിക്കുകയാണെന്ന് അതീഖിനു

* ടൈറ്റൻ : ഗ്രീക്കു പുരാണത്തിലെ ദിവ്യപുരുഷന്മാർ

തോന്നി. കേൾക്കാനാവില്ലെങ്കിലും, ഒരൊറ്റ നാമം -സുനൈറ- അയാളുടെ വരണ്ട ചുണ്ടുകളിൽ വിടാതെ നിറഞ്ഞുനിന്നു. അയാൾ തന്റെ കൊച്ചു ജയിലും നസീഷിന്റെ വീടും കടന്നുപോയി. രാത്രി പൂർണ്ണമായപ്പോൾ അയാൾ കല്ലുകൾ നിറഞ്ഞ ഇടവഴിയുടെ അറ്റത്തായിരുന്നു.

ചലിച്ചുകൊണ്ടിരിക്കുന്ന നിഴലുകൾ അയാളെ കീറിമുറിച്ചു. വീട്ടിലെത്തിയപ്പോൾ കാലുകൾ അയാളെ വീണ്ടും ചതിച്ചു. അയാൾ നടുമുറ്റത്ത് കുഴഞ്ഞുവീണു.

അതീഖ് മലർന്നു കിടന്ന് ചന്ദ്രനെ വീക്ഷിച്ചു. ഇന്ന് അത് പൂർണ്ണവൃത്തത്തിലാണ്. വായുവിൽ ഒരു വെള്ളി ആപ്പിൾ തൂങ്ങിക്കിടക്കുന്നതുപോലെ. കുട്ടിയായിരിക്കുമ്പോൾ അയാൾ മണിക്കൂറുകളോളം ചന്ദ്രനെ നോക്കിയിരിക്കുമായിരുന്നു. വീട്ടിൽ നിന്നകലെ, ഒരു മൺതിട്ടയിലിരുന്ന്, എങ്ങനെയാണ് ഇത്ര വലിയ ഒരു *നക്ഷത്രത്തിന്* ആകാശത്തിൽ പൊങ്ങിക്കിടക്കാൻ പറ്റുന്നത് എന്നു മനസ്സിലാക്കാൻ ശ്രമിക്കുമായിരുന്നു. തന്റെ ഗ്രാമത്തിലെ ഗ്രാമീണരെപ്പോലെയുള്ള ജീവികൾ ചന്ദ്രനിലെ വയലുകളിൽ പണിയെടുക്കുകയും ആടുമേക്കുകയും ചെയ്യുന്നുണ്ടാവുമോ എന്ന് അദ്ഭുതം കൂറുമായിരുന്നു. ഒരിക്കൽ അയാളുടെ അച്ഛൻ ഒപ്പം കൂടി. അന്നാണ് അയാൾ അതീഖിനോട് ചന്ദ്രന്റെ രഹസ്യം വിശദീകരിച്ചത്. 'അതു സൂര്യൻ തന്നെയാണ്,' അയാൾ മകനോടു പറഞ്ഞു. 'പകൽ മുഴുവൻ സത്യസന്ധമായി പ്രകാശിച്ച സൂര്യൻ നില മറന്ന് രാത്രിയുടെ രഹസ്യം ലംഘിക്കാൻ ശ്രമിച്ചു. താൻ കണ്ട കാഴ്ച താങ്ങാനാവാതെ അവൻ വിളറി വെളുക്കുകയും ചൂടു മുഴുവൻ നഷ്ടപ്പെടുകയും ചെയ്തു.'

കുറേ കാലം അതീഖ് ഈ കഥ വിശ്വസിച്ചു. ഇന്നും അയാൾക്കതു വിശ്വസിക്കാതിരിക്കാനാവുന്നില്ല. സൂര്യന് തിളക്കം നഷ്ടമാവുന്ന തരത്തിൽ ഭീതിദമായ എന്താണ് രാത്രിക്കുള്ളത്?

ശേഷിച്ച ശക്തിയുപയോഗിച്ച് അയാൾ വീട്ടിനുള്ളിലേക്ക് നിരങ്ങിനീങ്ങി. തപ്പിത്തടഞ്ഞ്, കൈവിളക്ക് തട്ടിമറിച്ചു. അയാൾ വിളക്ക് കൊളുത്തിയില്ല. വെളിച്ചത്തിന്റെ ഒരു കീറുപോലും തന്നെ അന്ധനാക്കുമെന്ന് അയാൾ ഭയപ്പെട്ടു. ചുമരിൽ പിടിച്ചുനടന്ന് അയാൾ ഭാര്യയുടെ മുറിയുടെ വാതിൽക്കലെത്തി. ഭാര്യയുടെ പുല്പായയ്ക്കുവേണ്ടി തപ്പിത്തടഞ്ഞ് അയാൾ അതിലേക്കുതന്നെ തളർന്നുവീണു. തേങ്ങലോടെ വീർപ്പുമുട്ടിക്കൊണ്ട് പുതപ്പ് കൈയിലെടുത്ത് അയാൾ ഗാഢമായി ആലിംഗനം ചെയ്തു.

'മുസറാത്, എന്റെ പാവം മുസറാത്, എന്താണ് നീ ഞങ്ങളോടു ചെയ്തത്?'

അയാൾ പായയിൽ കിടന്ന് കാൽമുട്ടുകൾ വയറിനോടുചേർത്ത് ഒരു പുഴുവിനെപ്പോലെ ചുരുണ്ടു കൂടിക്കിടന്നു.

'അതീഖ്.'

അയാൾ ഞെട്ടിയുണർന്നു.

മുറിയുടെ നടുവിൽ ഒരു സ്ത്രീ നിൽക്കുന്നു. അവളുടെ മിന്നുന്ന പർദ്ദ ഇരുട്ടിൽ വെട്ടിത്തിളങ്ങി. സ്തബ്ധനായ അതീഖ് ശക്തമായി കണ്ണുകൾ തിരുമ്മി. സ്ത്രീ അപ്രത്യക്ഷമാവുന്നില്ല. അവൾ നിന്നിടത്തുതന്നെ ഒരു പ്രകാശപടലത്തിൽ പൊങ്ങിനിന്നു.

'നീ എന്നന്നേക്കുമായി വിട്ടുപോയി എന്നാണ് ഞാൻ കരുതിയത്.' എഴുന്നേൽക്കാൻ ശ്രമിച്ചുകൊണ്ട് അയാൾ മന്ത്രിച്ചു. 'ഇനിയൊരിക്കലും നിന്നെ കാണില്ലെന്നാണ് ഞാൻ കരുതിയത്.'

'നിങ്ങൾക്കു തെറ്റിപ്പോയി.'

'നീ എവിടേക്കാണ് പോയത്? ഞാൻ നിന്നെ എല്ലാ സ്ഥലത്തും തിരഞ്ഞു.'

'ഞാൻ അടുത്തുതന്നെയുണ്ടായിരുന്നു. ഞാൻ ഒളിച്ചിരിക്കുകയായിരുന്നു.'

'എനിക്കു ഭ്രാന്തുപിടിച്ചപോലെയായി.'

'ഞാനിപ്പോൾ ഇവിടെയുണ്ടല്ലോ.'

ചുമരിൽ കൈകളമർത്തി അതീഖ് എഴുന്നേറ്റു നിന്നു. അയാൾ ഇല പോലെ വിറയ്ക്കുന്നുണ്ടായിരുന്നു. അവൾ കൈകൾ നിവർത്തി. 'വരൂ,'

അമ്മയുടെ അടുത്ത് തിരിച്ചെത്തിയ ശിശുവിനെപ്പോലെ അയാൾ ഓടിയണഞ്ഞ് അവളെ തന്നോടു ചേർത്തു. 'ഓ, സുനൈറാ, സുനൈറാ, നീയില്ലാതെ എന്റെ ഗതി എന്താകുമായിരുന്നു?'

'ഇനിയും അതൊരു ചോദ്യമേ അല്ല.'

'ഞാനാകെ ഭയന്നുപോയി.'

'ഇവിടെ മുഴുവൻ ഇരുട്ടായതുകൊണ്ടാണത്.'

'ഞാൻ മനപ്പൂർവ്വം വിളക്കു കൊളുത്താതിരുന്നതാണ്. ഇപ്പോൾ ഞാൻ അതിന്റെ ആവശ്യവും കാണുന്നില്ല. ആയിരം മെഴുകുതിരികളേക്കാൾ ശോഭയോടെ നിന്റെ മുഖം എന്റെ മേൽ പ്രകാശം ചൊരിയും. ദയവായി നിന്റെ മൂടുപടം ഉയർത്തുക, ഞാൻ നിന്നെ സ്വപ്നം കാണട്ടെ.'

അവൾ ഒരടി പിന്നോക്കംവച്ച് പർദ്ദയുടെ മുകൾ ഭാഗം ഉയർത്തി. അതീഖ് ഭയന്നു നിലവിളിക്കുകയും പിന്നോക്കം വലിയുകയും ചെയ്തു. അത് സുനൈറയായിരുന്നില്ല, മുസറാതായിരുന്നു; ഒരു വെടിയുണ്ട അവളുടെ മുഖത്തിന്റെ പകുതി ഭാഗം തെറിപ്പിച്ചു കളഞ്ഞിരുന്നു. തലയോട്ടിയുടെ പകുതിഭാഗം പുറത്തേക്കു തെറിച്ചു നിൽക്കുന്നു.

ഉറക്കെ നിലവിളിച്ചുകൊണ്ട്, ഈ ഭീകരതയെ ഉന്തിമാറ്റാൻ കൈകൾ മുന്നോട്ടു തള്ളിപ്പിടിച്ചുകൊണ്ട് അതീഖ് ഞെട്ടിയുണർന്നു. വിയർത്തു

കുളിച്ച്, കണ്ണുകൾ പുറത്തേക്കു തള്ളി, ഏതാനും നിമിഷങ്ങൾ പിന്നിട്ടതിനുശേഷമേ താൻ പേടിസ്വപ്നം കാണുകയായിരുന്നുവെന്ന് അയാൾക്കു മനസ്സിലായുള്ളൂ.

പകൽ ആരംഭിക്കാൻ തുടങ്ങിയിരുന്നു, ഒപ്പം, ലോകത്തിന്റെ ക്ലേശങ്ങളും.

തന്റെതന്നെ പ്രേതം പോലെ അതീഖ് സെമിത്തേരിയിലേക്കു നീങ്ങി. അയാൾ തലപ്പാവ് അണിഞ്ഞിരുന്നില്ല. കൈയിൽ ചാട്ടയുമുണ്ടായിരുന്നില്ല. അരപ്പട്ട ശരിക്കു മുറുക്കാതെ അയാളുടെ കാലുറ അരയിൽ തൂങ്ങിക്കിടന്നിരുന്നു. കണ്ണുകൾ ഉരുട്ടി മിഴിച്ച്, ഓരോ ചുവടിലും ആകെ തകർന്നുകൊണ്ട്...

അയാൾ നടക്കുകയായിരുന്നില്ല, മറിച്ച്, വലിഞ്ഞുനീങ്ങുകയായിരുന്നു. കെട്ടഴിഞ്ഞ ഷൂ ലേസുകൾ മണ്ണിൽ സർപ്പാകൃതിയിലുള്ള ചിത്രപ്പണികൾ മെനഞ്ഞു. അയാളുടെ വലത്തെ ഷൂ പൊട്ടിപ്പൊളിഞ്ഞ്, നഖത്തിനു ചുറ്റും രക്തരേഖയുള്ള, മുറിവേറ്റ വിരൽ പുറത്തേക്കു തള്ളിനിന്നിരുന്നു. അയാൾ എവിടെയെങ്കിലും വീണിട്ടുണ്ടാവണം. കാരണം, അയാളുടെ വലതുവശം ചളി പുരണ്ടും കൈമുട്ടിലെ തൊലിയുരഞ്ഞും ഇരുന്നു. താൻ എവിടെയാണെന്നോ എവിടെപ്പോകുന്നുവെന്നോ അറിയാത്ത, കുടിച്ചുന്മത്തനായവനെപ്പോലെയായിരുന്നു അയാൾ. ഇടയ്ക്കിടയ്ക്ക് അയാൾ അടുത്തുള്ള മതിലിൽ ചാരി കുനിഞ്ഞ് കൈകൾ കാൽമുട്ടിൽ താങ്ങി ഓക്കാനത്തിന്റേയും ശ്വാസംമുട്ടിന്റേയും ഇടയിൽ ചാഞ്ചാടിക്കൊണ്ട് നിന്നു.

പാറിപ്പറന്ന താടിക്കുള്ളിൽ അയാളുടെ ഇരുണ്ട മുഖം ചീയാറായ ശീമമാതളം പോലെ ചുക്കിച്ചുളിഞ്ഞിരുന്നു. ആഴത്തിൽ ചുളിഞ്ഞ നെറ്റിയും വീർത്ത കണ്ണുകളും മൊത്തത്തിലുള്ള അയാളുടെ ശോച്യാവസ്ഥയ്ക്കു മാറ്റുകൂട്ടി. അയാളുടെ ദുരവസ്ഥ രൂക്ഷവും അവഗണിക്കാനാവാത്തതുമായിരുന്നു.

അയാളെ കടന്നുപോകുന്ന അപൂർവ്വം കാൽനടക്കാർ അയാളെ ഭീതിനിറഞ്ഞ കണ്ണുകളോടെ നോക്കി. അവരിൽ ചിലർ അയാളെ ഒഴിവാക്കാൻ വളഞ്ഞുമാറി പോയി. അവിടവിടെ കളിച്ചുകൊണ്ടിരിക്കുന്ന കുട്ടികൾ അയാളെ ജാഗ്രതയോടെ നോക്കിനിന്നു. താൻ ചുറ്റുമുയർത്തുന്ന ഭീതിയെപ്പറ്റി അതീഖിന് ഒരു ബോധവുമുണ്ടായിരുന്നില്ല. അയാളുടെ തല ചുമലുകൾക്ക് ഭാരമായി നിന്നു. അയാളുടെ ചലനങ്ങൾ ക്രമരഹിതമായിരുന്നു. സങ്കീർണ്ണമായ ഊടുവഴികളെപ്പറ്റി അയാൾക്ക് അവ്യക്തമായ ബോധമേ ഉണ്ടായിരുന്നുള്ളൂ.

മൂന്നു ദിവസമായി അയാൾ ഭക്ഷണം കഴിച്ചിരുന്നില്ല. നിരാഹാരവും മനഃക്ലേശവും അയാളെ തളർത്തിയിരുന്നു. വറ്റിയ പാലിന്റെ പാടുപോലെ ഉമിനീർ അയാളുടെ ചുണ്ടുകളിൽ പറ്റിപ്പിടിച്ചിരുന്നു. അയാൾ ഇടയ്ക്കിടെ

മൂക്കുചീറ്റിക്കൊണ്ടിരുന്നു. ചത്തപോലെയുള്ള ശരീരത്തിന്റെ ഭാരം കൊണ്ട് അയാളുടെ കാലുകൾ തളർന്നു. രണ്ടു തവണ താലിബാൻ പൊലീസ് സംഘം, കുടിച്ചു ലക്കുകെട്ടവനാണെന്നു സംശയിച്ച് അയാളെ തടഞ്ഞുനിർത്തി. ഒരാൾ അയാളെ അടിക്കുകയും ഉടൻ വീട്ടിൽ പോകാൻ ആജ്ഞാപിക്കുകയും ചെയ്തു. അയാൾ അതൊന്നും ശ്രദ്ധിച്ചതേയില്ല. വിട്ടയയ്ക്കപ്പെട്ട ഉടൻ നിഗൂഢമായ ഒരു വിളി പിന്തുടരുന്നതുപോലെ അയാൾ സെമിത്തേരിയിലേക്കുള്ള വഴിയേ നടത്തം തുടർന്നു.

കീറിപ്പറിഞ്ഞ വസ്ത്രങ്ങൾ ധരിച്ച സ്ത്രീകളും മുഖത്ത് ചളിപ്പാടുകളുള്ള കുട്ടികളുമടങ്ങുന്ന ഒരു കുടുംബം പുതിയ ഒരു കുഴിമാടത്തിനു ചുറ്റും കൂടിനിന്നിരുന്നു. അല്പമകലെ ഒരു കഴുതവണ്ടിക്കാരൻ ഒരു വലിയ കല്ലിലിടിച്ച് വിട്ടുപോന്ന ചക്രം നന്നാക്കുകയായിരുന്നു. ഏതാനും തെണ്ടിപ്പട്ടികൾ ചളിപുരണ്ട വായയും ഉയർത്തിപ്പിടിച്ച ചെവിയുമായി വഴിയരികിൽ മണത്തു നടന്നു.

സെമിത്തേരിയുടെ വരണ്ട പ്രദേശത്ത്, സ്മാരകശിലകളോ സ്മൃതി വചനങ്ങളോ ഇല്ലാത്ത പൊള്ളകൾ പോലെയുള്ള കൂനകൾക്കിടയിൽ അതീഖ് വേച്ചു വേച്ചു നടന്നു.

മയ്യത്തുകൾ അടക്കം ചെയ്ത കുഴിമാടങ്ങൾ, നിലത്ത് ക്രമരഹിതമായി അവിടേയുമിവിടേയും കുഴിച്ച് ചളിയും കരിങ്കൽചീളും മൺകട്ടയും നിറച്ച കുഴികൾ വേറെയും. അവയുടെ അസുഖകരമായ ക്രമരാഹിത്യം ആ സ്ഥലത്തിന് ഒരു ദുരന്തച്ഛായ നൽകി. അതീഖ് ഒരു മോടിയുമില്ലാത്ത കുഴിമാടങ്ങൾക്കിടയിൽ നടന്നു. ഇടയ്ക്കിടക്ക് അയാൾ ഇരുന്ന് മണ്ണിൽ വിരലുകൾകൊണ്ട് തൊട്ടു. ചിലപ്പോൾ അയാൾ കൂനകളിൽ കയറി നടക്കുകയും തെന്നിവീഴുകയും ചെയ്തു. അപ്പോൾ അയാൾ എന്തോ പിറുപിറുത്തു. അവിടെ കുറെ കറങ്ങി നടന്നതിനുശേഷം മുസറാതിന്റെ അന്ത്യവിശ്രമസ്ഥാനം കണ്ടുപിടിക്കുക അസാദ്ധ്യമാണെന്ന് അയാൾക്കു മനസ്സിലാക്കി. കാരണം, എവിടെയാണ് തിരയേണ്ടത് എന്ന് അയാൾക്ക് ഒരു പിടിയുമുണ്ടായിരുന്നില്ല. ശവക്കുഴി കുത്തുന്ന ഒരാൾ അവിടെയിരുന്ന് ഉണക്ക ഇറച്ചിക്കഷണം തിന്നുന്നത് അതീഖ് കണ്ടു. അടുത്തു ചെന്ന് തലേ ദിവസം സ്റ്റേഡിയത്തിൽ വച്ച് വധിക്കപ്പെട്ട സ്ത്രീയെ എവിടെയാണ് മറവുചെയ്തിരിക്കുന്നത് എന്ന് അതീഖ് അയാളോട് ചോദിച്ചു. ശവക്കുഴി കുത്തുന്ന ആൾ അല്പമകലെ ഒരു ചളിക്കൂന ചൂണ്ടിക്കാട്ടി, ആർത്തിയോടെ ഭക്ഷണത്തിലേക്കു മടങ്ങി.

ഭാര്യയുടെ കുഴിമാടത്തിനു മീതെ അതീഖ് കുഴഞ്ഞുവീണു. സായാഹ്നത്തിൽ ഏറെ വൈകുന്നതുവരെ അയാൾ തല കൈകളിൽ താങ്ങി അവിടെ ഇരുന്നു ഒരു വാക്കോ, കരച്ചിലോ, പ്രാർത്ഥനയോ ഒന്നും ഇല്ലാതെ.

ആ വിചിത്രസന്ദർശകൻ ഉണർന്നിരിക്കയാണോ എന്നു നോക്കാൻ ജിജ്ഞാസാഭരിതനായ ശവക്കുഴി കുത്തുന്നയാൾ അയാളുടെ അടുത്തു

ചെന്നു. അപകടകരമായ അത്യുഷ്ണമാണെന്നും അതിൽനിന്നും എത്രയും വേഗം രക്ഷപ്പെട്ടില്ലെങ്കിൽ ദുഃഖിക്കേണ്ടിവരുമെന്നും അയാൾ അതീഖിനോടു പറഞ്ഞു. എന്തു തെറ്റാണ് താൻ ചെയ്യുന്നത് എന്ന് അതീഖിനു പിടികിട്ടിയില്ല. അയാൾ അതു വകവെക്കാതെ മുസറാതിന്റെ കുഴിമാടത്തിലേക്കു ഉറ്റുനോക്കിനിന്നു. ഒടുവിൽ, തല വേദനിച്ചുപൊളിയുകയും കണ്ണുകളുടെകാഴ്ച മങ്ങുകയും ചെയ്തപ്പോൾ അയാൾ എഴുന്നേറ്റ് സെമിത്തേരിയിൽ നിന്നും തിരിഞ്ഞുനോക്കാതെ സ്ഥലം വിട്ടു. ചിലപ്പോൾ മതിലിന്മേലും ചിലപ്പോൾ മരത്തിന്മേലും ചാരിനിന്ന് അയാൾ നിരവധി ഊടുവഴികളിലൂടെ അലഞ്ഞു.

ഒടുവിൽ, ചെരിഞ്ഞ മേൽക്കൂരയുള്ള ഒരു വീട്ടിൽ നിന്നും ഒരു സ്ത്രീ പുറത്തുകടക്കുന്ന കാഴ്ച അയാളുടെ തലയ്ക്കു വെളിവു നൽകിയപോലെ തോന്നിച്ചു. അവൾ നിറം മങ്ങിയ ഉടുപ്പിൽ സുഷിരങ്ങളുള്ള പർദ്ദയും തേഞ്ഞ പാദരക്ഷയുമാണ് ധരിച്ചിരുന്നത്. അതീഖ് ഇടുങ്ങിയ തെരുവിന്റെ മദ്ധ്യത്തിൽ അവളെ നേരിടാനായി കാത്തുനിന്നു. ആ സ്ത്രീ ഒരു വശത്തേക്കു മാറിപ്പോയി. അതീഖ് പിന്നാലെ ചെന്ന് അവളുടെ കൈ കടന്നുപിടിക്കുകയും പിന്നിലേക്കു വലിച്ച് പിടിച്ചുനിർത്താൻ ശ്രമിക്കുകയും ചെയ്തു. ശക്തിയിൽ കുടഞ്ഞ്, പിടിവിടുവിച്ച് അവൾ ഓടിരക്ഷപ്പെട്ടു. സുനൈറാ, സുനൈറാ, അയാൾ വിളിച്ചു കൊണ്ടിരുന്നു. ഊടുവഴിയുടെ അറ്റത്തു ചെന്ന്, അയാളെ വിസ്മയത്തോടെ നോക്കി അവൾ അപ്രത്യക്ഷയായി. ഒരു പുകപടലത്തെ ആക്രമിക്കാനെന്നപോലെ അയാൾ അവളുടെ പിന്നാലെ കൈനീട്ടിക്കൊണ്ട് ഓടി.

മറ്റൊരു ഊടുവഴിയിൽ അയാൾ ഒരു തകർന്ന കെട്ടിടത്തിന്റെ വാതിൽക്കൽ ഇരുന്നിരുന്ന സ്ത്രീയുടെ നേരെ ചെന്നു. അയാൾ വരുന്നതു കണ്ട ഉടൻ തന്നെ അവൾ അകത്തുകയറി വാതിലടച്ചു. അതീഖ് ചുറ്റും നോക്കിയപ്പോൾ ഒരു മഞ്ഞ പർദ്ദ ജില്ലാ കവലയിലേക്കു നീങ്ങുന്നതു കണ്ടു. സുനൈറാ, സുനൈറാ... കൈ നീട്ടിക്കൊണ്ട് അയാൾ അതിനെ പിന്തുടർന്നു. പ്രാകൃതവേഷത്തിൽ, കണ്ണുകൾ തള്ളി, നീലിച്ച ചുണ്ടുകളോടുകൂടിയ ഭ്രാന്തനെപ്പോലെ തോന്നിച്ച അയാളെ കണ്ട് കുട്ടികൾ അയാളുടെ വഴിയിൽ നിന്നും ഓടിമാറി. മഞ്ഞ പർദ്ദ ഒരു വീടിന്റെ മുന്നിൽ നിന്നു. അതീഖ് അവിടേക്കോടി. അയാൾ അവിടെ എത്തുമ്പോഴേക്കും വാതിൽ അടയ്ക്കാൻ വൈകിയിരുന്നു. നീ എവിടെപ്പോയി? പറഞ്ഞപോലെ ഞാൻ സ്റ്റേഡിയത്തിന്റെ കവാടത്തിൽ നിന്നെ കാത്തുനിന്നു, എന്നാൽ നീ എന്റെ അടുത്തേക്കു വന്നില്ല....

മഞ്ഞ പർദ്ദ അയാളുടെ ശക്തമായ പിടിയിൽനിന്നും കുതറി മാറാൻ ശ്രമിച്ചു. 'നിങ്ങൾക്കു ഭ്രാന്താണ്. എന്നെ വിട്ടില്ലെങ്കിൽ ഞാൻ ബഹളം വെയ്ക്കും...'

നിന്നെ ഒരിക്കലും ഞാൻ ഒറ്റയ്ക്കു വിടില്ല, സുനൈറാ. ഇനി ഒരിക്കലും നിനക്കെന്നെ തിരയേണ്ടി വരില്ല.

'ഞാൻ നിങ്ങളുടെ സുനൈറയല്ല. നിങ്ങൾ ഇവിടെ നിന്ന് ഉടൻ പോയില്ലെങ്കിൽ എന്റെ സഹോദരന്മാർ വന്ന് നിങ്ങളെ കൊല്ലും.'

നിന്റെ മുഖംമൂടി ഉയർത്ത്. എനിക്കു നിന്റെ മുഖം, മാലാഖയുടെ മുഖം, കാണണം...

അവൾ പർദ്ദയുടെ വശത്തെ കഷണം അയാളുടെ പിടിയിൽ ഉപേക്ഷിച്ച് സ്ഥലം വിട്ടു. അവിടെയെത്തിയ ചില ആൺകുട്ടികൾ കല്ലുകൾ പെറുക്കി ഭ്രാന്തനെ എറിയാൻ തുടങ്ങി. അയാൾ വന്ന വഴിയെ തിരിച്ചു നടന്നു. ഒരു ഏറുകൊണ്ട് അയാളുടെ തലയുടെ ഒരു വശം പൊട്ടി ചെവിക്കു മുകളിലൂടെ ചോര ഒഴുകാൻ തുടങ്ങി. അയാൾ ഓടാൻ തുടങ്ങി. ആദ്യം അടിവെച്ചടിവെച്ച്, എന്നാൽ, കവലയിലെത്താറായപ്പോഴേക്കും വേഗത കൂടുകയും ശ്വാസം പരുക്കനാവുകയുംചെയ്തു. അയാളുടെ മൂക്കിൽനിന്ന് വെള്ളമൊലിക്കാനും വായിൽനിന്ന് പത വരാനും തുടങ്ങി. സുനൈറാ, സുനൈറാ എന്നു പുലമ്പിക്കൊണ്ട് പർദ്ദയണിഞ്ഞ സ്ത്രീയെ തിരയുന്നതിനിടയിൽ അയാൾ ആളുകളെ തള്ളിമാറ്റി. അയാളുടെ ഭ്രാന്തമായ ആവേശം വർദ്ധിക്കുകയും താൻ ചെയ്യുന്നത് ദൈവനിന്ദയാണെന്ന ബോധമില്ലാതെ, സ്ത്രീകളുടെ പിന്നാലെ ഓടി അവരുടെ മൂടുപടം. ശിരസ്സിനു മുകളിൽ ഉയർത്താൻ തുടങ്ങുകയും ചെയ്തു. സുനൈറാ, നീ അവിടെയുണ്ടെന്ന് എനിക്കറിയാം. നിന്റെ ഒളിസ്ഥലത്തിൽ നിന്നും പുറത്തു വാ. ഒന്നും പേടിക്കാനില്ല. ആരും നിന്നെ ഉപദ്രവിക്കില്ല. എല്ലാം ഞാൻ ശരിയാക്കിയിട്ടുണ്ട്. നിന്നെ ശല്യപ്പെടുത്താൻ ഞാൻ ആരേയും അനുവദിക്കുകയില്ല...

രോഷാകുലമായ ആക്രോശങ്ങളുയർന്നു. അതീഖ് അതു കേട്ടതേയില്ല. അയാൾ മൂടുപടങ്ങൾ പിടിച്ചുവലിക്കുകയും ഭയങ്കരമായ ശക്തിയോടെ വലിച്ചുകീറുകയും തടഞ്ഞുവെച്ച സ്ത്രീകളെ തള്ളിയിടുകയും ചെയ്തു. അവർ ചെറുത്തുനിൽക്കുമ്പോഴെല്ലാം അയാൾ അവരെ നിലത്ത് തള്ളിയിട്ട് മണ്ണിലിട്ടിഴച്ചു. താൻ തിരയുന്ന ആളല്ലെന്ന് ഉറപ്പായാൽ മാത്രമേ അയാൾ അവരെ മോചിപ്പിച്ചുള്ളൂ.

അയാളുടെ കഴുത്തിന്റെ പിന്നിൽ ആദ്യത്തെ ലാത്തിയടി വന്നു വീണു. പക്ഷേ, അയാൾ പതറിയില്ല. ഒരു അഭൗമശക്തി തൊടുത്തുവിട്ട പോലെ അയാൾ തന്റെ ഭ്രാന്തമായ തൊഴിൽ തുടർന്നുകൊണ്ടിരുന്നു. നടുങ്ങിപ്പോയ ആൾക്കൂട്ടം അയാളെ നിയന്ത്രിക്കാനായി ഒരുങ്ങിവന്നു. സ്ത്രീകൾ നിലവിളിച്ചുകൊണ്ട് ഓടി. ചിലരെ അയാൾക്ക് പിടികൂടാൻ കഴിഞ്ഞു. അയാൾ അവരുടെ വസ്ത്രം കീറുകയും മുടിപിടിച്ച് തലയുയർത്തുകയും ചെയ്തു. ലാത്തിയെ പിന്തുടർന്ന് ചാട്ടകളും പാദങ്ങളും എത്തി. 'അപമാനിതരായ' പുരുഷന്മാർ സ്ത്രീകളെ ചവിട്ടിമറിച്ച് ഭ്രാന്തനെ പിടിക്കാൻ ഓടി. പിശാച്! ഭൂതം! ഒരു ഉരുൾപൊട്ടലിൽ ഒലിച്ചുപോയ പോലെ അതീഖിന് അവ്യക്തമായ ഒരു തോന്നലുണ്ടായി. വൃത്തികെട്ട ഒരായിരം ഷൂസുകൾ അയാളെ ചവിട്ടി, ഒരായിരം വടികൾ അയാളെ

അടിച്ചു, ഒരായിരം ചാട്ടകൾ അയാളെ പ്രഹരിച്ചു. ദുർമ്മാർഗ്ഗി! രാക്ഷസൻ! ഈ കോളിളക്കത്തിൽ അസ്ഥികൾ തകർന്നു പൊടിഞ്ഞ അയാൾ മുഖം കുത്തിവീണു.

കോപാന്ധരായ ആൾക്കൂട്ടം വേട്ടയുടെ രസത്തിൽ അയാളുടെ മേൽ ചാടിവീണു. അയാളെ കീറിപ്പറിച്ചു. മാറിലും കൈകളിലും രക്തം ശക്തമായി ഒഴുകുന്നുവെന്നും പുരികങ്ങൾ തകർന്ന് അക്രമികളുടെ അടക്കാനാവാത്ത രോഷം മനസ്സിലാക്കാൻ കഴിയാത്തവണ്ണം കണ്ണുകൾ കലങ്ങിയെന്നും തിരിച്ചറിയാൻ വേണ്ട സമയം മാത്രം അയാൾക്കു ലഭിച്ചു. പ്രഹരങ്ങളുടെ വർഷത്തിൽ അനങ്ങാനാവാത്തവിധം നിലത്തുവീണ അയാളുടെ ചെവികളിൽ ഇടമുറിഞ്ഞ ചില ആക്രോശങ്ങൾ അലയടിച്ചു. അവനെ തൂക്കിക്കൊല്ലുക! അവനെ ക്രൂശിക്കുക! അവനെ ജീവനോടെ ചുട്ടെരിക്കുക!

പെട്ടെന്ന് അയാളുടെ തല കറങ്ങാൻ തുടങ്ങി, പരിസരം ഇരുട്ടിലേക്കു വഴുതിവീണു. അപ്പോൾ ഗംഭീരവും തീവ്രവുമായ നിശ്ശബ്ദത പരന്നു. കണ്ണുകളടയ്ക്കവേ, തന്റെ ഉറക്കം രാത്രിയുടെ നിഗൂഢത പോലെ അത്യഗാധമായിരിക്കട്ടെ എന്ന് അതീഖ് പൂർവ്വികരോട് കേണപേക്ഷിച്ചു. പ്രാർത്ഥനയോടെ അയാളുടെ പ്രാണൻ ആകാശങ്ങളിലേക്ക് പറന്നു. ■

www.ingramcontent.com/pod-product-compliance
Lightning Source LLC
LaVergne TN
LVHW100541051026
849519LV00003B/853
* 9 7 8 9 3 8 6 1 2 0 2 3 6 *